நீர்வழிப் படூஉம்

தேவிபாரதி

நற்றிணை பதிப்பகம்

நீர்வழிப் படூஉம் * நாவல் * தேவிபாரதி * முதல் பதிப்பு: செப்டம்பர் 2020 * இரண்டாம் பதிப்பு: அக்டோபர் 2021 * மூன்றாம் பதிப்பு : டிசம்பர் 2023 * நான்காம் பதிப்பு : ஜனவரி 2024 * வெளியீடு: நற்றிணை பதிப்பகம் (பி) லிமிடெட் * எண். 136, தரைத்தளம், சோழன் தெரு, ஆழ்வார்திருநகர், சென்னை– 600 087.

* கைப்பேசி   : 094861 77208
* மின்னஞ்சல்   : natrinaipathippagam@gmail.com
* தொலைபேசி   : 044 - 4273 2141
* அச்சாக்கம்   : தி பிரிண்ட் பார்க், சென்னை-600 117.

தேவிபாரதி *(1957)*

*1980*களில் சிறுகதைகள் மூலம் அறிமுகமான தேவிபாரதி தொடர்ந்து தாமரை, தீபம், சிகரம், விழிப்பு, ஞானரதம், மனஓசை, அன்னம்விடு தூது, நிகழ், இந்தியா டுடே, காலச்சுவடு, தமிழ் இந்து முதலான இதழ்களில் சிறுகதைகள், கவிதைகள், அரசியல், இலக்கிய விமர்சனக் கட்டுரைகள், எழுதிவருபவர். *1993*இல் வெளிவந்த இவரது சிறுகதைத் தொகுப்பு பலி பரவலான கவனம் பெற்றது. இவரது படைப்புகளில் பலி, பிறகொரு இரவு, கறுப்பு வெள்ளைக் கடவுள் ஆகிய மூன்று சிறுகதைத் தொகுதிகளும் நிழலின் தனிமை, நட்ராஜ் மகராஜ் ஆகிய நாவல்களும் தொடர்ந்து தமிழ் நாவல்களில் முக்கியமானவை யாகத் திகழ்ந்து வருபவை. கடந்த *2011*, *2012*ஆம் ஆண்டுகளில் எழுத்தாளர்களுக்கான உறைவிட முகாம்களில் கலந்துகொள்வதற்காக அமெரிக்கா, பிரான்ஸ், சுவிட்சர்லாந்து ஆகிய நாடுகளுக்குச் சென்று வந்திருக்கிறார். இவரது சிறுகதைகளில் சில ஆங்கிலம், மலையாளம், கன்னடம், இந்தி, பிரெஞ்ச் முதலான மொழிகளில் மொழிபெயர்க்கப் பட்டுள்ளன. *2015*இல் இவரது தேர்ந்தெடுத்த *10* சிறுகதைகள் கல்யாணராமன் மொழிபெயர்ப்பில் ஹாப்பர்கொலின்ஸ் வெளியீடாக ஃபேர்வெல் மகாத்மா என்னும் தலைப்பில் ஆங்கிலத்தில் வெளிவந்து பிறமொழி வாசகர்களின் கவனம் பெற்றுள்ள தொகுப்பு. சென்ற ஆண்டு கேரளத்தின் கோழிக்கோடு நகரிலிருந்து வெளிவரும் பாடபேதம் இலக்கிய இதழ் இவரது சில சிறுகதைகளையும் நெடுங்கதைகளையும் மலையாளத்தில் மொழி பெயர்த்து 'தில்லிக்குப் போகும் ரயில் வண்டி' என்னும் தலைப்பில் நூலாக வெளியிட்டுள்ளது. அரசியல், திரைப்படம், நாடகம் எனப் பல்வேறு தளங்களில் அக்கறை கொண்ட தேவி பாரதியின் மூன்றாவது நாவல் நீர்வழிப் படூஉம்.

தமிழக அரசு கல்வித்துறையில் பணியாற்றி விருப்ப ஓய்வு பெற்றுக்கொண்ட தேவிபாரதி ஏழாண்டு காலம் காலச்சுவடின் பொறுப்பாசிரியராகப் பணிபுரிந்திருக்கிறார். புதுயுகம் தொலைக் காட்சியில் சிலமாதங்கள் நிகழ்ச்சித் தயாரிப்பாளராகப் பணியாற்றிய தேவிபாரதி தற்போதைய திருப்பூர் மாவட்டம் புதுவெங்கரையாம் பாளையம் கிராமத்தைச் சொந்த ஊராகக் கொண்டவர். தற்போது திருப்பூர் மாவட்டம் வெள்ளகோவிலில் மனைவி ரத்தினாம்பாளுடன் வசித்து வருகிறார். இயற்பெயர் ராஜசேகரன்.

மின்னஞ்சல்
devibharathi.n@gmail.com

பட்டகதைகளும் படாதகதைகளும்

இரண்டாண்டுகளுக்கு முன் நண்பரொருவருடன் வெள்ள கோவிலிலிருந்து ஏறத்தாழ இருபது கிலோமீட்டர் தொலைவிலிருக்கும் அரவக்குறிச்சிக்குப் போயிருந்தேன். திரும்பும்போது நாங்கள் பயணம் செய்த கார் உடையாம்பாளையத்தைக் கடந்து செல்ல முற்பட்ட போது வண்டியை நிறுத்தச்சொல்லி நண்பரைக் கேட்டுக் கொண்டேன்.. யாருமற்ற அந்தக் கிராமத்தின் புதர்மண்டிய தெருக்களையும் உருக் குலைந்துபோன வீடுகளையும் ஆற்றாமையுடன் பார்த்துக்கொண்டு சற்றுநேரம் நின்றேன். மிகச்சிறிய அந்தக் கிராமத்தின் கடைக் கோடியில் இருந்தது என் தாய்வழி மூதாதையர்களின் காலடிச் சுவடுகள் படிந்த மண். ஏறத்தாழ முப்பதாண்டுகளுக்கு முன் எங்கள் பெரியம்மாவும் காருமாமாவும் அங்கு வாழ்ந்துகொண்டிருந்தார்கள். அவர்களுக்கென இரண்டு வீடுகள் இருந்தன. மண் சுவர்களாலான இரண்டு மிகச்சிறிய வீடுகள்.

என் தாயாரும் சிறிய தாயாரும் பெரியம்மாவின் மகள் காளியம்மா அக்காவும் அங்குதான் தங்கள் பிள்ளைப்பிராயங்களையும் பதின்பருவங்களையும் கழித்திருந்தார்கள். படாதபாடுபட்டு அவர் களை வளர்த்து ஆளாக்கியிருந்த எங்கள் பெரியம்மாவும் காரு மாமாவும் அவர்களைக் கட்டிக்கொடுத்து வெவ்வேறு ஊர்களுக்கு அனுப்பிவைத்துவிட்டு யாருமற்ற அந்த ஊரில் யாருமற்றவர்களாய் வாழ்ந்து தீர்த்தார்கள்.

அப்போதைய எங்களது எல்லா விடுமுறைக் காலங்களையும் அந்த மண்ணில்தான் கழித்தோம்.

காருமாமா அந்த ஊரின் குடிநாவிதனாக இருந்தார்.

பெரியம்மா காருமாமாவுக்குத் துணையாக இருந்து அவரது பண்ணையக்காரர்களுக்கு ஊழியம் செய்துவந்தாள். அவளிடம் ஒரு கம்பறு கத்தி இருந்தது. கம்மங்கருதுகளைக் கொய்வதற்குப் பயன் பட்டுக்கொண்டிருந்த சிறு கத்தி. அதைக்கொண்டு உடையாம் பாளையத்தின் பண்ணையக்காரிச்சிகளுக்குப் பிள்ளைப்பேறு

பார்த்துவந்த செலம்பாநாசுவத்தியை கைவிடப்பட்ட உடையாம் பாளையத்தின் தெருக்கள் இன்றுவரை நினைவில் வைத்திருந்ததைக் கண்டு நான் திகைத்துப்போனேன். பெருவாழ்வு வாழ்ந்த தங்கள் மூதாதையர்களின் தொட்டிக்கட்டு வீடுகளையும் கிணறுகளையும் தோட்டம்துரவுகளையும் தூர்ந்துபோக விட்டுவிட்டுப் போயிருந்த தலைமுறைகளைப் பொருட்படுத்தாமல் தம் எஞ்சிய காலத்தை அங்கு கழித்துக்கொண்டிருந்த உடையாம்பாளையத்தின் முதிர்ந்த மனிதர்களால் எழுபதுக்கும் மேற்பட்ட வருடங்களைக் கடந்து செழித்துக் கிடந்த கடந்தகாலங்களை நினைவுகூர முடிந்திருந்தது. எங்கள் பெரியம்மாவையும் தங்கள் குடிநாவிதனான காருமாமாவையும் பற்றிய நினைவுகளைச் சிதறாமல் பாதுகாத்து வைத்திருந்தார்கள் அவர்கள். புதர் மண்டிய தெருக்களினூடாகவும் தூர்ந்து கிடந்த வீடுகளுக்குள்ளும் அலைந்து திரிந்தபோது எனக்கு நாற்பதாண்டுகளுக்கு முந்தைய பால்யம் நினைவுக்கு வந்தது. எங்கள் பெரியம்மா சொன்ன பட்ட கதைகளும் படாத கதைகளும் நினைவுக்கு வந்தன.

பால்யத்திலும் பதின்பருவங்களிலும் உடையாம்பாளையத்துக்குப் போன ஒவ்வொருமுறையும் அவளிடமிருந்து ஏறத்தாழ ஒரு நூற்றாண்டின் வாழ்வையும் அந்த மண்ணின் ஆயிரமாண்டு வரலாற்றையும் அறிந்துகொண்டேன். வழிவழியாக அறிந்து வைத்திருந்த படாதகதை களுக்குள் அவர்கள் அந்த ஆயிரமாண்டுகளை, அவை சொல்லிச் சென்றிருக்கும் வாழ்வின் செய்தியைப் புதைத்து வைத்திருந்தார்கள்.

பட்ட கதைகள் அவர்களது குருதியாலும் கண்ணீராலும் நனைந்திருந்தன. அது வாழ்ந்து தீர்க்க முடியாத அவர்களுடைய வாழ்க்கை. காலம் முழுவதும் அதை எதிர்கொள்ளத் திணறிக்கொண்டிருந்தார்கள், கொண்டாட்டங்களில் திளைத்துக்கிடந்தபோதும் துன்பங்களில் உழன்றபோதும் வாழ்வை விடாப்பிடியாகப் பற்றிக்கொண்டிருந் தார்கள். அதன் மீதான மதிப்பை, கௌரவத்தை ஒருபோதும் கைவிடாமல் வாழ அவர்களுக்குத் துணைபுரிந்தவை படாத கதைகள். அவை அவர்களின் மூதாதையர்கள் அவர்களுக்குச் சொல்லிச்சென்ற கதைகள்.

வெகு சீக்கிரத்திலேயே தொடங்கிவிடும் உடையாம்பாளை யத்தின் இரவு நேரங்கள் கதை கேட்பதற்கானவையாக எங்களுக்கு இருந்தன. சாணிதெளித்த வாசலில் பாய்களை விரித்து எங்களைக் கிடத்திவிட்டு, "பட்ட கதை வேணுமா படாத கதை வேணுமா?" எனக் கேட்பார்கள் எங்கள் பெரியம்மாவும் ராசம்மா அத்தையும். எங்களில் யாரும் பட்ட கதைகளைத் தேர்ந்தெடுக்க மாட்டோம். அவர் களது வாழ்வின் துயரம் தோய்ந்த அனுபவங்களால் செறிவூட்டப் பட்ட அந்தக் கதைகளைக் கேட்பதற்கு நாங்கள் திராணியற்றவர்களாக இருந்தோம். கற்பனைகளைத் தூண்டும் படாத கதைகளைச் சொல்லச் சொல்லிக் கேட்போம்.

ஒரு ஊர்ல ஒரு கொசுவாயி இருந்துதா

கொசுவாயினா?

கொசுவாயினா, கொசு

சரி

அது நரியண்ணனக் கட்டிக்கிச்சா

நரியண்ணன்னா?

நரி

ரண்டும் கண்ணாலம் பண்ணிக்கிச்சா

நரி கொசுவக் கல்யாணம் பண்ணிக்கிச்சா?

ஆமா

நாங்கள் வாய்விட்டுச் சிரித்துக்கிடப்போம். கற்பனைகளில் திளைப்போம்.

நரியண்ணன் பெண்டாட்டி கொசுவாயி ஆவிபிடித்துச் செத்த பிறகு, மொட்டைப்பாறை குழியாகிப்போன பிறகு, யானை துதிக்கையை ஒடித்துக்கொண்ட பிறகு, ஆலமரம் தழையுதிர்த்து, புறா பொங்குகளை உதிர்த்து, அம்மாவின் அடுக்குப்பானை சரிந்து, அக்காவின் மண்குடம் உடைந்து, தகப்பன் கலப்பையை உடைத்து வீடும் ஊரும் பற்றியெரிந்த பிறகு பெரியம்மா தூக்கணாங்குருவியை ஏமாற்றிய மண்டைக் காக்காயின் கதையைச் சொல்வாள்,

ஒரேர்க்காரா ஒரேர்க்காரா இங்க ஒரு மண்டக்காக்கா வந்ததப் பாத்தையா?

எனக்குத் தெரியாது ரண்டேர்க்காரனப் போயிக் கேளு

ரண்டேர்க்காரா ரண்டேர்க்காரா இங்க ஒரு மண்டக்காக்கா வந்ததப் பாத்தையா?

எனக்குத் தெரியாது மூணேர்க்காரனப் போய்க் கேளு

மூணேர்க்காரா மூணேர்க்காரா...

அது முடிந்து அடமூக்கன் கதை, மாலக்கண்ணன் கதை, செட்டியைக் கெடுத்த ரெட்டி மீன் கதை, துணி காய்ச்சி மரம் பற்றிய கதை, மூத்தாள் பிள்ளைகளை இளையாள் கொடுமைப்படுத்திய கதை,

அப்ப அவுங்கம்மா மறுக்காளுமு அவுங்க கெனாவுல வந்து ஆயாயா நீங்க எதுக்குங் கவலப்படாதீங்கொ, நம்பு காட்டுத் தெக்கு வேலீலெ ஒரு வெள்றிச் செடியிருக்கு அதுகிட்டப் போயி எம்பட பேரச் சொல்லுங்கொ, அது உங்குளுக்கு வெள்றிப்பழங் குடுக்கு, அதத் தின்னு புத்தியாப் பொளச்சுக்குங்கொன்னு சொன்னாளாமா...

கதைகேட்டுக்கொண்டே தூங்கிவிடுவோம்.

நூற்றுக்கணக்கான படாத கதைகளை எங்களுக்குச் சொன்ன பெரியம்மா ஒருநாளும் பட்டகதைகளைச் சொன்னதில்லை. அவை அவர்கள் பின்வரும் தலைமுறைகளுக்கு விட்டுச் சென்றிருக்கும் அவர்களது வாழ்வின் செய்தி.

நண்டும்சிண்டுமான எங்கள் அம்மாவையும் மெட்ராஸ் சின்னம்மாவையும் காளியம்மா அக்காவையும் வளர்க்க எங்கள் பெரியம்மாவும் காருமாமாவும் திணறிக்கொண்டிருந்தார்கள். காருமாமா தன் பண்ணையக்காரர்களின் மயிர்களைச் சிரைத்தார், கைகால்கள் பிடித்துவிட்டார், முதுகு தேய்த்து விட்டார், அவர்களது நல்லது கெட்டதுகளுக்குப் பொறுப்பேற்றார், கல்யாணம், காட்சி களுக்கு அழைப்புச் சொல்வதற்காகத் தன் வெற்றுக்கால்களால் காடுகாடாய் அலைந்து திரிந்தார், பெரியம்மா பண்ணையக் காரிச்சிகள் இடும் குற்றேவல்களை மனங்கோணாமல் செய்து அவர்களின் கருணையைப் பெற்றாள், அவர்களது கருணை அவளுக்குக் கொஞ்சம் ராகியையோ கம்பையோ சோளத்தையோ சிறிதளவு நெல்மணிகளையோ பெற்றுத் தந்தது. அவற்றைக்கொண்டு எங்களைக் காப்பாற்றினாள்.

என்ன செய்தும் வசப்படாத அந்த வாழ்வை அவர்கள் நேசித் தார்கள். இப்போது தூர்ந்துகிடக்கும் ஊரின் புல்பூண்டுகளையும் மரம், செடி, கொடிகளையும் பறவைகளையும் சிறுபிராணிகளையும் நேசிக்க அவர்களுக்குத் தெரிந்திருந்தது. நதியை, கிணறு குட்டைகளை, எங்களுக்காகப் பாதுகாத்து வைத்தார்கள்.

வாழ்வின் கருணையின்மையைப் பொருட்படுத்தாமல், அதன் துயரங்களைத் தின்றும் அது பிழிந்து தந்த கண்ணீரைப் பருகியும் வாழ்ந்து மறைந்தவர்கள் அவர்கள்.

நீர்வழிப் படூஉம் அவர்கள் பட்டகதை.

இந்த நாவலின் மூலம் காருமாமாவுக்கும் எங்கள் பெரியம் மாவுக்கும் உடையாம்பாளையத்தின் கைவிடப்பட்ட தெருக்களுக்கும் நியாயம் செய்து விட்டதாக நான் கற்பனை செய்துகொள்ளவில்லை. அதைச் சொல்ல விழைந்தபோது நான் கற்றுக்கொண்டிருந்த மொழி பல தருணங்களில் என்னைக் கைவிட்டது. நான் திணறினேன். வாழ்வை மொழியின் வழியே கடந்துசெல்ல முற்படுவதன் அபத்தத்தை உணரத் துணைபுரிந்ததாகவே இந்த நாவலை எழுதிய அனுபவங் களைப் புரிந்துகொள்கிறேன்.

வாழ்க்கை எந்த ஒரு மகத்தான படைப்பையும் விடப் பெரியது, முக்கியமானது, மதிப்புமிக்கது அல்லவா?

தேவிபாரதி
வெள்ளகோயில்
20 பிப்ரவரி 2020

நன்றி

இந்த நாவலை எழுதும் காலங்களில் துணை நின்ற மனைவி ரத்தினாம்பாளுக்கும் தொடர்ந்து என் எழுத்துப்பணிகளுக்கு உறுதுணையாக இருந்துவரும் நண்பர்களுக்கும் நாவலின் எழுத்துப் பிரதிகளை வாசித்து திருத்தங்களை மேற்கொள்ள உதவிய கவிஞர் சுகுமாரன், எழுத்தாளர் ஜி.குப்புசாமி, செல்லப்பா, கிருஷ்ணமூர்த்தி ஆகியோருக்கும் அட்டைப் படத்தை வடிவமைத்துள்ள மணிவண்ணனுக்கும், மதன்குமாருக்கும், பாரதிநிலவனுக்கும், நற்றிணை பதிப்பகத்தின் ஆசிரியர் யுகனுக்கும் எனது படைப்புகளைத் தொடர்ந்து கொண்டாடி வரும், விமர்சித்துவரும் இலக்கிய ஆளுமைகளுக்கும் வாசகர்களுக்கும் எல்லாவற்றுக்கும் மேலாக நெருக்கடியான தருணங்களில் நான் வீழ்ந்துவிடாதிருக்கத் துணை நின்ற என் அனைத்து நண்பர்களுக்கும் இந்தத் தருணத்தில் என் மனப்பூர்வமான நன்றியறிதல்களைத் தெரிவித்துக் கொள்கிறேன்.

மறைந்த எழுத்தாளர் நண்பர் நஞ்சுண்டனின் நினைவுக்கு

1

செம்மண் புழுதி படிந்த பழுப்பு நிறத்தாலான அரசுப் பேருந்தை விட்டிறங்கி, மயானத்தைப் போல் உலர்ந்து கிடந்த ஆம்பராந்தின் அந்தப் படுகையில் கால்கள் புதைய எட்டு வைத்து நடந்து, நடு ஆற்றில் இன்னும் செழித்துக் கிடந்த மருதமர நிழலை அடைந்தபோது மிகச் சோர்ந்து போயிருந்தாள் அம்மா.

அந்தக் கோடையிலும் செம்மடையில் கெத்கெத்தென்று அலையடித்துக் கிடந்த நீரைக் கண்டு அம்மாவுக்கு ஆச்சரியம் தாளவில்லை, "என்னாரமு இந்த மடைலதே தவக்களையாட்ட மொதந்துக்கிட்டுக் கெடப்பா ராசம்மா" என எல்லோராலும் அறைந்து சாத்தப்பட்ட அத்தையைப் பற்றிய நினைவுகளின் கதவைத் தள்ளித் திறந்து அதன் கிரீச்சிடும் சத்தத்தைக் கேட்டவாறே மருதமர நிழலில் கால்களை நீட்டி உட்கார்ந்தாள், "ஆடுகள அப்பிடி ஓட்டியுட்டுப்புட்டு எறங்குனான்னா பொழுதாவரைக்கு இந்த மடையே கெதீன்னு கெடப்பா, ஆடுக அதுகபாட்டுக்கு எதையாவுது கரண்டுக்கிட்டுக் கெடக்கு" என ஆற்றாமையோடு யாருமற்ற அந்த மடையில் தத்தளித்துக் கிடந்த நீரை இருகைகளாலும் அள்ளினாள், "அப்ப எனக்குப் பன்னண்டு பதிமூணு வயசிருக்கு, ரண்டு பேரு ஒண்ணாத்தே இந்த மடைக்கு வருவொ, மத்தியான நேரத்துல ஒரு ஈ, காக்கா தட்டுப்படாது இங்க, ஆராச்சும் பாத்துருவாங்களோங்கற பயமில்லாம எறங்கி அப்பிடித் தெளச்சுக் கெடப்பொ, உங்கப்பாவக் கட்டிக்கிட்டு நொய்யலாத்தங்கரைக்கு வந்துசேர வரைக்கு அப்பிடித்தே, கல்யாணமானதுக்கப்பறமு ஒடையாம்பாளையத்துக்கு வந்தா இங்கதேங் கெடக்கறது, ஒரு நா தவறாம வந்துருவொ" எனக் கண்களை இறுகமூடி சேறுபடிந்த காலத்தின் நினைவுகளைத் தேடத் தொடங்கினாள் அம்மா, "அப்ப நீ ஆறேழு மாசத்துக் கொழந்த, உன்னையக் கொண்டாந்து இந்த மருதமரத்துல தொட்டலக் கட்டிப் போட்டுப்புட்டு மடைக்குள்ள எறங்கீருவொ, நேரம் போறதே தெரியாது, ஒருத்தரு மேல ஒருத்தரு தண்ணிய எறச்சுக்கிட்டு அப்பிடி

ஓலக்கம்போட்டுக்கிட்டுத் திரிஞ்சதெல்லா இன்னொ மறக்குல, ரண்டு பேருத்துக்குமு ஒடம்புல ஒரு பொட்டுத் துணியிருக்காது அப்பொ” என நாக்கைக் கடித்துக்கொண்டாள் அம்மா, சுருக்கம் விழத்தொடங்கியிருந்த அவளது முகத்தில் அப்போது படர்ந்து மறைந்த வெட்கத்தைக் கண்டு நான் திகைத்துப்போனேன். அதைப் பொருட்படுத்தாமல் மடையில் சிறகுகளை விரித்துக் கிடந்த நீர்க்காகங்களைப் பார்த்துக் கொண்டே தொடர்ந்தாள், “நீ பாட்டுக்கு ‘ங்க ங்க’ன்னு நாக்கச் சொழட்டிக்கிட்டுத் தொட்டல்ல கெடப்ப” என மேலெழும்பியிருந்த நினைவுகளின் பாரம் தாங்காமல் சரியத் தொடங்கினாள், சிதறிக்கிடந்த கூழாங்கற்களைக் கை நிறைய அள்ளி நீர்ப்பரப்பில் ஒவ்வொன்றாக எறிந்தாள், வெருண்டு விலகி ஆழத்துக்குள் மூழ்கி மறைந்த நீர்க்காகங்களிடம், “ஏ, பயந்துக்கிட்டீங்களாக்கு?” எனக் கேட்டுப் புன்னகைக்க முயன்றாள்.

அம்மா சிதறிக்கொண்டிருக்கிறாள் எனத் தோன்றியது.

கடந்த எட்டு நாட்களும் அத்தையின் மீதான கசப்பான நினைவுகளால் ஓயாமல் அலைக்கழிக்கப்பட்டு, இரவுபகலாகப் பிதற்றிக் கிடந்த அம்மாவை மனப்பிறழ்வுக்குள்ளாவதிலிருந்து மீட்பதற்குத் திணறிக்கொண்டிருந்த நான் பதற்றமடைந்தேன். தூர்ந்து போன காலத்தின் கசப்பைக் கருணையற்ற முறையில் தூண்டிக் கொண்டிருந்த ஆம்பராந்தின் உலர்ந்த படுகையிலிருந்து உடனடியாக அவளை அப்புறப்படுத்தி அழைத்துச் செல்வதைப் பற்றி யோசித்தேன். தாளமுடியாத வெப்பத்தையும் நேரம் கடந்துகொண்டிருப்பதையும் நினைவூட்டி அவளை எழச் செய்தேன்.

பால்யத்தின் நினைவுகளும் பதின்பருவக் கனவுகளும் சிதறிக் கிடந்த மடையை ஆற்றாமையுடன் திரும்பிப் பார்த்துக் கொண்டே அம்மா நடந்தாள். நதியின் படுகையிலும் அதிலிருந்து பிரிந்து ஊருக்கு அழைத்துச் சென்ற செத்தைகள் மண்டிய ஒற்றையடித்தடத்திலும் சரளைக் கற்கள் பாவப்பட்ட வண்டிப்பாதையிலும் அதன் இரு மருங்குகளையும் அணைத்து நீண்டு கிடந்த கோவைக்கொடிகளும் உரிக்காய்க்கொடிகளும் பிரண்டையும் படர்ந்த வேலிக்கால்களிலும் திருகுகள்ளிப் புதர்களிலும் பொட்டல்வெளிகளில் அசைவற்றவையாய் நின்ற வேலாமரக் கிளைகளிலும் வில்லரணைகளைப் போல் சுருண்டு கிடந்த அத்தையின் நினைவுகளிலிருந்து அம்மாவை மீட்பது அவ்வளவு எளிதாக இல்லை. “இதெல்லா அவ நடந்து நடந்து உப்பந்தி பண்ணுன தடமாக்கு” என்றாள், “ஒரு கொடிய உடமாண்டா, சல்லக்கத்தியக் கொண்டு அல்லாத்தையு இழுத்து அந்த ஆடுகளுக்குப் போட்டுக்கிட்டே நடப்பா. மழக்காலத்துக்கு வேணும்னு கூடகூடயா வேலாங்காய உலுக்கிக் கொண்டாந்து வெச்சுருப்பா, திருவுகள்ளிய

அரக்கிக் கொண்டாந்து கொட்டாப்புடிய வெச்சு ஒப்புட்டாட்டத் தட்டி அதுகளுக்கு வெப்பா உங்கத்தக்காரி, அப்ப ரண்டு மூணு வெள்ளாட்டுக் குட்டியிருந்துது, அஞ்சாறு செம்புலிக் குட்டி வெச்சிருந்தொ. பெரியதிருமங்கலத்துப் பண்ணாடி குடுத்த ஒரு எருமக் கன்னுமிருந்தது, குஞ்சுகளோட ரண்டு வெடக்கோழி, ரண்டு சேவக்கோழி, அதுகள வளத்து அவசரஆக்காட்டுக்கு வித்துத்தே ஒவ்வொண்ணையும் பண்ணுச்சு உங்கு பெரீமா" எனத் தடம் முழுவதும் அத்தை இறைத்துவிட்டுச் சென்றிருந்த நினைவுகளின் குன்றிமணிகளை ஒவ்வொன்றாகப் பொறுக்கி மடியில் கட்டிக் கொண்டு நடந்தாள். வண்டித்தடத்தில் இறைந்து கிடந்த காக்கட்டான், வாடாமல்லி, செவ்வந்திப் பூக்களின் உலர்ந்த இதழ்களைக் கண்டு தடுமாறி நின்றாள், குனிந்து ஒன்றிரண்டை விரல்களால் பற்றியெடுத்து உள்ளங்கையில் வைத்து அவற்றிலிருந்து வீசிக்கொண்டிருந்த மரணத்தின் நெடியைப் பொருட்படுத்தாமல் நாசியருகே கொண்டு போனாள், "உங்கு மாமனக் காடு கொண்டுக்கிட்டுப் போனப்ப எறச்சதா இருக்கு" எனப் பெருமூச்செரிந்தாள். மாமாவின் தேர் மீது இறைத்துக்கொண்டு போன பொரிகடலையில் எஞ்சியிருந்த பருக்கைகளை இழுத்துக்கொண்டு திரிந்த எறும்புக்கூட்டங்கள் அம்மாவின் கண்களில் படவில்லை. வேறெதுவும் பேசத் தோன்றாமல் நடையின் வேகத்தை அதிகரித்து என்னை முந்திக்கொண்டு ஊர் எல்லையை அடைந்தவள், ஆளரவமற்றுக் கிடந்த தெருவை வெறித்து நின்றாள், பின்தொடர்ந்துகொண்டிருந்த நான் அவளைக் கடக்க முயன்றபோது ஆழமாகப் பார்த்தாள், "தாலியறுக்க வந்துருக் கறாளாமா, தாலியறுக்க. ஆரு கட்டுன தாலிய அறுக்கப் போறாளாமா அவொ? எம்பொறந்தவங்கட்டுன தாலியா, இல்ல அந்தச் செட்டி கட்டுன தாலியா? இருக்குட்டு, நல்லாக் கேட்டுடறனா இல்லை யான்னு பாரு" என்றவளின் விரிந்த கண்களில் தென்பட்ட மூர்க் கத்தைக் கண்டு நான் திகைத்துப் போனேன்.

2

சரியாக ஏழு நாட்களுக்கு முன் அம்மாவை அழைத்துக்கொண்டு இதே அரசுப்பேருந்தில் வந்திறங்கி, இதே வெயிலில், இதே போல் உலர்ந்து கிடந்த படுகையின் வழியே நடந்து இதே மடையையும் மருதமர நிழலையும் கடந்து இதே ஒற்றையடித்தடங்களின் வழியாகவும் வண்டிப்பாதையிலும் நடந்து உடையாம்பாளையத்தை அடைந்த போது நிகழ்ந்தவற்றை விட எதிர்பாராதது எதுவும் இப்போது நடந்துவிடப் போவதில்லை என என்னைத் திடப்படுத்திக் கொள்ள முயன்றேன். ஆற்ற முடியாத துயரங்களுக்குப் பிறகு கொண்டாட்டங் களுடன் மாமாவைக் காடு கொண்டுபோய்ச் சேர்க்க முடிந்தது நம்பமுடியாததாகவே இருந்தது. அம்மா அதுபற்றிய நினைவுகளில் திளைக்க முயன்றாள், மாமாவின் மரணம் ஏற்படுத்தியிருந்த வெற்றிடத்தை மாமாவே நிரப்பிவிட்டுப் போயிருந்ததாகத் திரும்பத் திரும்பச் சொல்லிக்கொண்டிருந்தாள்.

கடந்த ஆறுமாதங்களாக, இரண்டு வாரங்களுக்கு ஒருமுறையென நானும் அம்மாவும் மேற்கொண்டுவந்த வழக்கமான பயணங்களைப் போன்றதாக அல்லாமல் துக்ககரமானதாகவும் அம்மாவுக்கும் பெரியம்மாவுக்கும் பிறகு கடைசியாக வந்து சேர்ந்திருந்த மெட்ராஸ் சின்னம்மாவுக்கும் வருடங்களாகத் தந்தையைப் பார்க்காமல் அலைந்து திரிந்துவிட்டு வந்து சேர்ந்திருந்த அவரது மகன் சுந்தரத்துக்கும் பேச்சுவார்த்தையின்றிக் கிடந்த மாமாவின் பங்காளி வகையறாவைச் சேர்ந்தவர்களுக்கும் மாமன், மைத்துனர்மார்களுக்கும் பால்யத்திலிருந்து வெவ்வேறு தருணங்களில் மாமாவின் கைகளைப் பற்றியிருந்த ஆம்பராந்துக்கரையின் மூப்பர்களுக்கும் குடிசெய்வதை நிறுத்திக்கொண்டுவிட்ட பிறகு அவரை முற்றாகக் கைவிட்டிருந்த உடையாம்பாளையத்தின் பண்ணையக்காரர்களுக்கும் பெரும் குற்றஉணர்வை மூளச்செய்ததாகவும் உடையாம்பாளையத்துக்கும் அம்மாவுக்கும் அவளது கால்வழி, நீர்வழி உறவுகளுக்கும் தலைமுறை களாக நீடித்து வந்த உறவை முடிவுக்குக்கொண்டு வந்ததாகவும் பிறகு

என்றென்றும் அறுந்துபோகாதபடி துளிர்க்கச் செய்ததாகவும் மாற்றி யிருந்தது உடையாம்பாளையத்தின் யாருமற்ற அந்த வீட்டில் யாருமற்ற தாகக் கிடந்த மாமாவின் சடலம்.

மாமாவைப் பார்க்கப் போவதற்கு எப்போதும்போல் அப்போதும் ஒரு ஞாயிற்றுக்கிழமையையே தேர்வு செய்திருந்தோம். எப்போதும் போல் முதல் பேருந்தைப் பிடித்து சூரியோதயத்தின் போதே வெள்ளகோவில் வந்து சேர்ந்திருந்தோம். வெள்ளகோவிலிலிருந்து மயில்ரங்கம் செல்லும் பதினொரு மணிப் பேருந்தைப் பிடிப்பதற்கு முன் அம்மா தன் வழக்கமான திட்டங்களுக்கான நேரத்தை ஒதுக்க வேண்டியிருந்தது. பேருந்துநிலையத்திற்கு எதிரே இருந்த பேக்கரி யொன்றிலிருந்து புறநகரில் இருந்த தங்கமணி அக்காவுக்காகக் கொஞ்சம் திராட்சைப்பழங்களையும் மிக்சர் பொட்டலத்தையும் அவளுடைய குழந்தைகளுக்காக இரண்டு பிஸ்கட் பாக்கெட்டு களையும் வாங்கிக்கொண்டாள். அக்காவின் வீடு இருந்த புறநகர்ப் பகுதிக்குச் செல்லப் பேருந்து வசதி இல்லாததால் ஏறத்தாழ இரண்டு கிலோ மீட்டர் தூரம்வரை நடக்க வேண்டியிருந்தது. போகவர நான்கு கிலோ மீட்டர். ஓட்டமும் நடையுமாக வந்து புறப்படத் தயாராக இருந்த பேருந்தைப் பிடித்துக் காலியாக இருந்த இருக்கையொன்றில் சாய்ந்து வியர்த்து வழிந்த முகத்தை முந்தானையால் துடைத்துக் கொண்டு கண்ணயர்ந்தாள் அம்மா.

ஜன்னலோர இருக்கையொன்றில் உட்கார்ந்தபடி அந்தப் பொட்டல் வெளியை வேடிக்கை பார்க்கத் தொடங்கினேன். மூடிய கண்களுக்குள் பதற்றத்துடன் அலைந்துகொண்டிருந்த அவளது விழிக்கோளங்களை பிறகு நினைவு கூர்ந்தபோது, மாமாவின் மரணத்தை அம்மா அப்போதே உணர்ந்திருந்தாளோ எனத் தோன்றியது.

உடையாம்பாளையத்தின் கைவிடப்பட்ட வீட்டுக்கு முதல் ஆளாக வந்து தனிமையில் விறைத்துக் கிடந்த மாமாவின் சடலத்தைப் பார்த்த அம்மாவின் நினைவுக்கு முதலில் வந்தவள் அத்தைதான், "ஐயோ, உன்னைய இந்தக் கோலத்துல பாக்க வெச்சுட்டுப் போயிட்டாளே அந்தச் சண்டாளப் பாவி" எனப் பெருங்குரலெடுத்து அவள் கதறியதைக் கேட்டு வந்து சேர்ந்த முத்தையன்வலசுப் பெரியப்பா காருமாமாவின் சடலத்தைப் புரட்டி, அவரது ஒடுங்கிய கன்னங்களிலும் வற்றி உலர்ந்த நெஞ்சுக்கூட்டிலும் சிதறி வழிந்து கிடந்த கோழையைத் துடைத்து, உடலின் விறைப்பைத் தளர்த்தி வாய்க்கட்டு, கைக்கட்டுக் கட்டி, மாமாவின் துருவேறிய டிரங் பெட்டியிலிருந்து அவரது உடைமைகளில் எஞ்சியிருந்த பழுப்பேறிய வேட்டியொன்றைத் தேடியெடுத்துப் போர்த்தியபோதும் தெக்கு வளவுப் பண்ணாடி வீட்டிலிருந்து வாங்கி வந்திருந்த ஊதுபத்திகளைக்

கொளுத்தித் தலைமாட்டில் வைத்த போதும் ஓரிரு மஞ்சள் துண்டுகளுக்காகவும் கொஞ்சம் பஞ்சுக்காகவும் ஒரு அகல் விளக்குக் காகவும் உடையாம்பாளையத்தின் கைவிடப்பட்ட தெருக்களில் அலைந்து திரிந்த போதும் ஓயாமல் ராசம்மாஅத்தையைச் சபித்துக் கொண்டிருந்தாள் அம்மா, வார்த்தைக்கு வார்த்தை 'சண்டாளப் பாவி' யென்றோ, 'பாவி முண்ட' யென்றோ 'கண்டாரோலி' யென்றோ அவளைத் திட்டித்தீர்த்துக்கொண்டிருந்தாள்.

அம்மாவைப் பொருட்படுத்தாமல் முத்தையன்வலசுப் பெரியப்பா வேட்டியை வரிந்துகட்டிக்கொண்டு ஓட்டமும் நடையு மாக விரைந்து உடையாம்பாளைத்தின் தெருக்களில் இன்னும் எஞ்சி யிருந்த வீடுகளை அடைந்து தாழிடப்பட்டிருந்த கதவுகளைத் தட்டியும் தொண்டுப்பட்டிகளுக்குள்ளும் கட்டுத்துறைகளுக்குள்ளும் அடர்ந்து கிடந்த ஊஞ்சமரங்களின் நிழல்களிலும் முள்வேலி மரங்களுக்கும் பனங்கருக்குகளுக்கும் கிளுவை, திருகுகள்ளி வேலிகளுக்குக் கீழேயும் சிதறிக்கிடந்த கையகல நிழல்களில் அடைக்கலம் தேடி வழியும் வியர்வையை ஓயாது துடைத்துக்கொண்டும் கால்களை மடக்கியும் நீட்டியும் குத்தவைத்தும் உட்கார்ந்தபடி , "கூவே கூவே" எனத் தம் செம்மறியாடுகளை அழைத்துக்கொண்டிருந்த உடையாம்பாளையத்து வாசிகளிடமும் சாவடியிலும் பிள்ளையார்கோயில் கல்கட்டிலும் தாயக்கரம் விளையாடிக்கொண்டிருந்த முதியவர்களிடமும், "ஏனுங் எசமாங்களுங்கோவ், பண்ணையக்காரிச்சிங்கோவ், சின்னக் கவண்டருங்கோவ், பெரிய கவண்டருங்கோவ், சின்னக்கவுண்ச் சிங்கோவ்" எனத் தாழ்ந்தும் பணிந்தும். "ஏப்பா பழனி, ஏப்பா நாச்சி, மாப்பளே, அப்பிச்சீ, அம்மாயி" எனச் சிறிதளவு உரிமையுடனும் கூவியழைத்து ஊர்க்காரர்களில் யாரையும் விட்டுவிடாமல், "எம்பட மச்சனெ போயிச் சேந்துருச்சுங்கொ, எங்கு காரு மாப்ள" என எல்லோருக்கும் மாமாவின் மரணச்செய்தியை அறிவிக்கத் தொடங்கி யிருந்தார் முத்தையன்வலசுப் பெரியப்பா. வேறு யாரும் இல்லாததால் அவரே தன் பழைய சைக்கிளை எடுத்துக்கொண்டு தோட்டங்காடு களுக்கும் தறிப்பட்டறைகளுக்கும் போய்த் தென்பட்ட ஒவ்வொரு வருக்கும் சொல்லிவிட்டு வந்தார். பவர்லூம் முதலாளியிடம் கேட்டு அவரது மொபட்டை வாங்கிவந்து என்னிடம் தந்து மூன்று மைல் தொலைவிலிருந்த சுந்தராடிவலசுக்கு அனுப்பி மாமாவின் பங்காளி வகையறாவைச் சேர்ந்த உறவினர்களுக்குச் சொல்லிவிட்டு வரச் சொல்லிப் பணித்தார். வருடங்களாக மாமாவைப் பராமரித்து வந்தவ ளான பெரியம்மாவைக் கண்டுபிடித்து அழைத்துவருமாறு தன் இரண்டு மகன்களில் இளையவனான சண்முகத்தை அனுப்பினார். சண்முகம் தெக்குவளவுச் சின்னப்பண்ணாடியின் சாளையில் யாராலும் பயன்படுத்தாமல் கிடந்த மொபட்டை எடுத்துக்கொண்டு எவ்வளவு முடியுமோ அவ்வளவு வேகமாக வெள்ளகோவில் போய்ச்

சேர்ந்தான். பெரியம்மா வெள்ளகோவில் அரசு மருத்துவமனையில் ரத்தஅழுத்த நோய்க்கான மாத்திரை, மருந்துகளை வாங்குவதற்காக வரிசையில் நின்றுகொண்டிருந்ததாகவும் தகவல் கிடைத்தவுடன் தன் கைப்பிடியிலிருந்த மஞ்சள்பையையும் மருந்துச்சீட்டுகளையும் நழுவ விட்டுவிட்டுக் கண்ணீர் விட்டு அழுதுகொண்டே மருத்துவமனையை விட்டு வெளியே வந்து சண்முகத்தின் மொபட்டில் உட்கார்ந்து கொண்டு உடையாம்பாளையம் வந்து சேர்ந்ததாகவும் முத்தையன் வலசுப் பெரியப்பா சொன்னார்.

மெட்ராஸ் சின்னம்மாவுக்குத் தகவல் தர வேண்டுமென யாருக்கும் தோன்றவில்லை. நான் அதை நினைவூட்டியபோது மெட்ராசுக்குத் தகவல் போய்ச் சேர்வதற்கும் அங்கிருந்து அவர்கள் வந்து சேர்வதற்கும் ஆகக்கூடிய நேரத்தைக் கணக்கிட்ட முத்தையன் வலசுப் பெரியப்பா, "அது கதைக்காவாது" என்றார். எவ்வளவு சீக்கிரம் முடியுமோ அவ்வளவு சீக்கிரம் மாமாவைக் காடுகொண்டுபோய்ச் சேர்த்துவிட வேண்டுமென்றார், "வெச்சுப் பாக்கறதுக்கு நம்புளுக்குச் சௌரியம் வேண்டாமா?" எனக் கேட்டார்.

"சௌரியமென்ன சௌரியமுங் மச்சே, செலவப் பத்தி யோசிக்கிறீங்களாக்கு? அத நாம் பாத்துக்கறெ, நீங்க ஆக வேண்டியதப் பாருங்கொ" எனக் கோபப்பட்ட அம்மாவுக்கு நிதானமாகப் பதிலளித்தார், "செலவென்ன முத்து? என்ன லச்ச ரூவாயா ஆயறப் போவுது? மிஞ்சிப் போனா ஒரு இரவதுமுப்பது பேருத்துக்குச் சோறு போடோணு, கை நீட்டிற சனத்துக்கு ஒரு வா காப்பித் தண்ணி வெச்சுக் குடுக்கோணு, அத நாம் பாத்துக்கமாண்டனாக்கு? மத்ததுக்கு என்ன பண்றது? கோடிபோத்த ஆளுண்டுமா? மண்ணுத்தள்ள, கொள்ளிவெக்க ஆளுண்டுமா? தேர்க்கட்ட புள்ளைக இருக்கறாங் களா? பின்னப்பூப்போட, நெய்ப்பந்தம் புடிக்க பேரம்பேத்திதே உண்டுமா? பங்கும்பங்காளி ஆருமில்லாம மாம, மச்சனங்கூட்ட மில்லாம என்ன பண்ண முடியுஞ்சொல்லு? அட இதெல்லாங் கெடக்குட்டு, தாலியறுத்துப் போட பொண்டாட்டீன்னு ஒருத்தி யிருக்கறாளா? சீரு செஞ்சு கொண்டுபோயி வெக்கறதுக்கு?" எனக் கேட்டவர் வேறெதுவும் பேசாமல் புகையிலை நறுக்கு ஒன்றை வாயில் போட்டுக் குதப்பிக்கொண்டு எழுந்து வீட்டுக்குள் போய் மாமாவின் சடலத்தை ஒரு பார்வை பார்த்துவிட்டு வந்தார், "அப்பிடி அவனூடு வெறூடாப் போச்சு" எனக் குமைந்தவர் இமைகளில் தத்தளித்துக் கொண்டிருந்த நீரைச் சுண்டி வீசினார், "மஞ்சளக் கொட்டிக் கொண்டுபோயி ஆத்துக்கால்ல வெச்சுப்புட்டு வந்தர வேண்டீதுதே, அதுக்கப்பறொ ஆரு வந்தாலுஞ்செரி, போய்க் குழி மேட்டப் பாத்து அழுதுபுட்டு வருட்டு" எனத் தீர்மானமாக அவர் சொன்னதை மறுத்துப் பேச யாரிடமும் ஒரு சொல் இருந்திருக்கவில்லை.

வேறு யாருடைய யோசனையையும் கேட்காமல் மாமாவைக் காடு கொண்டு போய்ச் சேர்க்கும் முழுப்பொறுப்பையும் முத்தையன் வலசுப் பெரியப்பா எடுத்துக்கொண்டார். தகவலறிந்து வந்த மூப்பன்களிடம் பாடை கட்டுவதற்கு மரங்களை ஏற்பாடு செய்யுமாறு கேட்டுக்கொண்டார். மாதாரிவளவுக்குப் போய்க் குழிவெட்ட ஆட்களைத் தேடிப்பிடித்துக் கூட்டிவரும்படி சண்முகத்தை அனுப்பினார், செலவுக்கு இருக்கட்டுமென அம்மா சில ரூபாய்த்தாள் களை நீட்டியபோது, "வெச்சராயா, அதுக்கு இப்ப என்ன அவுசரோ? அப்பறம் பாத்துக்கலா உடு" என அண்டை வீடுகளிலிருந்து கொத்து, கடப்பாரை, மண்வெட்டிகளை வாங்கிக்கொண்டு வந்தார். பெரியம்மாவும் அம்மாவும் புதர்மண்டிக் கிடந்த வாசலைக் கொத்திச் சுத்தம்செய்யத் தொடங்கினார்கள். உதவி செய்ய எழுந்து நின்ற பள்ளி மாணவியைப் போல் தென்பட்ட இளம்பெண் ஒருத்தியைத் தடுத்துத் தெருக்கோடியில் இருந்த அடிபம்புக்குப் போய் நான்கைந்து குடம் தண்ணீர் கொண்டுவந்து பொடக்காணியில் இருந்த மொடாக்களை நிரப்பச் சொன்னாள் பெரியம்மா, "விசுக்குன்னு ஆராச்சு வந்து மூஞ்சி, கை, காக் கழுவோணும்னா என்ன பண்றதாயா?" என்றாள்.

மறுப்போ தயக்கமோ இல்லாமல் எழுந்து பாவாடையைச் சுருட்டி இடுப்பில் செருகிக்கொண்டு தாவணியைச் சரிசெய்தபடியே பொடக்காணிக்குப் போனவளை ஆச்சரியமாகப் பார்த்துக் கொண்டிருந்த நான் அம்மாவின் கட்டளையை ஏற்று அடிபம்புக்குப் போய்த் தண்ணீர் அடிக்கும் பொறுப்பை எடுத்துக் கொண்டேன். பொடக்காணியிலிருந்து இரண்டு காலிக்குடங்களை எடுத்துக் கொண்டு என்னைப் பின் தொடர்ந்தாள் அவள். அடிபம்பில் தண்ணீர் அடித்துப் பழக்கமில்லாததால் முதலில் திணறினேன், அவள் கொண்டுவந்து வைத்த இரண்டு குடங்களையும் நிரப்புவதற்குள் கைகள் சோர்ந்து போயின. நான் திணறியதைப் பார்த்த அந்தப் பள்ளிமாணவி கேலிசெய்வது போல் புன்னகைத்தாள், கண்களைச் சிமிட்டிக்கொண்டாள், "உடுங்க நாம் பாத்துக்கறெ, நீங்க பேசாமப் போயித் திண்ணைல கோந்துக்குங்க" எனப் பின்னால் வந்து பம்பின் கைப்பிடியைப் பற்றி என்னிடமிருந்து பறிக்க முற்பட்டாள். நான் அதற்கு உடன்பட மறுத்து அவளது மெலிந்த கைகளை விலக்கி விட்டேன், "இதுல என்ன கஷ்டம்? வெட்டி முறிக்கற வேலையாக்கு?" எனக் கேட்டுக்கொண்டே பம்பை வேகமாக அடித்துக் குடங்களை நிரப்பத் தொடங்கினேன். அவள் யாராயிருக்கும் என யோசித்தேன். நீர் நிரம்பிய குடங்கள் இரண்டில் ஒன்றைத் தலையிலும் மற்றொன்றை இடுப்பிலும் வைத்துச் சுமந்துகொண்டு பொடக்காணியை நோக்கிப் போனவள் வறண்டு கிடந்த மொடாக்களில் நீரைச் சரித்துவிட்டுத் திரும்பி வந்தாள்.

உடுத்தியிருந்த ஆடைகள் அரசுப் பள்ளி மாணவிகளுக்குரிய சீருடை போல் தோற்றமளித்ததால் அவள் அருகிலுள்ள ஏதாவதொரு அரசுப்பள்ளியில் பத்தாவதோ பதினொன்றாவதோ படித்துக்கொண்டிருக்கும் மாணவியாயிருக்க வேண்டுமென நினைத்தேன். அவள் குடங்களை எடுத்துக்கொண்டு பொடக்காணியை நோக்கிப் போன போது எதிர்த்திசையிலிருந்து அவளைக் கடந்து என்னிடம் வந்த பெரியப்பா பழக்கமில்லாத அந்த வேலையைச் செய்வது சிரமமாக இல்லையா எனக் கேட்டார், மாமாவைக் காடு கொண்டுபோய்ச் சேர்ப்பதற்கும் காரியம் முடிந்து வந்து குளிப்பதற்கும் காபித்தண்ணி வைக்கவும் சோறாக்கவும் நிறையத் தண்ணீர் தேவைப்படும் என்றார், பிறகு கொஞ்சம் தண்ணீரைக் கைகளில் பிடித்து முகத்தையும் வியர்த்துக் கிடந்த பின்கழுத்தையும் கழுவிக்கொண்டார், "அந்தப் புள்ள ஆருன்னு தெரியுதா?" என அந்தப் பள்ளிமாணவியைச் சுட்டிக்காட்டிக் கேட்டார், "அவ உனக்கு அத்த மவளாக்கு, உங்கு மாமம் பொண்டாட்டிக்கு நேர் எளையவ அவியாயா, உங்கத்த போனதுக்கப்பறொ ஒறவு உட்டுப்போச்சு, உங்கத்தைய வெச்சு ஒவ்வொருத்தரு ஒவ்வொரு பேச்சுப் பேசிக்கிட்டாங்கொ, சண்ட வழக்குன்னு தாயாப்புள்ளையாக் கெடந்தவங்களுக்கெடையல நல்ல பேச்சில்லாமப் போச்சு, ஒரு எழவெடஞ்சல்ல பாத்தாக்கோட மூஞ்சியத் திருப்பிக்கிட்டுப் போறாப்பல ஆவிப்போச்சு, இவ ஆயா எனக்குப் பொறந்தவ மொற, திருமங்கலத்துக்காரி, அப்பங்காரெ அரவக்குறிச்சீல செரைக்கற கட வெச்சிருக்கறெ, புள்ள பன்னண்டாவது படிக்குது, மூத்தபுள்ளைய நாச்சிவலசுக்குக் கட்டிக்கொடுத்துருக்குது, ஆளுப் போயிருக்குது, சம்முகன அனுப்பிச்சுருக்கெற, இப்ப வந்துருவாங்கொ" எனச் சொல்லிவிட்டு வீட்டுக்குப் போனவர் அம்மாவையும் பெரியம்மாவையும் அழைத்துக்கொண்டு போய் அண்டைவீடுகளிலிருந்து நான்கைந்து மொடாக்களையும் இரண்டு மூன்று பானைகளையும் உடையார்வீட்டிலிருந்து இரண்டு பெரிய தகர டிரம்களையும் வாங்கிக்கொண்டு திரும்பினார். அவர்கள் கொண்டு வந்து சேர்த்த மொடாக்களையும் டிரம்களையும் பார்த்தால் நாள் முழுவதும் அந்த அடிபம்பின் கைப்பிடியைப் பற்றிக்கொண்டு நிற்க வேண்டியிருக்கும் எனத் தோன்றியது.

அவளுக்கு வியர்த்துக் கொட்டிக்கொண்டிருந்தது. அதைப் பொருட்படுத்தாமல் இருக்க முயன்றாள், மெலிதாகச் சிரித்துக் கொண்டே காலிக்குடங்களை வைத்துவிட்டு நீர் நிரம்பிய குடங்களுடன் திரும்பிச்சென்றாள். போன வேகத்தில் திரும்பி வந்தாள். தேவைப்பட்டதைவிட அதிகமான நீரை அவள் கொண்டுபோய்ச் சேர்த்துக்கொண்டிருப்பதாகத் தோன்றியது. கை வலியைப் பொருட்படுத்தாமல் நான் வேகமாக அடித்தேன். அடிபம்பிலிருந்து கலங்கலற்

றதாய்ப் பெருகிவழிந்துகொண்டிருந்த நீரிலிருந்து ஒரு கை அள்ளிப் பருகினேன், அந்தப் பள்ளிமாணவி எதிர்பார்த்ததைவிட அதிகச் சுறுசுறுப்பானவளாகத் தென்பட்டாள்.

பெரியப்பா சொன்னபடி தலையில் சேலையைப் போட்டுக் கொண்டு சோகமே வடிவாக நாச்சிவலசிலிருந்து திருமங்கலத்து அத்தையின் மூத்தமகளும் அவளுடைய கணவரும் மொபட் ஒன்றில் வந்தார்கள். அடிபம்பிலேயே எங்களைச் சந்தித்தனர், தங்கை தண்ணீர் சுமப்பதை தமக்கை ஆச்சரியமாகப் பார்த்துக்கொண்டு நின்றாள், தணிந்த குரலில் தங்கைக்கு எதையோ சொல்லிவிட்டு அவளிட மிருந்து நீர் நிரம்பிய குடமொன்றை வாங்கி இடுப்பில் வைத்துக் கொண்டாள். அப்போது துக்கத்தின் அடையாளமாகத் தலையைச் சுற்றிப் போர்த்தியிருந்த அவளது முந்தானை நழுவியது, குடத்தை இறக்கி வைத்துவிட்டு அதைச் சரிசெய்துகொண்டாள், தமக்கையின் கணவர் எனக்கு உதவ முற்பட்டார், நான் அதைத் தவிர்த்தேன், “இத நாம் பாத்துக்கறெ, நீங்க போய் மொதல்ல காருமாமனப் பாத்துட்டு வந்துருங்க” என்றேன். “அது செரியே, வந்த வேலய உட்டுப்புட்டு” என முனகிக்கொண்டே இருவரும் வீட்டை நோக்கி நடந்தனர், முன் போலவே முந்தானையை எடுத்துத் தலையில் போட்டுக்கொண்டாள் தமக்கை. மாமாவைப் பார்த்து, “ஐயோ பெரீப்பா, உங்கள இந்தக் கதீல பாக்கறதுக்கா ஆண்டவெ எங்கள இன்னொ உசுரோட வெச்சுருக்குது?” என அங்கிருந்து அவள் எழுப்பிய குரல் கேட்டது. தண்ணீர் அடிப்பதை நிறுத்திவிட்டு வாசலுக்குப் போய் இருவருக்கும் கை நீட்டினேன். குடத்தை இறக்கி வைத்துவிட்டு வந்த தங்கையைக் கட்டிக்கொண்டு ஒப்பாரிப்பாடலொன்றைப் பாடிக்கொண்டே அம்மாவையும் பெரியம்மாவையும் சேர்த்தணைத்து ஒரு மூச்சழுது விட்டு முகத்தை அழுந்தத் துடைத்துக்கொண்டாள்,

ஏதாவது செய்ய வேண்டுமென நினைத்தவள் வந்திருந்தவர் களுக்குக் காபி போட்டுக் கொடுக்க வேண்டாமா எனக் கேட்டுக் கொண்டே எழுந்து பெரியம்மாவின் வீட்டை அடைந்து அங்கிருந்து இரண்டு மூன்று அலுமினியப் போசிகளையும் குண்டாக்களையும் தம்ளர்களையும் எடுத்துக்கொண்டு வந்தாள். அவற்றை வாங்கிக் கொண்ட அவளது தங்கை வாசலோரத்தில் ஒதுங்கிய இடமொன்றில் வைத்துவிட்டுப் பொடக்காணியிலிருந்து தண்ணீர் கொண்டுவந்து அவற்றைத் தேய்த்துக் கழுவினாள், பெரியம்மாவின் வீட்டில் ஆறேழு பித்தளை தம்ளர்களும் ஓரிரு எவர்சில்வர் தம்ளர்களும் இருந்தன. முத்தையன்வலசுப் பெரியப்பா தன் வீட்டிலிருந்து ஒரு டஜன் புத்தம்புதிய எவர்சில்வர் தம்ளர்களை எடுத்து வந்தார், “அத்த வசரத்துக்கு ஆகும்னு போன வருசொ தேர்க்கடைல வாங்கியாந்தெ, கொண்டாந்து போட்டதுதே, அப்பற ஆருமு அதப் பிரிச்சுக்கோடப்

பாக்குல" என்றார். சர்க்கரை, காபித்தூளைப் பற்றிக் கேட்டபோது அதற்காக சண்முகத்தை கோடந்தூருக்கு அனுப்பி வைத்திருப்பதாகச் சொன்னார் பெரியப்பா.

பண்ணாடியின் பழைய மொபட்டை எடுத்துக்கொண்டு தெற்கும் வடக்குமாக அலைந்துகொண்டிருந்தான் சண்முகம். நாய்க்கன்வலசிலிருந்து கேன் ஒன்றில் இரண்டு லிட்டர் பெட்ரோலை வாங்கிவந்து முத்தையன்வலசுப் பெரியப்பாவின் வீட்டுத் திண்ணையில் வைத்து பழைய சேலைக்கிழிசல் ஒன்றைப் போர்த்தி மூடி வைத்தார் திருமங்கலத்து அத்தையின் மூத்தமகளின் கணவர். முன்யோசனையுடன் செய்த அந்தக் காரியத்துக்காக முத்தையன் வலசுப் பெரியப்பாவும் அங்கிருந்த எல்லோரும் ஒருவர்பின் ஒருவராக அவரைப் பாராட்டினார்கள். பலரும் அவரை நாச்சிபாளையத்தார் என அழைத்தார்கள். முத்தையன்வலசுப் பெரியப்பா, அம்மா, பெரியம்மா, பிறகு வந்து சேர்ந்த மெட்ராஸ் சின்னம்மா ஆகிய எல்லோரும் 'நாச்சிபாளையத்துத் தம்பி' எனவும் அந்தப் பள்ளி மாணவி 'மச்சே' எனவும் அவரை அழைத்தார்கள். நாச்சிபாளையத் தாரின் மனைவி ஒரு சமயத்தில் 'மாமா' எனவும் வேறு சில சமயங்களில் 'ஏனுங்கோவ்' எனவும் அவரை அழைத்துக்கொண்டி ருந்தாள். அங்கிருந்த எல்லோருமே நாச்சிபாளையத்தாரை முக்கிய மானவராகக் கருதியதால் மாமாவைக் காடு கொண்டுபோய்ச் சேர்ப்பதில் அவரது பங்கு மற்ற எல்லோருடையதையும் விட அதிக மானதாக இருக்கக்கூடும் என நினைத்தேன்.

மொத்தப் பொறுப்பையும் தானே ஏற்றுக்கொள்ள விரும்பிய வரைப் போல் நிற்க நேரமில்லாமல் ஓடியாடித் திரிந்துகொண்டி ருந்தார் அவர். ஆத்துக்காலுக்குப் போய்க் குழி வெட்டுவதற்கான இடத்தைத் தேர்வுசெய்து கொடுப்பதிலிருந்து பண்ணையக்காரர் களின் காடுகளிலிருந்து பாடை கட்டுவதற்கான மரங்களைக் கொண்டு வந்து சேர்ப்பது வரையும் அவுணியை ஊற வைப்பது வரையும் என எல்லாவற்றுக்கும் பொறுப்பேற்றிருந்தார். இடையிடையே மொபட்டைக் கிளப்பிக்கொண்டு எங்காவது வேகமாகப் போவதும் போன வேகத்தில் திரும்பிவருவதுமாய் அலைபாய்ந்துகொண்டிருந்தார், தென்பட்ட ஒவ்வொருவரிடமும் ஏதாவது கேட்டார், இன்னின் னாருக்கு இன்னின்ன பொறுப்புகள் என வேலைகளைப் பகிர்ந்து கொடுத்தார், பெரியம்மாவிடமும் அம்மாவிடமும் யார் யாருக்குச் சொல்லியனுப்ப வேண்டும் எனக் கேட்டவர் மாதாரி வளவுக்குப் போய் இழவு செய்தி சொல்வதற்கான ஆளொருவரை அழைத்துக் கொண்டு வர சண்முகத்தை அனுப்பினார்.

காருமாமாவின் மரணச்செய்தியை யார்யாருக்குச் சொல்வது என்பதைப் பற்றிப் பெரியம்மாவிடமோ அம்மாவிடமோ எந்தவொரு

யோசனையும் இல்லாததைக் கண்ட முத்தையன்வலசுப் பெரியப்பா திகைத்துப்போனார், "ஏ முத்து, வெங்ரையாம்பாளையத்துக்கு சொல்லவேண்டாமா? சரசுக்கு? தாமரப்பாளையொ, புதுப்பாளையொ, விருப்பம்பாளையொ, இங்கயெல்லாஞ் சொல்ல வேண்டாமாக்கு?" என வரிசையாக அப்பாவழி உறவுகளை நினைவூட்டினார், அம்மா உடனடியாக அதற்குப் பதிலளித்தாள், "அங்கயெல்லாஞ் சொல்லாட்டி யென்னுங்க மச்சே, வெள்ளகோயலுக்கு ஆரயாச்சு அனுப்பி கொளந்தைகளக் கூட்டிக்கிட்டுத் தங்கமாள வரச்சொல்லலா, ஈரோட்டுக்குத்தே ஆரயாச்சு அனுப்போணு, காளீமாளுக்குச் சொல்லீட்டு அப்பிடியே கொல்லம்பாளையத்துக்குப் போயி புள்ள, பசங்களக் கூட்டியாரச் சொன்னாத் தேவுல, பாவொ அதுக கடசீயா ஒருதடவ மாமெ மூஞ்சியப் பாத்துக்கிட்டு" என்றாள். காளியம்மா அக்காவைத் தவிர வேறு யாருடைய பெயரையும் பரிந்துரைக்காத பெரியம்மா மெட்ராஸ் சின்னம்மாவுக்கு எப்படித் தகவல் சொல்வது எனக் கேட்டாள், "ஏனுங் நாச்சிபாளையத்தாரே, பழனீமாளுக்கு ஒரு தந்திகிந்தி குடுத்தரலாமா? சீக்கிரமாப் போயிச் சேந்துக்குமல்லொ?" என்றாள். ராசம்மாஅத்தைக்கு நேர் இளையவளான திருமங்கலத்து அத்தையிடமும் அதைப்பற்றிக் கேட்டார் முத்தையன்வலசுப் பெரியப்பா, "ஏம்புள்ள? தேர்ப்பட்டிக்கு உங்கு பொறந்தவங் கூட்டத்துக்குச் சொல்லியுட வேண்டாமா? பெரமியத்துக்குச் சொல்ல வேண்டாமா?". அதற்கு எந்த பதிலும் சொல்லாமல், "ப்ச்சு" என்றவள், "ஏனுங்கண்ணா அந்தப் பயெ சுந்தரத்தையாவுது கூட்டியாந்தா என்னொ? அவெ இங்க தாராபொரத்துலதே லேத்துப்பட்டறைல வேல செய்யறானாமா, அப்பற மண்ணுத் தள்றதுக்கு ஆளில்லாம என்ன பண்றதுங்கண்ணா?" எனத் தயக்கத்துடன் கேட்டுப்பார்த்தாள்.

அவர் அது பற்றி யோசித்தது போல் தோன்றியது, "அந்தப் பயெ வருவானா? அட அப்பெஞ் சாவக்கெடக்கறே, ஒரெட்டு வந்து பாத்துப்புட்டுப் போன்னு ரண்டு மூணு மட்டஞ்சொல்லியுட்டுது, வரக்காணா, இப்பப் போயிச் சொன்னா வந்துருவானா? நம்பள யெல்லாம்பத்தி அந்தப் பயெ என்ன நெனைக்குதோ காணா" என்றார் பெரியப்பா. எதையோ யோசித்துக்கொண்டு சற்று நேரம் பேசாமலி ருந்தவர், உருமாலையைக் கழற்றி வியர்த்துக்கிடந்த முகத்தைத் துடைத்துக்கொண்டார், "அப்பிடி அல்லாருத்தயு அழச்சு சீர் செஞ்சு, தேர்க்கட்டி, நெய்ப்பந்தம் புடுச்சு, பின்னப் பூப்போட்டு அனுப்ப றாப்பலயா இருக்குது?" என எல்லோரையும் பொதுவாகப் பார்த்துக் கேட்டவர் அதற்கு மேல் யோசிப்பதற்கு ஒன்றுமில்லையெனத் தீர்மானித்தவராக நாச்சிபாளையத்தாரை அழைத்து மெட்ராஸ் சின்னம்மாவுக்கும் காளியம்மா அக்காவுக்கும் அவல்பூந்துறையில் வசிக்கும் அம்பிகாபதியண்ணனுக்கும் தந்தி கொடுத்துவிட்டு

வரச்சொன்னார், "அல்லாருத்து அட்ரசுமு ஒரு நோட்டுப்புத்தவுத்துல எழுதி வெச்சுருக்கறெ, அதக்கொண்டுக்கிட்டுப் போனா வேல சுலுவாப் போயிரு" என எழுந்த பெரியப்பா வீட்டுக்குள் போய் புழுதியடித்துக்கிடந்த சிறிய நோட்டுப் புத்தகமொன்றையும் நான்கைந்து ரூபாய்த் தாள்களையும் கொண்டு வந்து நாச்சிபாளையத் தாரிடம் கொடுத்தார், துணைக்கு சண்முகத்தை அழைத்துக்கொள்ளச் சொன்னார். அவரது கட்டளையைச் சிரமேற்கொண்டு நிறைவேற்றும் நோக்கத்துடன், "சம்பு, சம்பு, எங்க ஆளக்காணமா?" என எழுந்தார் நாச்சிபாளையத்தார். அவர்கள் போன பிறகு மற்ற காரியங்களைப் பற்றி அம்மாவுடனும் பெரியம்மாவுடனும் ஆலோசிக்கத் தொடங் கினார் பெரியப்பா.

உற்சாகமாகப் புறப்பட்டு வெள்ளகோவிலுக்குப் போய் தங்க மணியக்காவுக்குச் சொல்லிவிட்டு அப்படியே தந்தி கொடுத்துவிட்டு ஊதுபத்தி, சூடம், சாம்பிராணி, பன்னீர் பாட்டில்கள், திருநீறு, சந்தனம் போன்ற சடங்குகளுக்கான பொருட்களுடன் திரும்பி வந்தார்கள். துணிப்பையொன்றில் பொதிந்து ரகசியமாக எடுத்துக் கொண்டு வந்திருந்த இரண்டு பட்டைச் சாராயப் பாட்டில்களைப் பார்த்த நாச்சிபாளையத்தாரின் மனைவி கடுங்கோபம் கொண்டாள், "எங்க போனாலு இது வேணு இந்த ஆம்பளைக்கு, இதில்லாம இருக்க முடியாது, ஏனுங் மாமா?" என்றாள். அதைப் பொருட்படுத்தாமல் அவற்றை எடுத்துக்கொண்டு இருவரும் மறைவிடங்களைத் தேடி ஓடினார்கள். "கல்யாண வீடின்னில்லெ, எழவு வீடின்னில்லெ உம்புருஷனுக்கு, ஏஞ்சாமி?" என மகளிடம் புலம்பித் தீர்த்த திருமங்கலத்து அத்தை வந்திருந்தவர்களுக்கு காபி போடத் தயாரானாள்.

பொடக்காணி தூர்ந்து கிடந்தது. குப்பைகளும் செத்தைகளும் மண்டிக்கிடந்தன. அம்மாவும் திருமங்கலத்து அத்தையும் அதைத் துப்புரவாக்க முயன்றுகொண்டிருந்தார்கள். கால் வைக்க இடமில் லாமல் குப்பையடித்துக் கிடந்த வீட்டை நானும் பெரியம்மாவும் சேர்ந்து சுத்தம் செய்தோம். தாவணி உடுத்திய திருமங்கலத்து அத்தையின் இளையமகள் எங்களுடன் சேர்ந்துகொண்டாள். துக்கவீட்டின் சூழலுக்குப் பொருந்தாத பொலிவுடையவளாகத் தென் பட்டாள். கண்களில் குறும்பும் உதடுகளில் புன்னகையும் அரும்பித் ததும்பிக்கொண்டிருந்தன. ஏதாவதொரு கூடையையோ, பானை யையோ அட்டாரியிலிருந்து எடுக்க வேண்டியிருந்தபோது அவள் கீழே நின்று வாங்கிக்கொண்டாள். மிக எதேச்சையாக எங்கள் விரல்கள் ஒன்றையொன்று தீண்டிக்கொண்டன. அப்போது அவளது கண்களில் வெட்கம் படர்ந்ததையும் கன்னங்கள் சிவந்ததையும் நான் பார்த்தேன். ஒருவரையொருவர் எப்படி அழைத்துக்கொள்வது எனத்தெரியாமல் இருவரும் தவித்துக்கொண்டிருந்தோம், தேவைப்

பட்டபோது மிகத் தயக்கத்துடன், 'ஏனுங்' என அழைத்தாள் அவள், நான், 'ந்தே' என அழைத்தேன். அதைக் கவனித்துக்கொண்டிருந்த பெரியம்மா, "அதேப்பா அவள அப்பிடிக் ஆட்டுக்குட்டியக் கூப்பட றாப்பல ந்தே, ந்தேன்னு கூப்புட்டுக்கிட்டிருக்கறே? சாவித்திரீன்னு பேரச் சொல்லிக் கூப்புடு" என்றாள். "அவனாருன்னு நெனச்சே சாவித்திரி, அதென்ன ங்கொ? அவ உனக்கு மாமெ, நேரங்கால நல்லாருந்தா நீ எங்கூட்டுக்கு மருமவளா வரப்போறவளாக்கு, மாமான்னு ஒரச்சுக் கூப்புடு" என அவளுக்கும் சொல்லிச் சென்றாள் பெரியம்மா. அவள் தயக்கத்துடன் இரண்டு முறை, 'மாமா' என அழைத்தாள், நான் 'சாவித்திரி' என அவளது முழுப்பெயரைச் சொல்லி அழைத்தேன், அதைவிடுத்துச் சுருக்கமாக, ஏதாவதொரு செல்லப்பெயரைச் சூட்டி அழைப்பதைப் பற்றியுங்கூட யோசித்தேன்.

மாமாவின் வீட்டுச் சுவர்களிலிருந்து பொடிந்து விழுந்திருந்த செம்மண் துகள்களாலும் கூரையிலிருந்து சிதறிவிழுந்திருந்த பனையோலைத் தும்புகளாலும் கறையான்களாலும் மரப்பல்லிகளின் இறந்த உடல்களாலும் சூழப்பட்டிருந்த தரை பெயர்ந்து கிடந்தது, "இதுக்குள்ளதே தனியா நடமாடிக்கிட்டுக் கெடந்துருக்கறே உங்கு மாமெ" என முணுமுணுத்தபடியே மண்டைக்கட்டுக் கட்டிக்கொண்டு எல்லாவற்றையும் கூட்டிப் பெருக்கிச் சுத்தம் செய்துகொண்டிருந்தாள் அம்மா. கைக்கட்டு வாய்க்கட்டுக் கட்டிக் கிடத்தப்பட்டிருந்த காருமாமாவின் சடலத்தை அவ்வப்போது ஒரு பார்வை பார்த்துக் கொண்டார்கள் எல்லோரும்.

குப்பைகளை வாரிக்கொட்டுவதற்கு உடையார் வீட்டிலிருந்து காரைச்சட்டி ஒன்றை வாங்கி வந்திருந்தாள் திருமங்கலத்து அத்தை. அவள் எங்கள் ராசம்மா அத்தையின் சொந்தத் தங்கை என்பதால், முன்பு பலமுறை வந்து இங்கு தங்கிச் சென்றிருந்ததால் உடையாம் பாளையத்துவாசிகளிடம் அவளுக்கு நல்ல செல்வாக்கு இருந்தது, வருடங்களுக்கு முன் அவளை அறிந்திருந்தவர்கள் இப்போது தேடிவந்து அவளிடமும் மகள்களிடமும் ஓரிரு வார்த்தைகள் பேசிவிட்டுச் சென்றனர், "உம்பட அக்காக்காரியப் பத்தி ஏதாச்சு தகவலுண்டுமா?" எனவும், "ராசம்மாளுக்குச் சொல்லியுடுலியா?" எனவும் கேட்டுக் கொண்டிருந்தார்கள், "இப்ப உங்கக்கா எங்க இருக்கறாளாமா? இன்னொ அந்தச் செட்டிகோடத்தே இருக்கறாளா?" எனவும், "அந்தப் புள்ள பயனையாச்சுங் கூட்டியாரலாமல்லொ? பெத்த அப்பனக் கடசிகடசீன்னு ஒருக்காக் கண்ணுலயாச்சும் பாத்துக்கு, அப்பறொ காருப்பயனுக்குப் பயந்தான மண்ணுத்தள்ளோணு?" என உடையாம் பாளையத்துவாசிகள் கேட்ட கேள்விகளுக்கு அவளால் பதில் சொல்ல முடியவில்லை.

பிறகு என்னிடம் ராசம்மா அத்தையைப் பற்றிக் கேட்டாள் சாவித்திரி, “அவுங்கள நா பாத்த மாதிரி ஞாபகமே இல்ல” என்றாள். காருமாமாவின் மகன் சுந்தரத்தைப் பற்றியும் மகள் ஈஸ்வரியைப் பற்றியும் கேட்டாள், “அவுங்கள நீங்க பாத்துருக்கறீங்களா மாமா?” எனக் கேட்டவள், பிறகு குரலைத் தாழ்த்திக்கொண்டு மிகத் தயக்கத் துடன் ஈஸ்வரியைப் பற்றிக் கேட்டாள், “என்னமோ, ஈஸ்வரியக் காளத்தே நீங்க கட்டிக்கறதா இருந்தீங்களாமா? இப்பத்தே அத்தெ அதப்பத்திச் சொல்லிக்கிட்டிருந்துச்சு” என்றாள்.

நான் அவர்களைக் கடைசியாகப் பார்த்தபோது சுந்தரத்துக்குப் பத்து வயதுக்கு மேல் ஆகவில்லை எனவும் ஈஸ்வரிக்கு ஏழெட்டு வயதிருக்கலாம் எனவும் பட்டும்படாமல் சொன்னேன், “ஈஸக்கா அழகா இருப்பாங்களா? கறுப்பா இருப்பாங்களா? செவப்பா இருப் பாங்களா? சுந்தண்ணெ அப்பிடியே காருபெரியப்பாவ உருச்சு வெச்சாப்பல இருப்பாங்களாமா?” எனத் தொடர்ந்து ஏதாவது கேட்டுக்கொண்டே இருந்தாள். செட்டியைப் பற்றியும்கூடக் கேட்டாள் சாவித்திரி.

அப்போது பெரியம்மாவும் அம்மாவுங்கூட ராசம்மா அத்தையைப் பற்றிப் பேசத் தொடங்கியிருந்தார்கள். மிகத் தணிந்த குரலில் அத்தையைத் தூற்றிக்கொண்டிருந்தார்கள். மாறி மாறி அத்தையைச் சபித்துக்கொண்டிருந்தார்கள். மாமாவைக் காடு கொண்டுபோய்ச் சேர்க்கும் வரையும் அதற்குப் பின்னரும் கூட அத்தை அதுபோன்ற நிறைய வசைகளை வாங்கிக்கட்டிக் கொள்ளப் போகிறாள் என நினைத்தேன். நானும் சாவித்திரியும் குப்பைகளை வாரிச் சுமந்து வெளியே கொண்டுபோய்க் கொட்டுவதற்காக தெற்கும் வடக்குமாக அலைந்துகொண்டிருந்தோம். ராசம்மா அத்தையைப் பற்றி அவர்களது ஊரான திருமங்கலத்திலும் அக்காவின் ஊரான நாச்சிவலசிலும் மற்ற சொந்தபந்தங்களிடமும் உலவிக்கொண்டிருக்கும் கதைகளைப் பற்றிச் சொன்னாள், ராசம்மா அத்தை அவளது தாயின் மூத்த சகோதரி என்பதால் அதைப்பற்றிச் சொன்னபோது அவளது முகத்தில் அவமானத்தின் புகைமூட்டம் கவியத் தொடங்கியிருந்தது, “ஆருக்குமே அவுங்களப் புடிக்காது. எங்கப்பத்தா அவுங்கள வார்த்த பேசிகிட்டே இருக்கு” என்றாள். அம்மாவும் பெரியம்மாவும் அத்தையைப் பற்றிப் பேசிக்கொண்டிருந்தபோது அவர்களது முகங்களிலும் அதே போன்ற புகைமூட்டம் கவிந்ததை நான் பார்த்தேன். பதினாறு, பதினேழு வயதுடைய அந்தச் சிறு பெண்ணுக்கு அத்தையின் வாழ்வு அவ்வளவு பாதிப்பை ஏற்படுத்தியிருந்ததும் அவளைப் பற்றி அவ்வளவு கேள்விகள் இருந்ததும் என்னை வியப்பில் ஆழ்த்தியது. அப்போதும் பிறகு மாமாவைக் காடு கொண்டுபோய்ச் சேர்த்துவிட்டு வந்து காரி யங்களையெல்லாம் முடித்துக்கொண்டு ஓய்வாக இருந்த தருணங் களிலும் தன் கேள்விகளைத் தொடர்ந்துகொண்டிருந்தாள் சாவித்திரி.

3

"நாயம் பேசறத உட்டுப்புட்டு வந்து வேலயப் பாராயா, நேரம் போயிக்கிட்டே இருக்குது, இன்னொ ஒரு சனத்தக் காணா" எனப் பெரியம்மா சொன்னதைக் கேட்டுப் பதற்றத்துடன் எழுந்து வாசலுக்கு ஓடினாள் சாவித்திரி. பெரியம்மா அதைச் சொல்லிக் கொண்டிருந்தபோதே ஊர் எல்லையில் பெண்களின் ஒப்பாரிச்சத்தம் கேட்கத் தொடங்கியிருந்தது. யாரெனத் தெரிந்துகொள்ளும் ஆவலுடன் எழுந்து தெருவைப் பார்த்தபோது நடுத்தரவயதைக் கடந்து கொண்டிருந்த இருபெண்களும் முதிய பெண்மணியொருத்தியும் இன்னும் பதின்பருவத்தைத் தாண்டியிராத இளம்பெண்ணும் ஆண்கள் இருவரும் என ஐந்தாறு பேர் கொண்ட குழு ஒன்று தெருமுனையில் தென்பட்டது. பெண்கள் சேலை முந்தானையால் முக்காடிட்டுக்கொண்டிருந்தார்கள். கைகளை உயர்த்தி நிதானமாகவும் ஒத்திசைவுடனும் தத்தம் சிரசுகளை அறைந்தபடியே சீரான தொனியில் ஒப்பாரிப்பாடல்களைப் பாடிக்கொண்டுவந்தார்கள். துக்கம் கேட்க வந்த உறவினர்களின் வரிசையில் முதலாமவர்களான அந்தப் பெண்களின் ஒப்பாரிப் பாடல்களைக் கேட்டு உடையாம்பாளையத்தின் சொற்ப எண்ணிக்கையிலான பெண்களும் முதியவர்களும் குழந்தைகளும் வீடுகளை விட்டு வெளியே வந்து கூடினார்கள். அவர்களுடைய வருகையும் ஒப்பாரியும்தான் மாமாவின் மரணம் குறித்த முதல் அதிகாரபூர்வமான அறிவிப்பாக இருக்க முடியும் என நினைத்தேன்.

குட்டிச்சுவராகத் தென்பட்ட வீடு ஒன்றிலிருந்து தன் ஊன்று கோலைப் பற்றியபடி வந்து சேர்ந்த உடையாம்பாளையத்தின் வயதான பெண்மணி தன் பூஞ்சை படர்ந்த கண்களை இடுக்கிக் கொண்டு அவர்களைப் பீதியுடன் பார்த்தாள், "தாரு செத்துப் போனது? நம்பு காரானாக்கு?" எனத் தன் பொக்கைவாயை அசைத்து அருகில் நின்ற நடுத்தரவயதுக்காரரைக் கேட்டுக்கொண்டிருந்ததையும், "காராந்தே, காராந்தே அவெம் போயிச் சேந்து நம்பநேரமாச்சு" என அவர் அவளுக்குச் சொல்லிக்கொண்டிருந்ததையும் பார்த்தேன்.

அவர்கள் தெருமுனையைக் கடந்து மாமாவின் வீடு இருந்த சந்துக்குள் அடியெடுத்து வைத்தபோது ஊரின் மற்றொரு எல்லையிலிருந்து அதே போன்றதொரு ஒப்பாரிச்சத்தம் வந்தது. அதைத் தொடர்ந்து வந்து நின்ற பாரவண்டியிலிருந்து சுந்தராடிவலசுப் பெரியம்மாவின் மூத்த மகனும் மருமகளும் யாரெனத் தெரிந்து கொள்ள முடியாத நான்கைந்து ஆண்களும் பெண்களும் ஒருவர் பின் ஒருவராக இறங்கிக்கொண்டிருந்தார்கள். அவர்கள் அப்படி இறங்கிக்கொண்டிருந்தபோதே அந்தப் பாரவண்டியைக் கடந்து முன்புறம் வந்து நின்ற இருசக்கர வாகனமொன்றிலிருந்து இறங்கினார் அம்பிகாபதியண்ணன். அவர்களைக் கண்டதும், "வாக்கரிசி குத்தறதுக்குமு மண்ணுத்தள்றதுக்குமு ஆள் வந்தாச்சாயா, இனி ஆக வேண்டியதப் பாக்கலா" என அம்மாவுக்கும் பெரியம்மாவுக்கும் சொல்லிவிட்டு உருமாலையை அவிழ்த்து உதறித் தோளில் போட்டுக் கொண்டு இழவுகாணத் தயாரானார் பெரியப்பா. வந்திருந்த மற்ற ஆண்களும் தத்தம் உருமாலைகளை உருவிக்கொண்டனர், அம்மாவும் பெரியம்மாவும் தங்கள் மீது படிந்திருந்த ஒட்டடைகளையும் தூசு தும்புகளையும் வியர்வையையும் முந்தானையால் துடைத்துக்கொண்டு வந்திருந்த பெண்களைக் கட்டியழத் தொடங்கினர். அவர்களுடைய வருகை பெரியம்மாவுக்கோ அம்மாவுக்கோ ஆறுதலளிக்கவில்லை, "பாத்தயா முத்து? பெத்தபயெ எங்கயோ கெடக்க, பங்கும்பங்காளிகள வெச்சு மண்ணுத்தள்ளி ஓட்ட ஒடைக்க வேண்டிய நெலமைக்குக் கொண்டுபோயி உட்டுட்டா அந்தப் பாவி முண்டெ" எனத் தணிந்த குரலில் அம்மாவிடம் சொன்னாள் பெரியம்மா. அவளது கூற்றை வழிமொழிபவளைப் போல, "தொண்டு முண்ட" என முணுமுணுத்தாள் அம்மா. அவர்களுடைய மூர்க்கமான அந்தப் பேச்சைக்கேட்ட போது மாமாவின் மரணம் துயரத்தைக் கடந்து மூர்க்கமானதொரு புள்ளியை நோக்கி நகர்ந்து கொண்டிருந்தது பற்றிய பதற்றம் என்னைச் சூழத்தொடங்கியிருந்தது.

அப்போதுதான் யாரும் எதிர்பாராத வகையில் சுந்தரம் வந்து நின்றான். நிறைபோதையில் இருந்த சண்முகமும் நாச்சிபாளையத் தாரும் மொபட்டிலேயே தாராபுரத்துக்குப் போய் அங்கே லேத் பட்டறையில் வேலை செய்துகொண்டிருந்த சுந்தரத்தை அழைத்துவந்து வாசலில் இறக்கிவிட்டு விட்டுப் போயிருந்தார்கள்.

வந்து நின்றது சுந்தரம்தான் என்பது உடனடியாக யாருக்கும் தெரியவில்லை. யாருமற்றவனாகவும் யாரோ ஒருவனாகவும் வந்தவன் தகிக்கும் வெயிலில் பெருகிவழியும் வியர்வையைத் துடைத்துக் கொள்ள வழியற்றவனாக அப்போதுதான் போடப்பட்டிருந்த தென்னங்கீற்றுகளாலான பந்தலுக்குக் கீழே உதிர்ந்து கிடந்த நிழலில் அசைவற்று நின்றுகொண்டிருந்தான். வாசல்படிக்கட்டில் கால்களை

ஊன்றி எதிரெதிராக உட்கார்ந்தபடி அத்தையைச் சபித்துக் கொண்டிருந்த அம்மாவும் பெரியம்மாவும் அவனைக் கவனிக்கவில்லை. மாமாவைக் காடு கொண்டு போய்ச்சேர்ப்பதைப் பற்றிய யோசனைகளால் அலைக்கழிக்கப்பட்டவராகவும் மாமாவின் சடலம் கிடத்தப்பட்டிருந்த வீட்டிலிருந்து திண்ணைக்கும் திண்ணையிலிருந்து வாசலுக்கும் வாசலிலிருந்து தெருவுக்கும் பதற்றத்துடன் அலைந்து கொண்டிருந்தவராகவும் தென்பட்ட முத்தையன்வலசுப் பெரியப்பா மிகத் தற்செயலாக அவனைப் பார்க்கும் வரையும், அவனை அடையாளம் காணும்வரையும் சுந்தரம் அப்படியேதான் நின்றுகொண்டிருந்தான். அடையாளம் தெரிந்துகொண்ட உடனேயே, "தாரது? டே அப்பா, சுந்துரு, கடசீல வந்து சேந்துக்கிட்டியா சாமீ?" என மூர்க்கமாக அணைத்துக்கொண்டு விம்மியதைப் பார்த்தபோதுதான் அம்மாவும் பெரியம்மாவும் அத்தையின் மீதான வசைகளைக் கைவிட்டுவிட்டு எழுந்தார்கள். திண்ணையிலிருந்து இறங்கி இரண்டே எட்டுகளில் அவர்கள் நின்ற இடத்தை அடைந்து இருவரும் ஒருசேர அவனைத் தழுவிக்கொண்டார்கள்.

பெருங்குரலெடுத்து அழுதுகொண்டிருந்த அம்மாவும் பெரியம்மாவும் எங்கே அத்தையின் மீதான வசைகளைக் கொட்டித் தீர்த்துவிடுவார்களோ எனப் பயந்தேன். சுந்தரத்தை தன் அணைப்பிலிருந்து விடுவித்து அவர்கள் இருவரிடமும் ஒப்படைத்திருந்த பெரியப்பா கையறுநிலையில் மூன்றுபேரையும் பார்த்துக் கொண்டிருந்தார். பயந்தது போல் அல்லாமல் அவனை இறுக அணைத்துக் கொண்டிருந்த அம்மா அவனது சருகாகிப் போன சிகையை வருடினாள், அவனது ஒடுங்கிய நெற்றியிலும் வியர்வை படர்ந்து உலர்ந்து கிடந்த கன்னங்களிலும் ஆதரவாக முத்தமிட்டாள், கைகளைப் பற்றி விரல்களின் தோல் போர்த்திய எலும்புகளைத் தடவிப்பார்த்தாள், வற்றாத கண்ணீருடன், "உங்கப்பெங் கெடக்கற கெடையப் பாத்தயா சாமி?" எனக் கேட்டுக்கொண்டே அவனது மெலிந்த கைகளைப் பற்றித் தரதரவென இழுத்துக் கொண்டுபோய் பழுப்பு நிற வேட்டிக்குள் கால்களை நீட்டி மல்லார்ந்து கிடந்த மாமாவின் சடலத்தைக் காட்டினாள், ஆச்சரியமாகப் பார்த்தவர்களிடம், "எங்கு சுந்துரு, பயெ, பொறந்தவம் பயெ, பத்துப்பன்னண்டு வயசுல அவுங்கம்மாகோட ஓடையாம்பாளையத்த உட்டுப் போனவெ, தாராபொரத்துல லேத்பட்டறைல வேல செய்யறான்னு சொன்னாங்கொ, மச்சே ஆளனப்புச்சுருப்பாங்களாட்ட இருக்குது, பறவாப் பறந்துக்கிட்டு வந்துட்டே, கொள்ளிவெக்கறதுக்கு ஆருமில்லாமப் போவப்போறானே எம்பொறந்தவென்னு மனசொடிஞ்சு கெடந்தொ, அந்த ரட்டணமூர்த்தி கண்ணத் தொறந்துட்டே, பயெ வந்து சேந்துக் கிட்டே" என அம்மாவும் பெரியம்மாவும் ஒரே குரலில் சொல்லிக்

கொண்டிருந்தார்கள், "எதாச்சு சாப்புட்டியா சாமி?" என அவனது வயிற்றைத் தடவிப் பார்த்தாள் அம்மா.

வேறெதுவும் கேட்காமல் அவனை இழுத்துச் சென்று திண்ணை யில் உட்கார வைத்தாள். அவனைக் கண்டு திகைத்துப்போயிருந்த திருமங்கலத்து அத்தை கொஞ்சம் வரக்காபி போட்டு எடுத்துக் கொண்டு வந்தாள், "நல்லாருக்கறயாடா சாமி? நானாருன்னு தெரியுதாப்பா, சின்னாயா? திருமங்கலத்துச் சின்னாயா" எனக் கண்ணீருடன் புலம்பத்தொடங்கினாள். தன் சின்னம்மாவிடமிருந்து காபித்தம்ளரைக் கூச்சத்துடன் கை நீட்டி வாங்கிக்கொண்ட சுந்தரம் அதை ஒரே மடக்கில் குடித்துத் தீர்த்துவிட்டு எதிரே கண்ணீர் மல்க நின்று புலம்பித் தவித்துக்கொண்டிருந்தவர்களைப் பொருட்படுத் தாமல் பந்தலுக்குக் கீழே அப்போதுதான் நீர் தெளித்து ஈரமாக்கப் பட்டிருந்த வாசலில் அந்நியனைப் போல் குத்துக்காலிட்டு உட்கார்ந்து கொண்டான்.

"அதேஞ்சாமி அப்பிடிக் கீழ கோந்துருக்கறே? வா, திண்ணைல வந்து கோரு வா" என மீண்டும் அவனது மெலிந்த கைகளைப் பற்றி இழுத்துக்கொண்டு வந்தாள் அம்மா. அவனை உட்காரவைத்து விட்டுப் பதற்றத்துடன் ஓடிக் கொஞ்சம் பழையசோற்றைக் கரைத்து குண்டா நிறைய ஊற்றிக்கொண்டு வந்து, "இதச் சாப்புடு சாமி, பசியோட வந்துருப்பியாட்ட இருக்குது, மத்தத அப்பறம் பாத்துக்கலா" என அவன் கைகளில் திணித்தாள். சுந்தரத்தின் உடல் வியர்த்துக் கிடந்தது, உடுத்தியிருந்த சட்டையிலும் வேட்டியிலும் திட்டுத்திட்டாக உப்புப் படர்ந்திருந்தது, "நல்லாருக்கிறயா சுந்து?" எனக் கேட்டுக் கொண்டு அருகே போனபோது அவனிடமிருந்து வீசிய வியர்வை யின் மட்கிய நெடியை உணர்ந்தேன். அந்த நெடியுடனே அம்மா அவனை மடியில் சரித்துக்கொண்டிருந்தாள். துவைத்து உலர்த்திய மாமாவின் பழைய வேட்டி ஒன்றையும் துண்டையும் கொண்டு வந்து அம்மாவிடம் தந்தாள் பெரியம்மா, "போ முத்து, பொடக்காணிக்குக் கூட்டிக்கிட்டுப் போயி ஒரு சொப்புத் தண்ணிய ஊத்தியுட்டுக் கூட்டியா, கை நீட்டறதுக்கு எசமாங்க கூட்டமெல்லா வாறாங் களாமா" என அவனைப் பரிதவிப்புடன் பார்த்துக் கொண்டே சொன்னாள்.

பொடக்காணியில் அவனுக்கு முதுகு தேய்த்துவிட்டுக்கொண்டி ருந்த அம்மா "அம்மா வருலியா? அவுளுக்குத் தெரியுமா? அம்மா உங்கோடத்தே இருக்கறாளா? ஈஸ்வரி எப்படியிருக்கறா? அவளக் கூட்டியாந்துருக்கலாமல்லொ?" எனக் கேள்விகளால் அவனைத் துளைத்துக்கொண்டிருந்ததைக் கேட்டேன். எந்த பதிலும் சொல் லாமல் உடலைக் கழுவிக்கொண்டு வந்த சுந்தரம் பெரியம்மா

கொடுத்திருந்த வேட்டியை உடுத்துக்கொண்டு தந்தையின் சடலத்தைப் பார்க்கப் போனான். குழந்தையைப் போல மண்டியிட்டு உட்கார்ந்துகொண்டு வேறு யாரோ போல தந்தையின் சடலத்தைப் பார்த்துக் கொண்டிருந்தான். பிறகு ஒரு சொட்டுக் கண்ணீருக்கும் இடந்தராமல் வாசலுக்கு வந்து நின்று துக்கம் கேட்டு நின்றவர்களுக்குக் கை நீட்டினான். ஊர்க்காரர்களில் சிலர் வந்து அவனிடமும் முத்தையன்வலசுப் பெரியப்பாவிடமும் சுந்தராடிவலசுப் பெரியம்மாவின் மகன்களிடமும் சாராயநெடியுடன் நின்றுகொண்டிருந்த நாச்சிபாளையத்தாரிடமும் சண்முகத்திடமும் நாய்க்கன் வலசு அப்புச்சியிடமும் கை நீட்டிவிட்டுப் போனார்கள். பெண்கள் அவனைக் கட்டியணைத்துக் கொண்டு ஒப்பாரிப்பாடல்களைப் பாடினார்கள். ரங்கபாளையத்திலிருந்து வந்திருந்த எழுபத்தைந்து வயதைக் கடந்திருந்த மாமாவின் சின்னம்மா முறையுள்ள மூதாட்டி தனது சுருங்கிய தேகத்தை வெகு சிரமப்பட்டு அசைத்துக்கொண்டு பக்கத்தில் வந்து கண்கள்நிறைய சுந்தரத்தைப் பார்த்துக் கொண்டிருந்தாள். வெவ்வேறு திசைகளிலிருந்து வந்து சேர்ந்திருந்த வெவ்வேறு வயதுள்ள ஆண்களும் பெண்களும் ஆச்சரியம் தாளாதவர்களாய் அவனைப் பார்த்துக்கொண்டு நின்றார்கள். எல்லோரும் சுந்தரத்தை அப்படிப் பார்த்துக்கொண்டு நின்றபோதுதான் உடையாம்பாளையத்தின் பண்ணையக்காரர்கள் ஒரு குழுவாக அங்கு வந்து சேர்ந்தார்கள். அவர்களது முகம் தென்பட்டதும் மாமாவின் சடலத்தைச் சுற்றி உட்கார்ந்திருந்த பெண்கள் பெருங்குரலெடுத்து அழத்தொடங்கினார்கள்.

அப்போதுதான் அம்மாவும் பாடத்தொடங்கியிருந்தாள்.

திண்ணையில் கால்களை மடித்து உட்கார்ந்தபடி குன்னுடையாக் கவுண்டன் கதையில் அண்ணன்மார்களின் சடலங்களைப் பார்த்து தங்கா புலம்பியழும் பாடல்களைத் தன் அண்ணனுக்காகப் பாடத் தொடங்கியிருந்தாள் அம்மா. துயரம் ததும்பும் அந்தப் பாடல்வரிகளைத் தொடக்கத்திலிருந்து முடிவுவரை ஒன்றுவிடாமல் பாடிவிடத் தீர்மானித்திருந்தவளைப் போல் தென்பட்டாள். துக்கநிகழ்வுகளில் தங்கள் அண்ணன்மார்களுக்காக ஆம்பராந்துக்கரைப் பெண்கள் வழக்கமாகப் பாடும் ஒப்பாரியே அது. அதற்காகவே பாட்டுக்காரர்களிடமிருந்து அதைக் கற்று வைத்திருந்தார்கள். அம்மாவும் எங்கள் பெரியம்மாவும் உடையாம்பாளையத்தின் மற்ற பெண்களும். வருடம் தவறாமல் உடையாம்பாளையத்துக்குப் பாட்டுப் படிப்பதற்காக வந்து போய்க்கொண்டிருந்த உடுமலைப்பேட்டை லிங்கநாவிதனிடமிருந்து அவர்கள் அவற்றைக் கற்றுக்கொண்டிருந்தார்கள். ஊர் ஊராகச் சுற்றி ஆம்பராந்துக்கரைவாசிகளுக்கு அண்ணன்மார்சுவாமி கதையையும் நல்லதங்காள் கதையையும் காத்தவராயசுவாமி கதையையும் சொல்லித் தந்துவிட்டுப்போயிருந்தான் அவன். லிங்கநாவிதனின் பாடல்களைக்

கொண்டே துக்கவீடுகளில் அழக் கற்றுக்கொண்டிருந்தார்கள் ஆம்பராந்துக்கரைப் பெண்கள், கதையில் அந்தக் கட்டம் வரும் போது பெண்கள் கண்ணீர்விட்டு அழத்தொடங்கிவிடுவார்கள். பெருகிவரும் அவர்களது கண்ணீரைத் தன் கலையின் வெற்றியாகக் கொண்டாடிக் கொண்டிருந்தான் லிங்கநாவிதன். எதிரே தன் பாடல்களை ரசித்துக் கொண்டிருக்கும் பெண்களில் யாராவது கண்ணீர் வடிக்காமலும் துயரத்தில் மூழ்காமலும் சிதறிப்போகாமலும் இருப்பதைக் காணும் போது நாவிதன் பதற்றமடைந்துவிடுவான். அப்போது அவன் தன் உடுக்கையைச் சரணடைவான், அதனிடம் முறையிடுவான், ததும்பும் கண்ணீரைத் துடைத்துக்கொள்ளாமல் கண்களை இறுக மூடிக் கொண்டு மூர்க்கமாக அதை இசைக்கத் தொடங்கிவிடுவான்,

லிங்கநாவிதனின் உடுக்கைக்கு ஆம்பராந்துக்கரைவாசிகளோடு நேர் நின்று பேசும் சக்தி இருந்தது.

துக்கநிகழ்வுகளுக்குப் போகும்போது பாடுவதற்காகவென்றே ஆம்பராந்துக்கரைப் பெண்கள் அவற்றை மனப்பாடம் செய்து வைத்துக்கொண்டார்கள், அவன் ஓய்வாக இருந்த பகல்பொழுதுகளில் தங்கள் வீடுகளுக்கு அழைத்துத் தவச தானியங்களும் முறுக்கும் சீடையும் கச்சாயமும் ஒப்புட்டும் தந்து தங்கா தன் அண்ணன்மார் களின் சடலங்களைத் தேடிப் படுகளத்துக்குப் போகும்போது புலம்பியழும் அந்தப் பாடல்களைப் பாடிக்காட்டச் சொல்வார்கள். பதினெட்டு நாட்கள் அவர்களோடிருந்துவிட்டு நாவிதன் விடை பெற்றுக்கொண்டு போனபிறகு அவர்கள் அவற்றைச் சொல்லிப் பார்த்துக் கொள்வார்கள், காடு, கரைகளில் வேலைசெய்யும்போதும் களங்களில் கூடி கடலைக்காய் தொலிக்கும்போதும் எள்ளுப்புடைக்கும் போதும் கொட்டக்காய் எடுக்கும்போதும் களையெடுக்கும்போதும் நாற்றுநடும்போதும் அறுப்பறுக்கும்போதும் பொதுச்செக்குகளில் சோளம், கம்பு குத்தும்போதும் ராகி நெரிக்கும்போதும் லிங்கநாவிதன் தங்களுக்குச் சொல்லித்தந்துவிட்டுப் போன துயரம்ததும்பும் அந்தப் பாடல்களைப் பாடிப்பார்த்துக்கொண்டார்கள் ஆம்பராந்துக்கரைப் பெண்கள். ஆறேழு பேர் கூடி யாராவதொரு பண்ணையக்காரரின் வீட்டு வாசலில் கால்களை நீட்டி உட்கார்ந்துகொண்டு ஒவ்வொரு வரும் மற்றவர்களிடம் சொல்லிப்பார்த்துக்கொண்டார்கள். துக்கவீடு களுக்குப் போக நேரும்போது கிடத்தப்பட்டிருக்கும் சடலத்தைச் சூழ்ந்து நின்று ஒருவரையொருவர் தழுவி, மாரடித்து அழுது கொண்டே துல்லியமாக அவற்றைப் பாடினார்கள். ஊர் எல்லையை மிதித்த மறுகணம் எல்லோரும் ஒன்றுபோல தலையில் சேலையைப் போட்டுக்கொள்வார்கள். சீராகக் கைகளை உயர்த்தி உச்சியில் அறைந்து பாடிக்கொண்டே துக்கவீட்டை அடைவார்கள். துக்கத்தைக் கடந்த இசையாக அவை அப்போது ஒலிக்கத் தொடங்கியிருக்கும்,

தேவிபாரதி ◆31

ஒப்பாரிப்பாடல்களை உணர்ச்சிகள் ததும்பப் பாடத் தெரிந்த பெண்களுக்கு இழவுவீடுகளில் தனிமதிப்பு இருந்தது. இழவுச்செய்தியைக் கொண்டு செல்லும் ஆம்பராந்துக்கரை மாதாரிகள் தேர்ந்த ஒப்பாரிப்பாடகர்களைத் தேடிச்சென்று வேறுயாருக்கும் சொல்வதற்கு முன்னால் அவர்களுக்குச் சொல்லி அழைத்துவிட்டுச் சென்றார்கள். சடலத்தைச் சூழ்ந்துநின்று ஒருவரையொருவர் கட்டியழும்போது எதிரே பிரத்தியட்சமாக உடுக்கையை ஏந்தியபடி லிங்கநாவிதனின் உருவம் தோன்றும், அவர்களது பாடல்களில் பிழை தென்படும்போது அது அவற்றைத் திருத்தும், சொற்களைத் தவறவிடும் போது நினைவூட்டும், இழவுகாண வந்தவர்கள் துக்கத்தை மறந்து அந்தப் பாடல்களுக்குத் தங்கள் மனங்களைப் பறிகொடுத்துவிட்டு மௌனமாக நின்றார்கள். அவர்கள் களைப்படைந்தபோது தண்ணீரும் பானகமும் கொண்டு வந்து தந்தார்கள். உடல்களிலிருந்து வழியும் வியர்வையைத் தம் முந்தானைகளால் துடைத்தார்கள், துக்கத்தில் மூழ்கியிருக்கும் அந்த வீடு லிங்கநாவிதன் பாட்டுப்படிக்கும் ஒரு திடலாக மாறியிருக்கும். துக்கவீட்டின் ஏதோ ஒரு மூலையில் உருவமற்றவனாக நின்றுகொண்டு அவர்களுக்காகத் தன் உடுக்கையை இசைத்துக்கொண்டிருப்பான் அவர்களுடைய லிங்கநாவிதன்.

ஒரு நாள் அவர்களுடைய லிங்கநாவிதன் செத்துப்போனது பற்றிய தகவல் வெகுதொலைவிலிருந்து மருதமரங்களாலும் வாகை மரங்களாலும் எண்ணற்ற பறவைகளாலும் சிறு பிராணிகளாலும் சூழப்பட்ட வனங்களின் வழியாக ஆம்பராந்தின் படுகையைப் பற்றிக்கொண்டு நீர்தத்தளித்துக்கிடக்கும் அதன் மடைகளைக் கடந்து உடையாம்பாளையத்துக்கு வந்துசேர்ந்திருந்தது, “இதொரு சேதி தெரீமா? நம்பு லிங்கநாசுவெஞ் செத்துப்போயிட்டானாமா, தாராபொரத்துக்குத் தெக்க எலுகாமலசுலயோ எங்கியோ பாட்டுப்படிக்கப் போனவெ அங்கயே செத்துப்போயிட்டானாமா, பாடிக்கிட்டிருக்கிருக்கவே உசுருபோயிருச்சாமா, ஒரு கைல உடுக்கையப் புடிச்சுக்குட்டு மறு கையக்கொண்டு நெஞ்ச இறுக்கிப் புடுச்ச வாக்குல” எனத் தலைவாசலில் கூடித் தீராத ஆச்சரியத்துடனும் கடக்கமுடியாத துக்கத்துடனும் அதைப்பற்றிப் பேசிக்கொண்டார்கள். சமையல்கட்டுகளிலும் பொடக்காணிகளிலும் கட்டுத்துறைகளிலும் தொண்டுப்பட்டிகளிலும் காடுகரைகளிலும் கிணற்றுமேடுகளிலும் பொட்டல்வெளிகளிலும் வேலிக்கால்களிலும் அவரவர் வேலைகளைப் பார்த்துக்கொண்டிருந்த பெண்களின் கண்களிலிருந்து நீர் பெருகத்தொடங்கியிருந்தது. கைகளில் இருந்த அகப்பை, சட்டிகளையும் கொத்து, கடப்பாரைகளையும் அரிவாள், மண்வெட்டிகளையும் சூரிக்கத்தி, சல்லைக்கத்திகளையும் கம்பறக்கத்தி, கருக்கரிவாள்களையும் அப்படியப்படியே போட்டுவிட்டு மேய்ந்து கொண்டிருந்த ஆடு, மாடு,

கன்றுகளை இழுத்து ஒன்றுக்கிரண்டாக மொளக்குச்சிகளில் கட்டி வைத்துவிட்டுத் தலைவாசலுக்கு ஓடினார்கள், "நம்பு லிங்கெஞ்செத்துப் போயிட்டானாமா, உடுமலப்பேட்ட லிங்கநாசுவெ, பாட்டுக்காரெ, பாடிக் கிட்டிருக்கிருக்கவே உசுரு போயிருச்சா" என ஒருவருக் கொருவர் அவனது சாவுச்செய்தியைப் பரிமாறிக்கொண்டார்கள். தங்கள் லிங்கநாவிதனுக்காகப் பெருங்குரலெடுத்து அழத்தொடங்கி யிருந்த உடையாம்பாளையத்தின் யாரோ ஒரு பெண்ணுடன் மற்ற எல்லாப் பெண்களும் சேர்ந்து தங்காவின் புலம்பலை பெருங்குர லெடுத்துப் பாடத்தொடங்கினார்கள். தலைவாசல் கல்கட்டில் வேர்கொண்டிருந்த முதிர்ந்த வேப்பமரங்களின் கரியநிழல்களைத் தாண்டி சூழ்ந்திருந்த பொட்டல்வெளிகளைத் தாண்டி ஒற்றை யடித்தடங்களையும் தொக்கடாக்களையும் வேலியிடுக்குகளையும் கடந்து ஆம்பராந்தின் உலர்ந்த படுகையில் கால்கள் புதைய எட்டு வைத்து நடந்து நீர் தத்தளித்துக்கிடந்த மடைகளைச் சுற்றிக்கொண்டு பெரமியம் வழியாகவும் சங்கரண்டாம்பாளையம் வழியாகவும் ரட்ணமூர்த்தி கோயிலையும் தாராபுரத்தையும் அங்கே ஆம்பராந்தின் கரையோரம் மருத மரங்களின் பெரும் கூட்டத்தினிடையே யாருமற்ற வளாய் கொலுகொண்டிருந்த தில்லாபுரிஅம்மனின் இல்லத்தைக் கடந்து அவளைச் சூழ்ந்திருந்த இலுப்பை மரங்களிலிருந்து மூர்க்க மாக வீசிக்கொண்டிருந்த காற்றைக் கிழித்துக் கொண்டு உடுமலைப் பேட்டையின் ஒதுக்குப்புறமான தெருவில் தூர்ந்த மண்வீடு ஒன்றின் சிதைந்த தரையில் வாய்க்கட்டுக் கைக்கட்டுக் கட்டிக் கிடத்தப்பட்டி ருந்த பாட்டுக்காரனின் சடலத்தை அடைந்தன. நம்பவேமுடியாதபடி நாவிதனின் காதுகளில் திணித்துவைக்கப் பட்டிருந்த பஞ்சு தெறித்து விழுந்ததையும் சடலத்தின் நாசிகள் விடைத்ததையும் மூடப்பட்ட அதன் கண்களுக்குள் அசைவு தென்பட்டதையும் சடலத்தைச் சூழ்ந்து நின்று அதே பாடல்களைப் பாடி அழுதுகொண்டிருந்த உடுமலைப் பேட்டையின் பெண்கள் பார்த்திருக்கிறார்கள்.

முன்னெப்போதோ லிங்கநாவிதனிடமிருந்து கற்றுக்கொண்டிருந்த அந்தப் பாடல்களைத்தான் தன் அண்ணனுக்காக அப்போது பாடத்தொடங்கியிருந்தாள் அம்மா.

மாமாவின் சடலத்தைப் பார்த்துவிட்டு வாசலுக்கு வந்திருந்த உடையாம்பாளையத்தின் பண்ணையக்காரர்கள் அந்தப் பாடல் களைக் கேட்டுத் திகைத்துப் போய் அம்மாவை அதிசயமாகப் பார்க்கத் தொடங்கியிருந்தார்கள். தெருமுனையில் பற்றியெரிந்து கொண்டிருந்த தணலில் தமது பறைகளைக் காய்ச்சிக்கொண்டிருந்த சாம்புகர்களும் பாடைகட்டுவதற்கான மரங்களைப் பிளந்துகொண்டி ருந்தவர்களும் தடுக்குப் பின்னிக்கொண்டிருந்தவர்களும் தண்ணீர் சுமந்துகொண்டிருந்தவர்களும் இளைப்பாறிக்கொண்டிருந்தவர்களும்

கல்கட்டில் தாயக்கரம் ஆடிக்கொண்டிருந்த முதியவர்களும் பில்லுக் குச்சி விளையாடிக்கொண்டிருந்த சிறுவர்களும் ஓட்டாஞ்சில் ஆடிக் கொண்டிருந்த சிறுமிகளும் அவரவர் வேலைகளை அப்படியப்படியே போட்டுவிட்டு வாசலுக்கு வந்து அம்மாவின் பாடல்களைக் கேட்டுக் கொண்டு நின்றார்கள்.

அம்மா ஓடக்கற்கள் பெயர்ந்துகிடந்த வாசலில் குப்புறக் கவிழ்ந்தவாக்கில் கூந்தலை விரித்துப்போட்டுக்கொண்டு உரத்த குரலில் பாடிக்கொண்டிருந்தாள். பாடல்களின் ராகத்துக்குக்கேற்ப சீரான முறையில் கைகளால் தரையை அறைந்துகொண்டிருந்தாள், பிராண்டி னாள், உடலின் எல்லா பாகங்களிலிருந்தும் ஊற்றெடுத்துப் பெருகி யிருந்த வியர்வை வழிந்து, படர்ந்து சிறு கோடாய் வாசலில் ஊர்ந்து கொண்டிருந்தது, அம்மாவின் புலம்பலைத் தவிர வேறெந்தச் சத்தங் களுமற்று ஒடுங்கின உடையாம்பாளையத்தின் சொற்ப எண்ணிக்கை யிலான தெருக்கள்.

பண்ணையக்காரர்களின் கண்கள் ஆச்சரியம் தாளாமல் விரிந்தன. அவர்களது நாசிகள் விடைத்தன, நாவைச் சுழற்றி உலர்ந்த உதடுகளை ஈரமாக்கிக் கொள்ள முற்பட்டார்கள். அம்மாவின் பாடல்களைக் கேட்ட பெரியம்மா பந்தல் காலொன்றை ஆதரவாகப் பற்றி நின்று கண்ணீர் உகுத்துக்கொண்டிருந்தாள், அவளது உடல் குலுங்கிக்கொண்டிருந்தது, பெண்கள் முந்தானையால் முகத்தை மூடிக்கொண்டு அழத் தொடங்கியிருந்தார்கள். அப்போதுதான் வந்து சேர்ந்திருந்த ரங்கபாளையத்துச் சின்னம்மாயி மாமாவின் சடலத்தைப் பார்ப்பதற்காக வீட்டுக்குள் காலடியெடுத்து வைப்பதற்கு முன்பே அம்மாவைப் பார்த்தாள், வேறெதுவும் செய்யத்தோன்றாமல் அவளை நெருங்கினாள், உடல் குலுங்க அரற்றிக் கொண்டிருந்த அம்மாவின் தோள்களை ஆதரவாகப் பற்றியபடி, "போது உடு முத்து, போது உடு முத்து" எனத் திரும்பத்திரும்பச் சொல்லிக்கொண்டிருந்தாள். வெற்று மேனியுடன் வாசலில் நின்று வந்தவர்களுக்குக் கைநீட்டிக்கொண்டி ருந்த சுந்தரம் எவ்வித உணர்ச்சியுமற்றவனாய் அம்மாவைப் பார்த்துக்கொண்டிருந்தான். அம்மா அருள் கொண்டவளைப் போல் தென்பட்டாள். அவளது குரல் கம்மியது, வறண்டது, அதைக் கவனித்த திருமங்கலத்துஅத்தை ஒரு செம்புத் தண்ணீரைக் கொண்டு வந்து அம்மாவிடம் தந்தாள். ஒன்றரைப் படி கொள்ளளவு கொண்ட பெரிய பித்தளைச் செம்பு. அம்மா அதை வாங்கி ஒரே மூச்சில் குடித்துத் தீர்த்தாள். மீந்ததை உச்சியில் சரித்துக்கொண்டாள். அதைப் பார்த்துக்கொண்டிருந்த சாவித்திரி தன் பொறுப்பை உணர்ந்தவளாகப் பொடக்காணியை நோக்கி வேகமாக ஓடினாள், நீர் நிரம்பிய குடமொன்றை எடுத்துக்கொண்டு அதே வேகத்தில் திரும்பி வந்தாள். அவளிடமிருந்து குடத்தைப் பெற்றுக்கொண்ட திருமங்கலத்து அத்தை

அம்மாவின் தலையில் அதைச் சரித்தாள். அம்மா வீரமண்டியிட்டு உட்கார்ந்து, கைகளைக் கூட்டி அந்த நீரை உச்சியில் வாங்கிக் கொண்டாள். அம்மாவின் நனைந்த கண்களில் தென்பட்ட இன்னும் என்பது போன்ற பாவனையைப் புரிந்துகொண்ட சாவித்திரி தாயிட மிருந்து காலிக்குடத்தைப் பெற்றுக்கொண்டு மீண்டும் பொடக் காணியை நோக்கி ஓடினாள். அருள் நீங்கி மிகக் களைப்புற்றவளாக வாசலில் நின்ற முதிர்ந்த கிளுவமர நிழலில் உட்கார்ந்தாள் அம்மா. பெண்கள் இருவர் அவளை நெருங்கி இடமும் வலமுமாக உட்கார்ந்து கொண்டு ஆறுதலாக முதுகைத் தட்டிக்கொடுத்துக் கொண்டிருந்தனர்.

எவ்விதமான சீர்களுமில்லாமல் மஞ்சளைக் கொட்டி அடக்கம் செய்வதெனப் பெரியப்பா முடிவெடுத்திருந்தார். அதற்கேற்றார் போல்தான் காரியங்கள் நடந்துகொண்டிருந்தன. யாரிடமிருந்தும் எந்த அனுமதியையும் பெறாமல் தெக்குவளவுப் பண்ணாடியின் காட்டிலிருந்த பூவரசு மரமொன்றின் கிளைகளிலிருந்து பாடை கட்டுவதற்குத் தோதானவையாகப் பார்த்து ஆறேழு தூர்களை வெட்டிக்கொண்டு வந்திருந்தார்கள் மூப்பன்கள். மற்றவர்களின் துணையோடு சுந்தராடிவலசுப் பெரியம்மாவின் மகன்கள் இருவரும் கண்மூடிக் கண்திறப்பதற்குள் பாடையைக் கட்டித் தயாராக வைத்தி ருந்தார்கள். மாமாவின் பங்காளிவகையறாவைச் சேர்ந்த பெண்களில் இருவர் தாமே முன்வந்து வாய்க்கரிசி குத்துவதற்கு விருப்பம் தெரிவித் தார்கள். தேர்க்கட்டுவதைப் பற்றியோ கோடித்துணி போர்த்துவதைப் பற்றியோ மற்ற சீர்களைப் பற்றியோ யாரும் யோசிக்கவில்லை. சுந்தரம் வந்து சேர்வதற்கு முன்பு வரை யாரை மண் தள்ளச் சொல்வது என்பது பற்றிய யோசனைகளில் ஆழ்ந்திருந்தார் முத்தையன்வலசுப் பெரியப்பா. தேர்ப்பட்டியிலிருந்து வந்திருந்த மாமாவின் ஒன்றுவிட்ட பங்காளிகளிடம் அதுபற்றி ஆலோசித்தார். அவர்கள் அதற்குத் தயங்கியதைக் கண்டு திகைத்துப் போன பெரியப்பா வேறு வழி தெரியாமல் திணறிக்கொண்டிருந்தார். கொள்ளிவைக்க ஆளில்லாமல் போனது பெரியம்மாவையும் அம்மாவையும் விட பெரியப்பாவையே அதிகம் பாதித்திருந்தது. அது பற்றிய பேச்சுகளின் போது தொடர்ந்து அத்தையைச் சபித்துக் கொண்டிருந்தாள் அம்மா, சுந்தரம் வந்து சேரும்வரை காதுகொடுத்துக் கேட்க முடியாத வார்த்தைகளால் ராசம்மா அத்தையைத் தூற்றிக் கொண்டிருந்தாள். கடைசியில் உரிமைக்காரனே வந்து அந்தச் சிக்கலைத் தீர்த்து வைத்தது யாருமே எதிர்பார்க்காத நிகழ்வு.

பிறகு எவ்வளவு சீக்கிரம் முடியுமோ அவ்வளவு சீக்கிரம் மாமாவைக் காடுகொண்டு போய்ச் சேர்த்துவிட வேண்டும் என எல்லோருமே அவசரப் பட்டுக்கொண்டிருந்தார்கள். திருமங்கலத்து அத்தையின் பொறுப்பில் இருபது, முப்பது பேருக்கான சாப்பாடு

தயாராகிக்கொண்டிருந்தது. காரியம் செய்யும் மகனுக்கு வேட்டி, துண்டு எடுப்பதற்கான பணத்தை அம்மா பெரியப்பாவிடம் கொடுத்தி ருந்தாள். யாருமே அற்ற ஒரு மனிதனுக்குச் செய்ய அதற்கு மேல் ஒன்றுமில்லை என்பதால் அதுபற்றிய ஆற்றாமைகளிலோ கையறு நிலையின் துக்கங்களிலோ மூழ்க யாரும் விரும்பவில்லை.

ஆனால் அம்மாவின் பாடல்கள் நிலைமையை அடியோடு மாற்றிக்கொண்டிருந்தன.

ஊர் வழக்கத்தை அனுசரித்து மாமாவின் சடலத்தைப் பார்ப்ப தற்காகவும் அம்மாவுக்கும் பெரியம்மாவுக்கும் ஆறுதல் சொல்வ தற்காகவும் காரியச் செலவுக்குச் சிறிதளவு பணம் கொடுத்துவிட்டுப் போவதற்காகவும் வந்திருந்த மாமாவின் பண்ணையக்காரர்கள் அம்மாவின் பாடல்களைக் கேட்டுத் திகைத்துப் போயிருந்தார்கள். அம்மாவின் குரல் வழியே கேட்ட தங்காவின் புலம்பல்கள் அவர்களை வியப்பிலாழ்த்தியிருந்தன. மிகக் களைத்துப் போனவளாக வாசலில் கால்களை நீட்டி உட்கார்ந்திருந்த அம்மாவிடம் அவள் யாரிடமி ருந்து எப்போது அந்தப் பாடல்களைக் கற்றுக்கொண்டாள் எனக் கேட்டார்கள்.

அந்தக் கேள்வி அம்மாவுக்குச் சிறிதளவு உற்சாகத்தைக் கொடுத் திருக்க வேண்டும். அப்போது அவள் தன் ஒன்றுவிட்ட மாமாவான உடுமலைப் பேட்டை லிங்கநாவிதனைப் பற்றியும் அவனிடமிருந்து கற்றுக்கொண்டிருந்த பாடல்களைப் பற்றியும் சொல்லத் தொடங் கினாள். பண்ணையக்காரர்கள் எல்லோருக்குமே லிங்கநாவிதனைப் பற்றித் தெரிந்திருந்ததாலும் அவர்களில் பலர் அவனது பாடல்களைக் கேட்டிருந்ததாலும் யாரும் அம்மா சொன்னதை மறுத்துப் பேச வில்லை, அவர்கள் எல்லோரும் அவன் மீது எல்லையற்ற அன்பு வைத்திருந்தவர்கள். அவனையும் அவன் விட்டுச் சென்றிருந்த பாடல்களையும் தொடர்ந்து நினைவுகூர்ந்து வந்திருப்பவர்கள். தங்களுக்கு நன்றாகத் தெரிந்திருந்தபோதும் பாட்டுக்காரனைப் பற்றி அம்மா சொன்ன தகவல்களைக் குறுக்கிடாமல் கேட்டுக்கொண்டி ருந்தார்கள். லிங்கநாவிதனைப் பற்றியும் அவனது பாடல்களைப் பற்றியும் கற்பனையோ எனச் சந்தேகிக்கும்படியான முடிவற்ற பல கதைகள் அம்மாவிடம் இருந்தன. அவள் அவற்றை ஒவ்வொன்றாகச் சொல்ல முற்பட்டிருந்தாள், இடையிடையே தான் கற்றுக்கொண்டி ருந்த பாடல்களைப் பாடிக்காட்டவும் செய்தாள். அவளது கண்களி லிருந்து ஓயாமல் நீர் வழிந்துகொண்டிருந்தது. அப்போது மாமாவின் சடலத்தைப் பார்ப்பதற்காக வந்துகொண்டிருந்தவர்களின் எண் ணிக்கை நம்பமுடியாத அளவுக்குப் பெருகிக்கொண்டிருந்தது.

தன் பண்ணையக்காரர்களுக்கு மதிப்பளிக்கும் பொருட்டு கைகட்டி நின்று எல்லாவற்றையும் பார்த்துக்கொண்டிருந்தார்

முத்தையன்வலசுப் பெரியப்பா. அம்மாவின் பாடல்களைக் கேட்டு அவரும் பரவசத்தில் மூழ்கியிருந்தார், லிங்கநாவிதனைப் பற்றிய நினைவுகள் அவரைத் தத்தளிக்கச்செய்திருந்தன. அவரது கண்களில் நீர் ததும்பிக்கொண்டிருந்தது. அவரது பார்வை கூர்மையடைந்தது, உடலில் அசாதாரணமான விறைப்புத் தென்பட்டது. திடீரென அவர் தன் வீட்டுக்குள் நுழைந்தார். அட்டாரியில் தூசுபடிந்து கிடந்த உடுக்கையையும் சலங்கைகளையும் எடுத்துக்கொண்டு வந்து அப்போதுதான் ஈரமாக்கப்பட்டிருந்த வாசலில் கால்களை ஊன்றி நின்றார். அவரது கண்கள் ஒளிரத் தொடங்கியிருந்தன. யாருமே எதிர்பாராதவிதமாக சலங்கைகளைக் கட்டிக்கொண்டு உடுக்கையை இசைத்தபடி அம்மாவின் பாடல்களுக்கேற்றார்போல் ஆடத் தொடங்கினார் முத்தையன்வலசுப் பெரியப்பா. உய் உய் என ஓங்கார மெழுப்பினார். துக்கம் கேட்க வந்தவர்கள் மாமாவின் சடலத்தை ஒரு பார்வை பார்த்துவிட்டு வாசலுக்கு வந்து அம்மாவின் பாடல்களைக் கேட்பதற்காகவும் பெரியப்பாவின் ஆட்டத்தைப் பார்ப்பதற்காகவும் சம்மணமிட்டு உட்கார்ந்துகொண்டார்கள். கூட்டம் பெருகிக்கொண்டிருந்தது. பெரியப்பாவின் உடுக்கையிலிருந்து பெருகிய சத்தம் செம்மடை வரையும், திருமங்கலம் வரையும் கோடந்தூர் வரையும் கள்ளமடை வரையும் நாச்சிபாளையம் வரையும் மூலத்துறை வரையும் மயில்ரங்கம் வரையும் பரவத் தொடங்கியிருந்தது. இசையின் மூர்க்கத்திற்குக் கட்டுப்பட்டுக் கூட்டம் கூட்டமாக மாமாவின் சடலம் கிடத்தப்பட்டிருந்த அந்த வீட்டுக்கு வந்து சேர்ந்தவர்கள் அதன் பிறகே மாமாவின் மரணத்தைப் பற்றி அறிந்துகொண்டார்கள். தாங்க முடியாத அதிர்ச்சிக்குள்ளானவர்களாக, “காரு போயிச் சேந்துட்டானாக்கு?” எனக் கேட்டுக்கொண்டே துக்கம் பூண்ட முகங்களுடன் திண்ணையில் ஏறி ஒற்றை அறைகொண்ட அந்த வீட்டுக்குள் நுழைந்து பழுப்பேறிய வேட்டியால் போர்த்தி மூடப்பட்டிருந்த மாமாவின் சடலத்தைப் பார்த்தார்கள்.

பெருமூச்செரிந்தார்கள்.

மகன் சுந்தரத்திடமும் மற்ற உறவுக்காரர்களிடமும் கை நீட்டினார்கள். பெண்கள் ஒவ்வொருவரும் தென்பட்ட ஒவ்வொரு பெண்ணையும் கட்டியழுதார்கள். யாரோ சிலர் எங்கிருந்தோ கொண்டு வந்திருந்த செண்டுமல்லி, காக்கட்டான், செவ்வந்திப் பூ குவியல்களை மாமாவின் சடலத்தின் மீது இறைத்தார்கள். திரண்டு வந்த கூட்டத்தைப் பார்த்த தெக்குவளவுப் பண்ணாடி தன் பண்டாரத்தை அழைத்து வந்திருக்கும் ஒவ்வொருவருக்கும் காபி போட்டுத் தரச்சொல்லி உத்தரவிட்டார். வந்திருப்பவர்கள் யாரும் சாப்பிடாமல் போகக்கூடாது எனக் கேட்டுக்கொண்டவர் தேவையான அரிசி, பருப்பு, மளிகைச் சாமான்களை வாங்கிவரச் சொல்லி

வெள்ளகோவிலுக்கு ஆட்களை அனுப்பினார். பண்ணாடியின் கைவிடப்பட்ட மாட்டுக்கொட்டகை துப்புரவாக்கப்பட்டு இரண்டு மூன்று அண்டாக்களில் அங்கே சோறு தயாராகிக் கொண்டிருந்தது.

காலில் சலங்கையுடன் நின்ற பெரியப்பாவை அழைத்து மாமாவைக் காடு கொண்டு போய்ச் சேர்ப்பதற்கான ஏற்பாடுகளைப் பற்றிக்கேட்டார் பண்ணாடி. எவ்விதச் சீரும் இல்லாமல் வெறுமனே மஞ்சளைக் கொட்டி மாமாவின் சடலத்தைக் காடு கொண்டுபோய்ச் சேர்ப்பதுதான் தங்களது திட்டம் என பெரியப்பா சொன்னதைக் கேட்ட பண்ணாடி கடுங்கோபம் கொண்டார், “கூறு கெட்டவனே, பொழையா நாசுவனே” எனத் திட்டித் தீர்த்தவர் காருமாமாவின் பங்காளிமார்களையும் மாமன் மச்சினன்மார்களையும் சகோதரி களையும் மகன், மகள் உறவு கொண்டவர்களையும் அழைத்து மாமாவுக்குப் பெரிய தேர் ஒன்றைக் கட்டவும் எக்குறையுமில்லாமல் எல்லாச்சீர்களோடும் தங்கள் நாவிதனைக் காடு கொண்டுபோய்ச் சேர்க்கும்படியும் உத்தரவிட்டார், “செலவப் பத்தியெல்லா ஒருத்தனுங் கவலப்பட்டுக்கிட்டு இருக்காதீங்கடா, அதையெல்லா நாங்க பாத்துக்கறொ, அது எங்க மொறதானப் பின்ன?” என்றார்.

இப்படி மாமாவின் சடலத்தைக் காடுகொண்டுபோய்ச் சேர்க்கும் சடங்குகள் பெரும் கொண்டாட்டமாக மாறியிருந்தன. தங்கள் பறைகளுடனும் கொம்புகளுடனும் வந்திருந்த சாம்புகர்கள் தம் காலத்தில் வேறு யாருக்கும் இசைத்திராத அபூர்வமான இசைக் கோர்வைகளை அவற்றிலிருந்து எழுப்பிக் கொட்டுமுழக்குப் போட்டு சலங்கை கட்டி ஆடி காருமாவை வழியனுப்புவதற்குத் தயாராகிக் கொண்டிருந்தார்கள். எவ்வளவு சீக்கிரம் முடியுமோ அவ்வளவு சீக்கிரம் மாமாவின் சடலத்தைக் காடு கொண்டுபோய்ச் சேர்த்துவிட்டு வந்துவிடுவது என்னும் பெரியப்பாவின் திட்டத்தைத் தோல்வியடைச் செய்து அன்றைய பகல் பொழுது முழுவதையும் இரவையும் கடந்து மறுநாள் மெட்ராஸிலிருந்து எங்கள் சின்னம்மா வந்துசேரும் வரையும் அதற்குப் பிறகும் அந்த வீட்டில் கிடத்தப்பட்டிருந்தது காருமாமாவின் சடலம். மறுநாள் ரயில் மூலம் மெட்ராஸிலிருந்து ஈரோடு வந்து ஈரோட்டிலிருந்து வெள்ளகோயிலை அடைந்து வாடகைக்கார் ஒன்றைப் பிடித்துத் தன்னந்தனியாக உடையாம்பாளையத்தில் வந்திறங்கினாள் மெட்ராஸ் சின்னம்மா. மாமாவின் சடலத்தையும் சூழ்ந்திருந்த பூக்களையும் மலைபோல் குவிந்திருந்த மாலைகளையும் தயாராக நின்ற தேரையும் சூழ்ந்திருந்த கூட்டத்தையும் பார்த்து அவள் வியந்துபோனாள். வெகுகாலத்துக்குப் பிறகு தன் அண்ணன் மகனைக் கண்ட சின்னம்மா பெரிதும் உணர்ச்சிவசப்பட்டவளாக அவனைக் கட்டிக் கொண்டு நெடுநேரம் வரை அழுதுகொண்டிருந்தாள்.

நெய்யரப்புத் தேய்த்துச் சடலத்தைக் குளிப்பாட்டி, கோடி போர்த்தி, வாய்க்கரிசி வைத்து, நெய்ப்பந்தம் பிடித்து, பின்னப் பூக்களைத் தூவிக் கொட்டுமுழக்குகளுடன் மாமாவின் சடலத்தைத் தேரில் ஏற்றியபோது மழை.

கனமழை.

அதைப் பொருட்படுத்தாமல் தேர் நகர்ந்தது.

"புண்ணியம் செய்தவர்களுக்குப் பூவுண்டு, நீருண்டு" எனக் கூட்டத்திலிருந்து யாரோ முணுமுணுத்ததைக் கேட்டு, "ஆமா புண்ணியஞ் செஞ்சவெ எம்பொறந்தவெ" என்றாள் அம்மா.

4

பத்துப் பதினைந்து வருடங்களுக்கு முன்பாகவே குடிமுறைகளைக் கைவிட்டிருந்தார் காருமாமா. கம்பும் சோளமும் ராகியும் இரண்டு வருடங்களுக்கொரு முறை சிறிதளவு நிலத்தில் நெல்லும் பயிரிட்டு வாழ்ந்து வந்த ஆம்பராந்துக்கரை விவசாயிகளில் பலர் செம்மறி ஆடு வளர்ப்பில் தஞ்சமடைந்தார்கள். சிலர் கோழிப் பண்ணை வைத்தார்கள். முருங்கை பயிரிட்டார்கள், நான்கைந்து தென்னை மரங்களை நட்டு வளர்த்தார்கள். விளைந்ததை எடுத்துக் கொண்டு மூலனூர், வெள்ளகோவில், அரவக்குறிச்சி எனச் சந்தை சந்தையாய் அலைந்தார்கள். கொத்தமல்லி, கறிவேப்பிலை, எலுமிச்சை, தக்காளி, பச்சைமிளகாய் எனத் தோட்டங்காடுகளிலிருந்து கிடைத்தவற்றைக் கிடைத்த விலைக்கு வாங்கிவந்து வந்த விலைக்கு விற்று நாலு பணம் சம்பாதித்துக் கொண்டு திரும்பினார்கள். அலைந்து திரிவதில் விருப்பமற்றவர்கள் தங்களிடமிருந்த துண்டு துக்காணி நிலங்களை விற்றுக் காசாக்கிக் கொண்டு வெள்ளகோயில், மூலனூர், தாராபுரம் எனக் கைக்கெட்டும் தொலைவிலிருந்த சிறிய நகரங்களுக்குப் போய்ப் பாத்திரக்கடைகளும் சாப்பாட்டுக் கடைகளும் வைத்தார்கள்.

முத்தையன்வலசுப் பெரியப்பாவின் மூத்தமகனான அம்பிகாபதியண்ணன் சிறு வயதிலேயே சூட்டிகையான ஆள் எனப் பெயரெடுத்திருந்தார், பத்துப்பன்னிரண்டு வயதிலிருந்தே குடிமுறைகளில் தகப்பனுக்கு உதவி வந்த அம்பிகாபதியண்ணன் அப்போதே அடப்பத்தைக் கையிலெடுத்துக்கொண்டாராம். பண்ணையக்காரர்களுக்குக் கை, கால் பிடித்துவிடுவதிலிருந்து, எண்ணெய் தேய்த்துவிடுவதிலிருந்து, முதுகு தேய்ப்பதிலிருந்து, முள்வாங்கிவிடுவதிலிருந்து, மூலத்துறையிலிருந்து பட்டைச்சாராயமும் கள்ளும் வாங்கி வந்து கடிப்புக்குப் பன்றிக்கறி வறுத்து ஊற்றிக்கொடுப்பதிலிருந்து, பண்ணையக்காரர்களின் கூத்தியாள்களுக்கு ரகசியமாய்த் தவசதானியங்களும் துணிமணிகளும் நகைநட்டுகளும் கொண்டுபோய்ச் சேர்ப்பதிலிருந்து

கடை, கண்ணிகளுக்குப் போய்வருவதிலிருந்து எல்லா ஊழியங் களையும் செய்து ஊர்க்காரர்களிடம் நல்ல பெயர் எடுத்திருந்தவர் அம்பிகாபதியண்ணன்.

தன் வயதொத்தவர்களில் சிலர் ஈரோடு, திருப்பூர், கரூர் என இடம்பெயர்ந்து பிழைப்புக்கு வழி தேடிக்கொண்டதைப் பார்த்த அம்பிகாபதியண்ணன் சொல்லாமல்கொள்ளாமல் புறப்பட்டு ஈரோட்டுக்குப் போய் கருங்கல்பாளையத்தில் இருந்த சிகைஅலங்கார நிலையம் ஒன்றில் சிறிதுகாலம் மயிர் கூட்டிக் கொண்டிருந்திருக்கிறார். அதன் உரிமையாளரான தீத்தாம்பாளையத்துக் கவுண்டர் சுத்தமான வெள்ளாளன், சலூனில் இருந்த நான்கு சுழலும் நாற்காலிகளையும் சுவர் முழுவதையும் அடைத்துக்கொண்டிருந்த கண்ணாடிகளையும் திரைச்சீலைகளையும் அலங்கார வேலைப்பாடுகளையும் முடி திருத்திக்கொள்ள வரும் வாடிக்கையாளர்கள் பாட்டுக் கேட்பதற்காகப் பொருத்தப்பட்டிருந்த வானொலிப்பெட்டியையும் அவர்கள் தங்கள் முறைக்காகக் காத்திருக்கும் சொற்பநேரங்களில் பொதுஅறிவை வளர்த்துக்கொள்வதற்காகப் போடப்பட்டிருந்த வார, நாளிதழ் களையும் பற்றி உடையாம்பாளையத்து வாசிகளுக்கு அதிசயமாகச் சொல்லிக்கொண்டிருந்தாராம் இரண்டு நாள் லீவில் ஊருக்கு வந்திருந்த அம்பிகாபதியண்ணன். எல்லாம் சரி, ஆனால் ஒரு வெள்ளாளன் எப்படி மயிர்வெட்டும் கடை வைக்க முடியும் என அவர்கள் கேட்ட கேள்விகளுக்கு அம்பிகாபதியண்ணனிடம் பதில் இல்லை. அப்போது தான் அவரும் அதைப்பற்றி யோசிக்கத் தொடங் கியிருக்கிறார்.

கவுண்டர் மிகக் கறார் பேர்வழி, வசூலிக்கப்படும் கட்டணத்தில் பாதி அங்கு வேலை செய்யும் நாவிதர்களுக்கு, மீதியை கவுண்டர் எடுத்துக்கொள்வார் என அம்பிகாபதியண்ணன் சொன்னதைக் கேட்டவர்கள் அந்தக் காசுக்காகத்தான் கவுண்டர் வெட்கம், மானம் பார்க்காமல் நாவிதனாக மாறிவிட்டானா எனக் கேட்டார்களாம். சலூன் வைத்துப் பிழைத்தபோதும் கவுண்டர், கவுண்டராகவே இருந்தார், சலூனில் வேலைசெய்த நாவிதர்களை நாவிதர்களாகவே நடத்தினார். எல்லோரையும் வாய்க்கு வந்தபடி பேசினார், சலூனில் இருக்கும்போது தனக்கெதிரே உட்கார்வதற்குத் தடைவிதித்தார், தனது வேட்டி, சட்டைகள் மீது மயிரும் சோப்புநுரையும் தெறித்து விடாமல் பார்த்துக்கொள்ள வேண்டுமென எல்லோருக்கும் கண்டிப்பான உத்தரவு பிறப்பித்திருந்தார் கவுண்டர். ஒரு சில மாதங்களிலேயே, சலூனில் வேலைசெய்துவந்த மற்ற நாவிதர்களுக்கு ஏற்பட்டது போலவே அம்பிகாபதியண்ணனுக்கும் கவுண்டரின் மீது வெறுப்பு ஏற்பட்டிருந்தது. சிரைத்துப் பிழைப்பதுதான் விதி என ஆகிவிட்ட பிறகு அதை ஏன் மற்றவர்களுக்காக அதிலும் ஒரு கவுண்டனுக்காகச்

செய்ய வேண்டும் என யோசித்தவர் உடையாம்பாளையத்திலிருந்து புறப்பட்டு நேராக தாராபுரம் போனார். ஊர், உலகம் என்ன சொல்லும் என்பதைப் பொருட்படுத்தாமல் வேட்டுவநாவிதர் ஒருவரின் பார்பர்ஷாப் ஒன்றில் சேர்ந்து சிலகாலம்வரை மயிர்கூட்டிக்கொண்டிருந்தார். கொஞ்சம் கொஞ்சமாக அவரது நம்பிக்கையைப் பெற்று கத்தரிக்கோலையும் கத்தியையும் பிடித்துக்கொண்டார். நான்கைந்து வருடங்கள் உழைத்துச் சேர்த்து வைத்த காசை எடுத்துக்கொண்டு வடக்கே அவல்பூந்துறைக்குப் போய் அங்கு குதிரைவண்டி ஓட்டிப் பிழைத்துக்கொண்டிருந்த சவுந்திராபெரியம்மாவின் ஒன்றுவிட்ட அண்ணனின் ஒத்தாசையுடன் இரண்டு நாற்காலிகளுடனும் முகம் பார்க்கும் கண்ணாடிகளுடனும் டிரான்சிஸ்டருடனும் சிகை அலங்கார நிலையம் ஒன்றை வைத்தார், நிலைப்படியில் திரைச்சீலையொன்றைத் தொங்கவிட்டு வாடிக்கையாளர்கள் உட்கார்வதற்கான மரப்பெஞ்ச் ஒன்றையும் வாங்கிப் போட்டார். அவர்களது பொது அறிவை வளர்த்துக்கொள்வதற்காக நாள் தவறாமல் தினத்தந்தியை வரவழைத்து அந்த மரபெஞ்சின் மீது விரித்து வைத்திருந்தார் அம்பிகாபதியண்ணன்.

அண்ணனைப் போல் சுற்றி அலையாமல் குடிமுறைமைகளில் தகப்பனுக்குத் துணையாக உடையாம்பாளையத்திலேயே இருந்து விட்டான் சண்முகம். தகப்பனுக்கும் காருமாமாவுக்கும் பேச்சு வார்த்தையில்லாமல் போன போதும் ராசம்மா அத்தை போன பிறகு காருமாமா குடிமுறைமைகளை விட்டொழித்திருந்தபோதும் தாயின் மரணத்துக்குப் பிறகு தகப்பனுக்கு நடை தளர்ந்த போதும் அதற்குப் பிறகு சில காலம் வரையும்கூட குடிகள் கையை விட்டுப் போகாமல் பார்த்துக்கொண்டான் முத்தையன்வலசுப் பெரியப்பாவின் இளைய மகன்.

என்ன காரணத்தாலோ அவனுக்கு யாரும் பெண்தர முன்வரவில்லை.

திருமங்கலத்து அத்தையின் மூத்தமகள் மீது சண்முகத்துக்கு ஒரு கண் இருந்தது, அத்தையிடம் நல்லபெயர் எடுக்க வேண்டும் என்பதற்காக எட்டுக்கொருமுறை மிக்சர் பொட்டலங்களோடும் பொரி, கடலையோடும் வெற்றிலை, பாக்கு, புகையிலையோடும் திருமங்கலத்துக்குப் போய் வந்து கொண்டிருந்தான் சண்முகம். தன் விருப்பத்தை அவர்களுக்குச் சொல்வதற்கான தருணத்தை எதிர் பார்த்துக்கொண்டிருந்தபோது மகளுக்கு நாச்சிவலசுக்காரர்களோடு சம்பந்தம் பேசியிருந்தாள் அத்தை. விஷயம் தெரிந்து அதுபற்றிக் கேட்டபோது, “அடடா, உங்குளுக்கு அப்பிடியொரு ஆச இருந்ததே எனக்குத் தெரியாமப் போச்சுங்களே மாப்ள, செரி, அதனால என்ன? இதா எளையவ இருக்கறா? அவ குச்சுக்குள்ள உக்காருட்டு, மக்கா

நாளே தாலியக் கட்டி ஒடையாம்பாளையத்துக்குக் கூட்டிக்கிட்டுப் போயிருங்கொ, சம்பு மாப்ளைக்கு இல்லாத பொண்ணா?" என அவனைச் சமாதானப்படுத்தினாராம் அத்தையின் கணவர்.

அவர் வயிறு முட்டக் குடித்திருந்த பனங்கள்ளின் விளைவே அது என்பதை யோசிக்காமலும் அவர்களது இளையமகள் சாவித்திரி அப்போதுதான் ஏழுவயதை எட்டியிருந்தாள் என்ற உண்மையைப் பொருட்படுத்தாமலும் அவர் கொடுத்த வாக்குறுதியின் மீது முழு நம்பிக்கை வைத்து அவளை மனைவியாக வரித்துக் கொண்டிருந்தான் சண்முகம், முன்போலவே பொரிகடலையும், வெற்றிலை, பாக்கு, புகையிலையும் இளையமகளுக்குக் கம்மர்கட்டும் வாங்கிக்கொண்டு வாரம் தவறாமல் திருமங்கலத்துக்குப் போய் வந்தான். அத்தையின் கணவரும் அவளது மூத்த மருமகனான நாச்சிபாளையத்தாரும் தன்னை மறைமுகமாகவும் சில சமயங்களில் நேரடியாகவும் கேலி செய்து வந்ததைப் பொருட்படுத்தாமல் அத்தை காலால் இட்ட வேலைகளைத் தலையால் செய்து அவர்களது அன்பைப் பெற ஓயாமல் முயன்றுகொண்டிருந்தான், அத்தையின் அந்த இரண்டாவது மகள் நாளொரு மேனியும் பொழுதொரு வண்ணமுமாக வளர்ந்து வந்ததைப் பார்த்துப் பூரித்துப்போனவனாக உடையாம்பாளை யத்துக்கும் திருமங்கலத்துக்கும் நாச்சிபாளையத்துக்குமிடையே நடையாய் நடந்துகொண்டிருந்தான் சண்முகம். காருமாமாவோடு தகப்பனுக்கு இருந்துவந்த பகைமையைப் பொருட்படுத்தாமல் அவர் மீது பரிவுகொண்டிருந்த சண்முகம் மட்டும் இல்லாமலிருந்திருந்தால் காருமாமாவைக் காடு கொண்டுபோய்ச் சேர்ப்பதற்கு நாங்கள் அதிகம் திணறியிருக்க வேண்டும்.

எல்லாவிதமான சீர்களோடும் மாமாவைக் காடு கொண்டு போய்ச் சேர்க்க வேண்டுமென வலியுறுத்தி, அதற்கு உறுதுணை யாயிருந்த உடையாம்பாளையத்தின் பண்ணையக்காரர்களில் இரண்டு பேர் முக்கியமானவர்கள். ஒருவர் தெக்குவளவுப் பண்ணாடி. மற்றொருவர் கொற்றவேல்கவுண்டர். இருவரும் பெரும் பண்ணையக் காரர்கள். சொல்லிவைத்த மாதிரி இருவருக்கும் தலா இரண்டு ஆண்பிள்ளைகள், அமராவதிக்கரையில் ஒரு அங்குலம் கூடக்குறைய இல்லாமல் இருவருக்கும் தலா அறுபதேக்கர் நிலம், ஏறத்தாழ இரு வரும் ஒரே சமயத்தில் உடையாம்பாளையத்தை விட்டுப் போனார்கள், ஒருவர் கிழக்கே கரூருக்கும் இன்னொருவர் வெள்ளகோவிலுக்கும் குடிபெயர்ந்து அங்கேயே வேர்கொண்டு ஒருவர் கரூர் டாக்டர் எசமாங்களாகவும் மற்றொருவர் வெள்ளகோவில் பங்களா வீட்டு எசமாங்களாகவும் பெயர்பெற்றிருந்தார்கள்..

டாக்டருக்குப் படித்திருந்த தெக்குவளவுப் பண்ணாடியின் இரண்டு மகன்களும் கரூரில் நர்சிங்ஹோம் கட்டி அங்கேயே

ஆளுக்கொரு பங்களாவீடு கட்டிக் குடியேறிவிட்டார்கள். இருவரும் தாங்கள் படித்த அதே மருத்துவக்கல்லூரியில் தங்களுடன் படித்த பெண்களையே மணந்துகொண்டார்கள். பண்ணாடியின் டாக்டர் மருமகள்களில் ஒருத்தி வேறுசாதியைச் சேர்ந்தவள் எனவும், அவரது இளையமகனை அவள் காதலித்து மணந்துகொண்டாள் எனவும் நீண்டநாட்களாக ஆம்பராந்துக்கரையில் புழங்கிக்கொண்டிருந்த கதையைப் பற்றி பண்ணாடியோ அவரது மகன்களோ மருமகள்களோ அறிந்திருக்கவில்லை. ஆம்பராந்துக்கரைவாசிகள் பண்ணாடியின் இரண்டு மருமகள்களையும் ஒரேவிதமாக மதித்தார்கள், இருவரையும் ஒரேவிதமாகச் சின்னக்கவுண்டச்சி என அழைத்தார்கள், பண்ணாடி அவ்வப்போது உடையாம்பாளையத்திற்கு வந்து ஆறேழு நாட்கள் வரை தங்களது கைவிடப்பட்ட தொட்டிக்கட்டு வீட்டின் ஐவிரலிக் கொடி படர்ந்த பந்தலுக்குக் கீழ் சாய்வு நாற்காலி போட்டு உட்கார்ந்தபடி எஞ்சியிருக்கும் உடையாம்பாளையத்துவாசிகளுடன் எதையாவது பேசிக்கொண்டிருந்துவிட்டுப் போகிறார். பண்ணாடி அங்கிருக்கும் நாட்களில் நாச்சிபாளையத்திலிருந்து தங்கவேல் பண்டாரம் வந்து சமைத்துப் போடுகிறார். இருக்கும் ஆறேழு குடிகளுக்கு ஒற்றை ஆளாக அடப்பம் தூக்கிப் பிழைப்பு நடத்திக் கொண்டிருந்த சண்முகம் நாள்தோறும் அவருக்குச் சிரைத்துவிடு கிறான், கை, கால் பிடித்துவிடுகிறான், வெற்றிலைக்குச் சுண்ணாம்பு தடவித் தருகிறான். வீடு, வாசல்களைக் கூட்டிப் பெருக்க எங்கள் பெரியம்மாவும் சவுந்திரா பெரியம்மாவும் முறைவைத்துக் கொண்டு வந்து போகிறார்கள். அவரது ஏகாலி நாள்தோறும் காலையில் வந்து அவர் கழற்றிப்போட்ட வேட்டி துணிமணிகளை எடுத்துக்கொண்டு போகிறார், துறைக்குக்கொண்டு போய்த் துவைத்து உலர்த்தி பெட்டிபோட்டு வெள்ளை வெளேரெனக் கொண்டுவந்து மாலையில் பண்ணாடியின் வீட்டில் வைத்து விட்டுப் போகிறார். திரும்ப அழைத்துச் செல்வதற்காக வரும் பண்ணாடியின் மருமகள்களில் ஒருத்தி அவர்கள் ஒவ்வொருவருக்கும் புத்தம்புதிய பத்துரூபாய்த் தாளொன்றைக் கொடுத்துவிட்டுப் போகிறாள். இதைப்பற்றிப் பெருமையாகச் சொல்லிக்கொண்டிருந்த சண்முகம் அவ்வளவு நாட்களாக அழுக்குப்படாமல் பத்திரப்படுத்தி வைத்திருந்த அந்த ரூபாய்த்தாள்களில் ஒன்றிரண்டை எனக்குக் காட்டினான். பண்ணாடி யின் மகன்கள் வைத்திருக்கும் மருத்துவமனைக்குப் போகும் உடையாம்பாளையத்துவாசிகள் காய்ச்சல், தலைவலி போன்ற சிறு வியாதிகளுக்கு முற்றிலும் இலவசமாக மருத்துவம் பார்த்துக் கொள்ளலாம், ரத்தம், மலம், சிறுநீர் ஆகியவற்றுக்கான பரிசோத னைக் கட்டணத்தில் பாதியையும் எக்ஸ்ரே, ஸ்கேன் பரிசோதனை களுக்கான கட்டணத்தில் கால்பங்கையும் குறைத்துக்கொள்கிறார்கள்.

காருமாமா காக்காய்வலிப்பு நோயால் அவதிப்பட்டுக் கொண்டிருந்தபோது பெரியம்மா இரண்டுமூன்று முறை அவரைத் தெக்குவளவுப் பண்ணாடியின் மகன்கள் நடத்திவந்த மருத்துவமனைகளில் ஒன்றுக்கு அழைத்துச் சென்றிருக்கிறாள், கட்டணமாக ஒரு நயாபைசா வாங்காதது மட்டுமின்றி மருந்து மாத்திரைகளையும் இலவசமாகவே தந்திருக்கிறார்கள். இருந்தும் மாமா சிகிச்சையைத் தொடரவில்லை.

துக்கம் கேட்பதற்காக வந்திருந்து, மாமாவின் தேர் வீட்டைக் கடந்து, தெருமுனையைத் தாண்டி மறையும்வரை மாமாவின் வீட்டில் புதிதாகப் போடப்பட்டிருந்த பந்தலுக்குக் கீழே ஓடக்கற்கள் பாவப் பட்ட வாசலில் தன் சாய்வுநாற்காலியில் உட்கார்ந்து கொண்டு அம்மாவிடம் இதைச் சொல்லிக்கொண்டிருந்த தெக்குவளவுப் பண்ணாடி, "ஒழுங்கா ட்ரீட்மெண்டு எடுத்துருந்தான்னா உம்பொறந்தவெ இன்னங்கொஞ்ச நா உசுரோட இருந்திருப்பே" என வருத்தப்பட்டார், அவரால் துக்கம் கேட்க வருபவர்களுக்காகப் போடப்பட்டிருந்த மரப் பெஞ்சுகளிலோ கயிற்றுக்கட்டில்களிலோ அல்லது திண்ணையிலோ உட்கார முடியாது என்பதால் முத்தையன்வலசுப் பெரியப்பாவின் யோசனைப்படி பண்ணாடியின் வீட்டிலிருந்து அவரது சாய்வு நாற்காலியைக் கொண்டு வந்து இழவு வீட்டில் போட்டிருந்தான் சண்முகம்.

சிறு வயதிலிருந்து மாமாவைச் சரிக்குச் சமமாக வைத்திருந்த கொற்றவேல் கவுண்டரின் குடும்பம் வடக்கு நோக்கி நகர்ந்து வெள்ள கோவிலுக்குப் போய் விட்டது. அவரது மகன்களில் ஒருவர் முத்தூர் சாலையில் ஆயில் எஞ்சின் கடை வைத்திருக்கிறார், மற்றொரு மகனுக்கு ரியல் எஸ்டேட் பிசினஸ். இரண்டு பேருக்கும் வசதியான இடங்களிலிருந்து பெண் எடுத்துக் கொடுத்துவிட்டு நிம்மதியாகக் காலங்கழித்துக்கொண்டிருந்தார் கொற்றவேல் கவுண்டர். திருவள்ளுவர் நகரில் கவுண்டருக்கு இரண்டு பங்களா வீடுகள் இருக்கின்றன. அச்சு அசல் கரூரில் இருந்த தெக்குவளவுப் பண்ணாடியின் பங்களா வீடுகளைப் போன்றே வடிவமைக்கப்பட்டிருந்த கொற்றவேல் கவுண்டரின் அந்த வீடுகளைக் கட்டியவர்கள் வேறுவேறு கட்டடப் பொறியாளர்கள் என்பது உடையாம்பாளையத்தின் மற்ற பண்ணை யக்காரர்களால் இன்றுவரை ஆச்சரியமாகப் பேசப்பட்டுக்கொண்டிருக்கும் செய்தி.

மூன்று அடுக்குகள் கொண்ட அந்த பங்களாவின் மொட்டை மாடியில் தனது மாலை நேரங்களைக் கழிக்கும் கொற்றவேல் கவுண்டருக்கு அங்கிருந்து பார்த்தால் வீரக்குமார்கோயிலின் பிரகாரம் தெரிகிறது. அங்கிருந்தபடியே அவரால் வீரக்குமாரசுவாமியின் கோபுரத்தையும் தலவிருட்சத்தையும் குதிரைத்திட்டையும் நாகாத் தாளின் புற்றுக்கண்ணையும் தெளிவாகக் காணமுடிகிறது. கோயிலில்

தென்படும் பக்தர்களுக்குள் உடையாம்பாளையத்துக்காரர்கள் யாராவது தென்படுகிறார்களா எனச் சளைக்காமல் தேடிக்கொண்டிருக்கிறார் கொற்றவேல்கவுண்டர். கண்பார்வை மங்கிக்கொண்டு வருகிறது. வயது அறுபதைத் தாண்டவில்லையென்றாலும் தான் சீக்கிரமே செத்துப்போய் விடக்கூடும் என்னும் கற்பனையால் பீடிக்கப்பட்டிருக்கிறார், அதைப்பற்றி வீட்டை விட்டு வெளியே போகாத தன் இரண்டு மருமகள்களிடமும் ஓயாமல் சொல்லிக் கொண்டிருக்கிறார். அப்படிப் போய்ச் சேர்ந்துவிட்டால் உடையாம் பாளையத்தில் உள்ள கைவிடப்பட்ட தங்களது தோட்டத்தில் தனது முப்பாட்டன்களும் பாட்டன்களும் பெற்றோர்களும் புதைக்கப் பட்டுள்ள இடத்தில் தன்னையும் புதைத்துவிட வேண்டும் என வற்புறுத்திக்கொண்டிருக்கிறார்.

சில தருணங்களில் காருமாமா வெள்ளகோவிலுக்குப் போய் அவரைப் பார்த்து விட்டு வந்திருக்கிறார். சந்தித்த ஒவ்வொரு முறையும் காருமாமாவிடமும் அதையேதான் சொல்லிக்கொண்டிருந்தாராம் கவுண்டர், “இதபார்றா காரு, உனக்குத் தெரியாததில்ல, ஆரு எப்பச் சாவாங்கன்னு சொல்ல முடியாது, நல்லா, தாடாத்தியா ஓடியாடித் திருஞ்சுக்கிட்டிருக்கறவங்களுக்கெல்லா இருந்திருந்தாப்பல உசுரு போயிருது, அப்பறொ நம்மளச் சொல்வானே? வயசு எழுவதத் தாண்டிக்கிச்சல்லொ? செரியாத் தேரீல, சாதகத்துல இருக்கறாப்பல பாத்தா எழுவத்திரண்டு, இதென்ன கொஞ்ச வயசா? இப்ப ரண்டு பேரு இப்பிடி மூஞ்சியப் பாத்துப் பேசிக்கிட்டிருக்கறொ, காத்தால நீயிருக்கறயோ, நா இருக்கறனோ? ஆரு கண்டா? அதனால இருக் கறப்பவே எனத்தையெல்லாஞ் சொல்லோணும்னு நெனைக்கறமோ அதையெல்லாஞ் சொல்லீறோணு, என்ன நாஞ் சொல்றது சரியோ தப்போ?” என வெகுநேரம்வரை தத்துவ விசாரங்களில் மூழ்கித் திளைத்துக்கொண்டிருப்பாராம், மற்றவர்களிடம் சொல்லிக் கொண்டிருந்தது போலவே காருமாமாவிடமும் தான் செத்துப் போனால் தனது சடலத்தை உடையாம்பாளையத்துக்கே கொண்டு போய்விட வேண்டும் எனவும் வாய்க்கட்டுக் கைக்கட்டுக் கட்டி, செய்ய வேண்டிய சீர்களை ஒன்றுவிடாமல் செய்து தேரேற்றிக் கொண்டுபோய் காடுசேர்த்துவிட வேண்டியது தனது குடிநாவித னான காருமாமாவின் பொறுப்பு எனவும் தொடர்ந்து வலியுறுத்திக் கொண்டிருப்பாராம் கவுண்டர். அதைக் கேட்டு மாமா பதற்றத்துக் குள்ளாகி விடுவாராம், “எசமாங்க எதுக்கு எப்பப் பாத்தாலுமு இப்பிடியே பேசிக்கிட்டிருக்கறீங்கொ? எழுவது வயசெல்லா ஒரு வயசுங்களா சாமி? அதெல்லா நாம எம்பது தொன்னூறு வயசு வரைக்கு அசராம இருப்பீங்கொ, இந்தப் பேச்ச உடுங்க” என அவரைச் சமாதானப்படுத்த முயல்வாராம். சாவு நெருங்கிக்கொண்டிருப்பதை

உள்மனது அறிந்திருந்ததால் தான் கவுண்டர் அப்படிச் சொல்லிக் கொண்டிருக்கிறார் என நினைத்த மாமா அதுபற்றி அவரது மகன்களுக்கும் சொன்னாராம், அவர்கள் அதைப் பெரிதாக எடுத்துக் கொள்ளவில்லையாம். கொற்றவேல் கவுண்டர் செத்துப்போவது பற்றிய விதவிதமான கனவுகளால் அலைக்கழிக்கப்பட்டுக்கொண்டி ருந்த காருமாமா கவுண்டர் கேட்டுக் கொண்டதைப் போல எல்லா விதமான சீர்சிறப்புகளோடும் அவரைக் காடுகொண்டுபோய்ச் சேர்ப்பது பற்றிய கற்பனைகளுடன் திடீர் திடீரெனப் புறப்பட்டு வெள்ளகோவிலுக்குப் போய் விடுவாராம். அங்கே முன்னெப்போதும் போல் திருவள்ளுவர் நகரிலுள்ள தன் பங்களாவின் மொட்டை மாடியில் உட்கார்ந்தபடி வீரக்குமார்கோயில் பிரகாரத்தைப் பார்த்துக் கொண்டிருக்கும் தன் பண்ணையக்காரரைக் கண்டு திகைத்துப் போய் விடுவாராம் காருமாமா.

மாமாவின் சாவுச்செய்தியைக் கேட்ட கொற்றவேல்கவுண்டர் உடனடியாகப் புறப்பட்டுக் கார் மூலம் தெக்குவளவுப்பண்ணாடிக்கு முன்பாகவே உடையாம்பாளையத்துக்கு வந்து சேர்ந்தார், எல்லோ ருக்கும் கை நீட்டி, எல்லோருக்கும் ஆறுதல் சொல்லிக்கொண்டு இரண்டுநாட்களும் கூடவே இருந்தவர் மற்றவர்களைப் போல் கால்நடையாகவே மாமாவின் தேரைப் பின்தொடர்ந்து காடுவரை வந்து அடக்கம் முடியும்வரை இருந்துவிட்டுப் போனார்.

5

எங்கே எந்த வனத்தில் அலைந்து திரிந்தாலும் அணைவதற்கு தங்கள் கூடுகளுக்கு வருடத்திற்கு ஒருமுறையாவது வந்துவிட்டுப் போகிறார்கள் ஆம்பராந்துக்கரைவாசிகள்.

முன்பு அவர்கள் குடியிருந்து வந்த வீடுகளில் பல தூர்ந்து வெறும் குட்டிச்சுவர்களாக நின்றுகொண்டிருந்தபோதும் ஊருக்கு வரும் ஒவ்வொரு முறையும் சற்று நேரமாவது அவற்றின் முற்றங்களில் நின்றுகொண்டிருந்துவிட்டுப் போகிறார்கள். அடர்ந்து கிடக்கும் புதர்களையும் கிளைபரப்பி நிற்கும் வேம்பு, பூவரசு, அரசமரங்களையும் அவற்றின் கிளைகளில் வசிக்கும் பறவைகளையும் புதர்களில் ஊர்ந்து திரியும் சாரைகளையும் அதிசயம் போல் பார்த்துப் பெருமூச்சு விட்டுக்கொண்டு நிற்கிறார்கள். சொந்தமாகக் கார் வைத்திருப்பவர்கள் நேராகத் தலைவாசலில் வந்து இறங்குகிறார்கள், மற்றவர்கள் வெள்ளகோவிலிருந்தோ அரவக்குறிச்சியிலிருந்தோ வாடகைக் கார்களைப் பிடித்துக்கொள்கிறார்கள். ஆம்பராந்தின் ஏதாவதொரு பொட்டலில் முதிர்ந்த ஊஞ்சமரங்களுக்குக் கீழே நெருஞ்சியும் காரையும் சூரையும் மண்டிய புதர்களுக்குள் கருங்கற்களின் வடிவில் புதையுண்டு கிடக்கும் தங்கள் குலதெய்வங்களுக்குச் சேவல் அறுத்து அடசல் போடுகிறார்கள், குழந்தைகளுக்கு மொட்டையடித்துக் காது குத்தி இரட்டைக் கிடாய் வெட்டிப் பொங்கல் வைத்து எல்லோருக்கும் விருந்து போடுகிறார்கள். எல்லா விருந்துகளுக்கும் ஊர்க்காரர்கள் எல்லோரையும் தவறாது அழைக்கிறார்கள்.

ஒவ்வொரு கிடாய் விருந்தையும் எங்கள் காருமாமாவின் கைகளைக் கொண்டுதான் நடத்தி முடித்திருக்கிறார்கள் உடையாம் பாளையத்தின் பண்ணையக்காரர்கள். அழைப்புச்சொல்வதிலிருந்து சந்தைக்குப் போய் சமையல் சாமான்களும் பண்ட, பாத்திரங்களும் வாங்கிவருவதிலிருந்து, புதர்மண்டிக் கிடக்கும் தெய்வங்களின் வசிப்பிடங்களைக் கொத்திச் சுத்தம் செய்வதிலிருந்து, கிணறு, குட்டைகளைத் தேடித் தண்ணீர் கொண்டு வந்து சேர்ப்பது வரை

எல்லாக் காரியங்களுக்கும் தானே பொறுப்பேற்றுக்கொண்டிருப்பார் காருமாமா. பண்ணையக்காரர்களும் பண்ணையக்காரிச்சிகளும் இடும் குற்றேவல்களைப் பெரியம்மாவும் ராசம்மாஅத்தையும் கவனித்துக் கொள்கிறார்கள். சாட்டுகளின் போது குறைந்தபட்சம் ஆறேழு பண்ணையக்காரர்களின் பத்துப்பன்னிரண்டு ஆடுகளுக்காவது தோல் உரித்துத் தர வேண்டியிருக்கும். கிடாய்களை வெட்டித் தோல் உரித்து, குடல், ரத்தத்தைப் பிரித்தெடுத்து எலும்புக்கறியைத் தனியாகவும் சதைக்கறியைத் தனியாகவும் கூறுகட்டிப் பண்டாரங்களிடம் சேர்ப்பிப் பிப்பது வரையும் அதற்குப் பிறகு இரண்டு, மூன்று நாட்களும் காருமாமாவின் உடம்பிலிருந்து ஆடுகளின் கவுச்சி வாடை அகலாதி ருக்கும். பண்ணையக்காரர்களின் வீடுகளிலிருந்து குண்டாகுண்டா வாகச் சோறும் கறியும் வாங்கிகொண்டுவந்து மலைபோல் குவித்து வைத்து விடுவார்கள் ராசம்மாஅத்தையும் பெரியம்மாவும். தின்று தீர்க்க ஆளில்லாமல் இரண்டு மூன்று நாட்களுக்கு அவை இசிபட்டுக் கிடக்கும்.

அத்தை செட்டியுடன் ஓடிப்போன போதும் மனப்பிறழ்வுக் குள்ளானவராக ஆம்பராந்துக்கரையில் அலைந்து திரிந்தபோதும் பிறகு குடிவேலையை விட்டுவிட்டு யாருமற்றவராகத் தன் கயிற்றுக் கட்டிலில் முடங்கிக்கிடந்த போதும் தன் பண்ணையக்காரர்களின் நல்லதுகெட்டதுகளில் போய் நிற்க மாமா தவறியதில்லை.

நண்டும்சிண்டுமான இரண்டு தங்கைகளை ஒப்புவித்துவிட்டு எங்கள் அம்மாயி செத்துப்போனபோதும் பெரியம்மாவின் அழைப்பை ஏற்று தகப்பனையும் கல்யாணவாசனை தீராதிருந்த அத்தையையும் தங்கைகளையும் அழைத்துக்கொண்டு ரங்கபாளையத்திலிருந்து உடையாம்பாளையத்துக்கு வந்து பெரியப்பா விட்டுச்சென்றிருந்த பதினாறு குடிகளை ஏற்றுக் குற்றங்குறைகளுக்கு இடந்தராமல் முறைமைசெய்து பண்ணையக்காரர்களின் மதிப்பைப் பெற்று அங்கேயே வேர் கொண்டபோதும் காளியம்மாஅக்காவுக்கும் அம்மாவுக்கும் மெட்ராஸ் சின்னம்மாவுக்கும் கல்யாணம் செய்து வைத்து ஒருவர் பின் ஒருவராக உடையாம்பாளையத்தைவிட்டு அனுப்பிவைத்துவிட்டு ஆணும்பெண்ணுமாய் இரண்டு குழந்தை களைப் பெற்றுக்கொண்டபோதும் அதற்குப் பிறகு வெகுகாலம் வரையும் திடமானவராகவே இருந்தார் காருமாமா,

அவருடைய பண்ணையக்காரர்கள் தங்கள் நாவிதன் மீது பெரும் நம்பிக்கை வைத்திருந்தார்கள், கடினமான அவரது வாழ்வின் எல்லாக் கட்டங்களிலும் அவருக்குத் துணை நின்றார்கள், கைகளைப் பிசைந்துகொண்டு வந்து வாசலில் வந்து நின்ற தங்கள் நாவிதனை உடையாம்பாளையத்துப் பண்ணையக்காரர்கள் ஒருபோதும் கைவிட்டதில்லை. தங்கைகளுக்குப் பொங்கல் சீர் கொண்டுபோக

வேண்டுமென பெரியம்மாவும் மாமாவும் தெக்குவளவுப்பண்ணாடி வீட்டில் போய் நின்றபோது பண்ணாடி எந்தக் கணக்கும் பார்க்காமல் தேவையான பச்சரிசி வெல்லத்திலிருந்து கரும்பு, மஞ்சள்கொத்து வரை குறைவின்றிக் கொடுத்தனுப்பினார், துணிமணிகளை கொற்ற வேல் கவுண்டர் எடுத்துக்கொடுத்தார், மாமாவுக்கும் முத்தையன் வலசுப் பெரியப்பாவுக்கும் தகராறு முற்றிக் கைலப்பில் முடிந்தபோது இருவரையும் அழைத்துக் கண்டித்ததோடு அவரவர் குடிகளைப் பார்த்துக்கொண்டு ஒருவருக்கொருவர் பகையில்லாமல் வாழும்படி பொதுவாக நின்று இருவரையும் அறிவுறுத்தினார்கள் உடையாம்பாளையத்தின் பண்ணையக்காரர்கள். செட்டியோடு ராசம்மா அத்தைக்குத் தொடர்பு ஏற்படும்வரை, குழந்தைகள் இருவரையும் அழைத்துக்கொண்டு அவனோடு ஓடிப்போகும்வரை எதற்கும் கலங்காதவராக இருந்தார். பெரியம்மாவுக்கும் ராசம்மா அத்தைக்கும் பெத்துப் பிறப்புகளுக்கும் சுற்றங்களுக்கும் உடையாம்பாளையத்தின் மற்றமனிதர்களுக்கும் தனது களங்கமற்றதும் தீர்ந்துபோகாததுமான அன்பைத் தருபவராகவே இருந்தார் எங்கள் காருமாமா,

    அப்போதும் அதற்குப் பிறகு வெகுகாலம் வரையும்கூட உடையாம்பாளையத்தின் பண்ணையக்காரர்களுக்கு முக்கியமானவராகவே இருந்தார்.

6

பெரியப்பா இறந்தபோது காளியம்மாஅக்காவுக்கு இரண்டு வயதுகூடப் பூர்த்தியாகியிருக்கவில்லை. தன்னுடைய சிறிய மண் வீட்டில் வேறு யாருடைய துணையும் அற்றவளாய்க் குழந்தையை எப்படிக் காப்பாற்றி, எப்படி வளர்த்து, எப்படிக் கரைசேர்க்கப் போகிறோம் எனப் பரிதவித்துக்கொண்டிருந்தாள் எங்கள் பெரியம்மா.

பதினாறாம் நாள் காரியங்களுக்கு வந்திருந்த எங்கள் அப்புச்சியும் அம்மாயியும் காருமாமாவும் ஒருவர் பின் ஒருவராகப் புறப்பட்டுப் போயிருந்தனர். குழந்தைகளை உறவினர்களின் பாதுகாப்பில் விட்டு விட்டு வந்திருந்த அம்மாயி தவித்துக்கொண்டிருந்தாள். அப்புச்சிக்குத் தலைக்கு மேல் வேலை. ரங்கபாளையத்தின் பண்ணையக்காரர்களில் ஒருவர் மகளுக்குக் கல்யாணம் வைத்திருந்தார், மற்றொரு பண்ணையக் காரரின் வீட்டில் ஒரு துக்க நிகழ்வு. அழைப்புச் சொல்வதற்காகவும் மற்ற காரியங்களுக்காகவும் அப்புச்சியும் காருமாமாவும் இக்கரையி லிருந்து அக்கரை, அக்கரையிலிருந்து இக்கரையென நிற்க நேரமில் லாமல் அலைந்து கொண்டிருந்தார்கள்.

மூன்றாம் நாள் காரியங்களை முடித்துக்கொண்டு புதிதாக உடுத்தப்பட்டிருந்த வெள்ளைச்சேலையுடன் பெரியம்மாவை விட்டுச் சென்ற அம்மாயி மனம் பொறுக்காமல் மறுநாளே திரும்பி வந்தாள், இரண்டு நாட்கள் இருந்துவிட்டுப் போனவள் மீண்டும் வந்தாள். அப்புச்சியும் காருமாமாவும் தங்கள் அலைச்சல்களினூடாக அவ்வப் போது வந்து பெரியம்மாவையும் குழந்தையையும் பார்த்துவிட்டுப் போனார்கள். அந்தப் பதினாறு நாட்களில் அப்படிப் பல முறை உடையாம்பாளையத்திலிருந்து ரங்கபாளையம் ரங்கபாளையத்தி லிருந்து உடையாம்பாளையம் என மூவரும் மாறிமாறி அலைந்து கொண்டிருந்தார்கள். பதினாறாம்நாள் காரியத்துக்கு அப்போது குழந்தைகளாயிருந்த அம்மாவையும் மெட்ராஸ் சின்னம்மாவையும் கையோடு அழைத்துவந்திருந்த அம்மாயி பிறகு ஏழெட்டு நாட்கள் கூடவே இருந்தாள்.

பெரியம்மாவை ரங்கபாளையத்துக்கு அழைத்துச்சென்று தங்களுடனேயே வைத்துக் காப்பாற்றிக்கொள்ள விரும்பினார் அப்புச்சி, காருமாமாவின் விருப்பமும் அதுவாகவே இருந்தது, "இந்தப் பச்சக்கொழந்தைய வெச்சுக்கிட்டு தனியா எப்பிடி சாமி இருக்கறது? பேசாம ஊருக்கே வந்து எங்களோடொண்ணா இருந்துக்க" என எவ்வளவோ மன்றாடியும் பெரியம்மா இசையவில்லை, "நெட்டையோ குட்டையோ நா இங்கயே இருந்துக்கறெ, இது எம்பட புருஷம் பொறந்து வளந்த மண்ணு, நாம்பொளைக்க வந்து புள்ளப் பெத்துக்கிட்ட மண்ணு, இது எங்குளுக்கு ஒரு வா கஞ்சியூத்தாமப் போயிருமாக்கு?" எனச் செம்மண் புழுதிபடிந்த உடையாம்பாளையத்து மண்ணின் மீது அசையாத நம்பிக்கை வைத்துத் தன் கடைசிக் காலம் வரை அங்கேயேயே இருந்து விட்டாள் பெரியம்மா. பெரியப்பா வழியில் தனக்குச் சகோதரி உறவுமுறை கொண்ட சுந்தராடிவலசுப் பெரியம்மா அவ்வப்போது உடையாம்பாளையம் வந்து இரண்டு, மூன்று நாட்கள் தங்கி, எங்கள் பெரியம்மாவுக்குத் துணையாக இருந்து விட்டுப் போனாள்.

பெரியம்மாவைவிட இரண்டு வயது மூத்தவளான சுந்தராடி வலசுப் பெரியம்மாவின் துணை இல்லாமல் போயிருந்தால் தன்னால் அந்த வாழ்க்கையைக் கடக்க முடிந்திருக்காது என மாமாவைக் காடு கொண்டுபோய்ச் சேர்த்து விட்டு வந்த மறுநாள் இழவுவீட்டுத் திண்ணையில் கால்களைத் தொங்க விட்டு உட்கார்ந்துகொண்டு தன் வாழ்வின் கதையைச் சொன்ன பெரியம்மா அதற்கு ஆறுமாதத்திற்கு முன்னால் செத்துப்போன சுந்தராடிவலசுப் பெரியம்மாவைப் பற்றிய நினைவுகளில் சற்றுநேரம் மூழ்கியிருந்தாள். ஒன்றுக்குள் ஒன்றாக இருந்த அவளோடு சண்டையிட்டுக்கொள்ள நேர்ந்ததையும் பிறகு செத்த இழவு இல்லாமல் அந்த உறவு முறிந்துபோனதையும் நினைத்துக் கண்ணீர் விட்டுக்கொண்டிருந்தாள். பெரியப்பா செத்துப்போன பிறகு தனக்கும் நடை முதிர்ந்திராத தன் குழந்தைக்கும் அவ்வளவு ஆதரவாக இருந்துவந்த முத்தையன்வலசுப் பெரியப்பாவுடனும் அதே போல் சண்டையிட்டுக்கொள்ள நேர்ந்ததையும் ஒருவர் முகத்தில் ஒருவர் விழித்துக் கொள்ளமுடியாதபடியும் பேச்சு வார்த்தைகளற்றுப் போகும்படியும் நேர்ந்ததைப் பற்றியும் ஒருவரையொருவர் தூற்றிக் கொண்டதைப் பற்றியும் ஒருவர் மீதொருவர் சாபங்களை வாரி யிறைத்ததைப் பற்றியும் அப்போது சொன்னாள், "அதையெல்லா மனசுல வெச்சுக்காமத்தே இன்னைக்கு உங்கு மாமானக் காடு கொண்டு போயிச் சேத்தறதுக்கு அத்தன பேருமு வந்து நின்னுக் கிட்டிருந்துருக்கறாங்கொ" என்றாள், "அந்த மச்சே இல்லாமப் போயிருந்தா இன்னைக்கு நாம்பொழச்சு மேடேறி வந்துருக்கறதேது? அந்தப் புள்ளயக் காப்பாத்திக் கரசேத்துருக்கறதேது?" என்றாள். "உங்கு

மாமனுமு முத்தையமலசு மச்சானுங்கோடச் சாகவரைக்கு மூஞ்சீல முழிக்காமத்தே இருந்துருக்கறாங்கொ, ஒரு வவுத்துப் புள்ளைகளாட்ட நாச்சிபாளையங்கட்டி, மூலத்தொரகட்டி, தாராபொரங்கட்டி ஒட்டஞ்சத்தரங்கட்டி அப்பிடி ஒருத்தரு கைய ஒருத்தரு புடிச்சுக் கிட்டுச் சுத்திக்கிட்டிருந்தாங்கொ, பாக்கற சனொ ரண்டு பேரு மாம, மச்சனங்கூட்டமா இல்ல அண்ணந்தம்பியான்னு அதிசயப்பட்டுக் கெடந்துது, கண்ணுப்பட்டாப்பல ஆவிப்போச்சு, ஒருக்கா வந்த சண்டதே, அது கடசீல அப்பிடிக் கொண்டுபோயி உட்ருச்சு, ஒண்ணத் தொட்டு ஒண்ணுன்னு ரண்டு பேருத்துக்குமு மூங்கக் குருத்தாட்ட விரோத வளந்துக்கிட்டே போயிருச்சு" என்றவள் அதுபற்றிய கசப்பின் நினைவுகளில் மூழ்கிச் சற்று நேரம் பேசாமலிருந்தாள், "இன்னைக்கு அந்த மனுசந்தே ஆருமில்லாமச் செத்துக் கெடந்த உங்கு மாமனுக்கு வாக்கட்டுக் கைக்கட்டுக் கட்டி, காடுகொண்டு போயிச்சேத்தறதுக்கு வந்து நின்னுருக்குது" எனப் பெருமூச்செரிந்தாள், "அத்தனயென்ன? தாய், தகப்பன உட்டுப்புட்டு, பெத்துப்பொறப்ப உட்டுப்புட்டு வான்னு கூப்புட்டதீமு முத்தையைவலசுலருந்து அந்த மச்சே இங்க வராமப் போயிருந்தா இந்த ஊருக்கு நாசுவனே இல்லாமப் போயிருந்துருக்கு" எனக் காலத்தின் சேறு மண்டிய தடங்களில் ஆற்றாமையுடனும் கருணையில்லாமலும் பிரவேசிக்க முற்பட்டிருந்தாள் பெரியம்மா.

7

எங்கள் பெரியப்பா செத்துப்போன பிறகு நாவிதன் இல்லாமல் அன்றாடங்களை எதிர்கொள்வதற்குத் திணறிக்கொண்டிருந்தார்கள் உடையாம்பாளையத்தின் பண்ணையக்காரர்கள்.

குடிநாவிதன் இல்லாமல் எவ்வளவு பெரிய பண்ணையக்கார ரானாலும் கல்யாணம்காட்சி என ஒரு காரியம் செய்வதற்குச் சும்மா கைகளை வீசிக் கொண்டு இறங்கிவிட முடியாது. தடம்வழி பார்ப்பதி லிருந்து, பெண்ணுக்கோ ஆணுக்கோ செவ்வாய்தோஷம் இருக்கிறதா? ராகு, கேது இருக்கிறதா? சனி எத்தனையாவது இடத்தில் இருக்கிறது? சந்திரன் இருக்கும் ராசி எது? குரு பலம் கூடி வந்திருக்கிறதா? பெண்ணுக்கு மாங்கல்ய தோஷம் இருக்கிறதா? திசாபுத்தி பலன்கள் எப்படியிருக்கின்றன? பத்துப் பொருத்தங்களில் எத்தனை சாதகமாக இருக்கின்றன? என ஆண், பெண் இருவரின் ஜாதகங்களோடு நல்ல ஜோதிடனைப் பார்த்துக் கேட்டறிந்துகொண்டு வருவதிலிருந்து சொத்துப்பத்து முதல் நடத்தைகள் வரை துப்பறிந்துகொண்டு வந்து சொல்வதிலிருந்து, வெற்றிலை பாக்கு வைப்பதிலிருந்து நாள், நட்சத்திரம் பார்த்துக் கல்யாணத்துக்கு நாள் குறிப்பதிலிருந்து, பத்திரிகை அச்சிடுவதிலிருந்து, ஊர், ஊராக அலைந்து சுற்றங்களுக்கும் சொந்தங்களுக்கும் அழைப்பு விடுப்பதிலிருந்து, பெண்வீட்டின் கௌரவத்துக்குத் தக்க கூரைப்புடவையைத் தேர்ந்தெடுப்பதிலிருந்து மாப்பிள்ளைக்குப் பட்டு வேட்டி, பட்டுச்சட்டை, ஜரிகை வைத்த துண்டு ஆகியவற்றையும் இணைஉடுத்தும் மாப்பிள்ளையின் தங்கைக்கு அவள் விரும்பும் சேலை, துணிமணியெடுப்பதிலிருந்து, உப்புச் சர்க்கரை வழங்கி, தட்டானிடம் மாங்கல்யத்துக்குக் கொடுப்பதி லிருந்து, பந்தக்கால் நடுவதிலிருந்து, முகூர்த்தக்கால் போடுவதிலிருந்து, சீர்வரிசை வைத்துப் பட்டம்கட்டி, மனைவைத்து, பெண்ணெடுக்கும் மாமனின் தோளில் மணப்பெண்ணை உட்கார வைத்து அழைத்துச் செல்வதிலிருந்து, அட்சதை குழைத்து, கைகோர்வைக்கு உட்கார்ந்தி ருக்கும் மாப்பிள்ளைக்கும் மைத்துனனுக்கும் தூவி, மங்கலவாழ்த்துப்

பாடி மணவறையைச் சுற்றிக் கைப்பிடித்து அழைத்துச் சென்று தெருமுனைப் பிள்ளையாரைத் துதித்து புகுந்த வீட்டுக்கு அழைத்துப் போய் குலதெய்வ வழிபாடு நடத்தி முன்னோர்களின் ஆசி பெற்றுத் தாய் வீட்டுக்கு அழைத்து வந்து விருந்து விஷேசங்களுக்கு அனுப்பி வைப்பது வரை, கட்டிக்கொடுத்தனுப்பிய பிறகு பிறந்தவீட்டுச் சீர் கொண்டு போவதுவரை, விருந்து, விஷேசங்களுக்கு அழைப்பது வரை, பச்சரிசியும் வெல்லமும் கரும்பும் மஞ்சள்கொத்தும் பொங்கல் பானையும் எடுத்து வைத்துப் பெண்ணுக்குப் பொங்கல்சீர் கொண்டு போவதுவரை எந்தக் காரியத்தையும் குடிநாவிதன் இல்லாமல், அவனது வெற்றுப்பாதங்களின் துணை இல்லாமல் மேற்கொள்ள எவ்வளவு பெரிய பண்ணையக்காரனுக்கும் முடியாது.

நாவிதனின் துணை இல்லாமல் யாரையும் காடுகொண்டுபோய்ச் சேர்த்துவிட முடியாது. மூச்சடங்கியது தெரிந்தால் முதலில் நாவிதனுக்குத்தான் சொல்லி விடுவார்கள். நாடி பிடித்துப் பார்த்து, உயிர் போனதை உறுதிப்படுத்திக் கொண்டு வாய்க்கட்டுக் கைக்கட்டுக் கட்டி மஞ்சளும் சந்தனமும் குழைத்து முகம், கழுத்து, கைகால்களில் பூசி, நெற்றியில் கால்பணம் வைத்து, உடுத்திருந்த வேட்டியையோ சேலையையோ தலைமுதல் கால்வரை இழுத்துப் போர்த்திச் சவத்தை நடுவீட்டில் வைத்து, தீபமேற்றித் தலைமாட்டில் வைத்து, ஊதுபத்தி கொளுத்திப் பன்னீர் தெளித்துக் கட்டியழ உத்தரவு கொடுக்க நாவிதன் இருக்க வேண்டும். நெய்யரப்புத் தேய்த்துக் குளிப்பாட்டுவதிலிருந்து வாய்க்கரிசி குத்தி வைப்பதிலிருந்து தேரேற்றிக் காடுகொண்டுபோய்ச் சேர்ப்பதுவரையும் கொள்ளிபோடும் பிள்ளையை கைத் தாங்கலாகப் பிடித்துக் குழிமேட்டைச் சுற்றி நடத்திச் சென்று ஓட்டை உடைப்பது வரையும் மண் தள்ளுவதுவரையும் காரியம் செய்தவர்களுக்கு மயிர் சிரைத்துக் குளிப்பாட்டி விடுவது வரையும் காரியங்களை முடித்துக் கொண்டு பெத்துப்பிறப்புகளை அவரவர் வீடுகளுக்குக் கொண்டு போய்ச் சேர்ப்பதுவரையும் ஒரு கணம் கண் வைத்து மூடாமல், சோறு தண்ணியில்லாமல் அலைந்து திரிவார்கள் ஆம்பராந்துக்கரையின் குடிநாவிதர்கள்.

பெரியப்பாவின் மரணத்துக்குப் பிறகு உடையாம்பாளையத்துப் பண்ணையக்காரர்களின் வீடுகளை வெறுமை சூழத்தொடங்கி யிருந்தது.. அவர்களது அன்றாடங்கள் சுமையாகிக்கொண்டிருந்தன. சவரம் செய்துகொள்ள வழியில்லாமல் அவர்களது முகங்களில் ரோமம் படரத் தொடங்கியிருந்தது, குடுமியைத் திருத்த ஆளில்லை, நகம்வெட்ட ஆளில்லை, கை, கால் பிடித்துவிட ஆளில்லை, முதுகு தேய்க்க ஆளில்லை, தைத்த முள்ளைப் பிடுங்கியெறிய ஆளில்லை, போ என்றால் போவதற்கும் வா என்றால் வந்து நிற்பதற்கும் அவர் களுக்கு ஒரு குடிமகன் இல்லை. உடையாம்பாளையத்தின் பண்ணை

யக்காரர்கள் தவித்துப் போனார்கள். எத்திசையிலிருந்தாவது நாவிதன் ஒருவனை அழைத்து வந்து குடியமர்த்துவதைப் பற்றி யோசித்தார்கள்.

பெரியப்பாவின் இடத்தில் யாராவதொரு நாவிதனைக் கொண்டு வந்து வைப்பதில் பெரியம்மாவுக்குச் சம்மதமில்லை. பண்ணையக் காரர்கள் தன்னிடம் அதுபற்றிக் கேட்டபோதே காருமாமாவைப் பற்றி அவர்களுக்குச் சொன்னாள். அவரை உடையாம்பாளையத்துக்கு அழைத்து வந்து நடுவழியில் பெரியப்பா விட்டுச் சென்றிருந்த குடிகளைத் தன் தம்பியின் கரங்களில் ஒப்புவிக்க ஆசைப்பட்டாள். அதன் மூலம் ஊரில் யாருடைய துணையுமற்றவளாயிருக்கும் தனக் கொரு ஆதரவு கிடைக்கும் என நினைத்தாள்.

பெரியம்மாவின் யோசனையை ஊர் நிராகரிக்கவில்லை, வேறு யாரையும் விடத் தங்களுக்கு நன்கு அறிமுகமான காருமாமா பொருத்தமானவராகவே இருப்பார் என நினைத்தார்கள் உடையாம் பாளையத்தின் பண்ணையக்காரர்கள். அதிகம் யோசிக்காமல் மறுநாளே பெரியம்மாவை அழைத்துக்கொண்டு இரண்டு கூட்டு வண்டிகளில் ரங்கபாளையத்துக்குப் புறப்பட்டார்கள்.

ரங்கபாளையத்தில் அப்புச்சிக்கு பதினெட்டுக் குடிகள். உடையாம்பாளையத்தைவிடச் செழிப்பான ஊர். குறைவில்லாத அமராவதிப் பாசனம், நெல்லும் கரும்பும் தென்னையும் வாழையும் விளையும் வயல்வெளிகள். இருபது வயதான காருமாமா குடிமுறை மைகளைச் செய்வதில் தேர்ச்சி பெற்றிருந்தார், அப்போதுதான் கல்யாணமாகி கள்ளிமந்தையத்திலிருந்து ராசம்மாஅத்தையை அழைத்து வந்திருந்தார். அப்புச்சி கிட்டத்தட்ட ஓய்ந்து போயிருந்த தால் தங்கள் இளம்நாவிதனை உடையாம்பாளையத்துக்கு அனுப்பி வைக்க ரங்கபாளையத்தின் பண்ணையக்காரர்கள் இசையவில்லை.. "அவனாட்ட மங்கலவாழ்த்துச் சொல்றதுக்கு இங்க ஆளேது?" எனக் கேட்டார் ரங்கபாளையத்தின் அருமைக்காரர், "ஒண்ணச் செய்யினு ஒரு வார்த்த சொன்னாப் போது நின்னது நிக்க செஞ்சு முடிச்சுப்புட்டு அப்பறென்னுங்க எசமாங்களேன்னு வந்து நிப்பே எங்கு காருப்பையெ, பவுனாட்ட பொண்டாட்டி, ஒரு ஒத்தாசைன்னா அவளாட்ட ஆரும் வந்து நிக்க முடியாது. அவன ஒடையாம்பாளையத்துக்கு அனுப்பி வெச்சுப்புட்டு இன்னொரு நாசுவனத் தேடி நாங்க எங்க அலையற தாமா? சொல்லுங்க மாப்ள? வேற பேச்சிருந்தாச் சித்த நேரம் பேசிக் கிட்டிருந்துபுட்டு எங்கயாச்சு தெக்க வடக்க போயி, பாண்டிய நாசுவெங்கீண்டிய நாசுவெ, அம்பட்டங்கிம்பட்ட, பரியாரிகிரியாரீன்னு எவனாச்சுங் கெடச்சாக் கூட்டியாந்து வெச்சுக்குங்கொ, இல்ல சல்லிசா பக்கத்துலயே வேட்டுவநாசுவெங் கெடப்பே, அவனையே கொண்டாந்து வெச்சுக்கலா, வேட்டுவநாசுவெ ஆவாதுன்னு என்ன

இருக்குது? என்ன கத்தியக் கொண்டு நாலு மசர எடுத்துடற காரியந் தான? அத அவெஞ் செய்ய மாண்டானாக்கு?" என அவமானப் படுத்தி அனுப்பினார்கள் ரங்கபாளையத்துப் பண்ணையக்காரர்கள். கேட்டுக்கொண்டிருந்த உடையாம்பாளையத்தின் கொத்துக்காரப் பண்ணாடிக்குக் கோபம் வந்துவிட்டது, "எண்ணி எட்டே நாள்ள நல்ல கொங்கு நாசுவனாப் பாத்துக் கொண்டாந்து வெக்கிலீனா நா கவண்டனுக்குப் பொறக்கிலீனு வெச்சுக்குங்க" எனச் சவால் விட்டுவிட்டு வண்டியைப் பூட்டச் சொன்னாராம்.

ஊர் திரும்பிய மறுநாளே நாவிதனைத் தேடி ஒவ்வொருவரும் ஒவ்வொரு திசைக்குப் போனார்கள், வெள்ளைச்சேலைக்காரியான பெரியம்மாவும் அவர்களுடன் அலைந்து திரிந்தாள். பங்கும்பங்காளிகள், மாமன்மைத்துனர்கள், நங்கைகொழுந்திகள் எனக் கால்வழி, நூல்வழி உறவு பிடித்து காவிரிக்கரை, நொய்யல்கரை எனத் தன் பண்ணையக் காரர்களை அழைத்துச்சென்றாள் பெரியம்மா. நாள்கணக்காகவும் வாரக்கணக்காகவும் மாதக்கணக்காகவும் அலைந்து சோர்ந்த நேரத்தில் கைக்கெட்டும் தொலைவில் கிடந்த முத்தையன்வலசில் அவ்வூர் நாவிதனின் நான்கு மகன்களில் ஒருவரான பெரியப்பாவைக் கண்டு பிடித்திருக்கிறார்கள், "இவடத்திக்கே ஆள வெச்சுக்கிட்டு ஊரூரா அலஞ்சுக்கிட்டிருந்துருக்கறொம் பாத்துக்குங்களே" என எல்லோரும் மண்டையில் குட்டிக்கொண்டார்களாம்.

உடையாம்பாளையத்துப் பண்ணையக்காரர்களுக்கு அவர்கள் சூளுரைத்தது போலவே மிகத் தற்செயலாக பரியாரியோ அம்பட்டனோ அல்லாத கொங்கு நாவிதன் கிடைத்தான். ஒரு வகையில் தனி ஆள். முத்தையன்வலசுப் பெரியப்பாவுக்கு அப்போது இருபத்தோரு இருபத்திரண்டு வயது இருந்திருக்கும். இரண்டு வருடங்களுக்கு முன்பாகவே அவருக்குக் கல்யாணமும் ஆகியிருந்தது, மூன்று அண்ணன்மார்கள், இரண்டு தங்கைகள், ஒரு அக்கா எனப் பெரிய குடும்பம், அவருக்குக் கல்யாணமானபோது வாழாவெட்டியாய் முத்தை யன்வலசிலேயே இருந்திருக்கிறாள் அக்கா, தங்கைகள் இருவருக்கும் கல்யாணமாகியிருக்கவில்லை, அக்கா, தங்கைகளுக்கும் அவரது பெண்டாட்டிக்கும் ஒத்துப்போகவில்லை, நங்கை, கொழுந்திகளுக்குள் ஓயாத சண்டை, யாராலும் அதற்கு முடிவுகட்ட முடியாமல் போயிற்று, கோபித்துக் கொண்டு முத்தையன்வலசிலிருந்து கைக்கெட்டாத தொலைவிலிருந்த சென்னிமலைக்குப் போய்விட்டாள், அங்கே சலூன்கடை வைத்துப் பிழைத்துக் கொண்டிருந்த அண்ணனின் வீட்டை அடைக்கலம் கொண்டு தறிப்பட்டறை ஒன்றுக்குத் தார்சுற்றப் போய்க்கொண்டிருந்தாள்.

“ஆரயாச்சு நாலு கவண்டைகள வெச்சுப்பேசி அவளக் கூட்டி யாரலாமல்லவடா முத்தையமலசே?” என அவரைக் குடியமர்த்தி யிருந்த உடையாம்பாளையத்துப் பண்ணையக்காரர்கள் கேட்டார்கள், “செலம்பாளக் கூடக் கூட்டிக்கிட்டுப் போயி அவ பொறந்தவங்கிட்டப் பேசிப் பார்ரா முத்தையமலசே, நாங்க ஆராச்சு கூட வாரதுன்னாலுஞ் செரி, பாத்துக்கலா” எனத் தங்கள் பண்ணையக்காரர்கள் தந்த யோசனையை ஏற்று அவரை அழைத்துக்கொண்டு சென்னி மலைக்குப் புறப்படத் தயாரானாள் பெரியம்மா.

முத்தையன்வலசுப் பெரியப்பாவின் சொந்தப் பெயர் யாருடைய வாயிலும் நுழையாததால் அவரை முத்தையன்வலசே என்றே அழைக்கத் தொடங்கியிருந்தார்கள், பிறகு அது நிலைத்துவிட்டது, பெரியம்மாவுக்கும் அம்மாவுக்கும் மெட்ராஸ் சின்னம்மாவுக்கும் முத்தையன்வலசு மச்சான், காளியம்மா அக்காவுக்கு முத்தையன் வலசுச் சித்தப்பாவாக இருந்தவர் எனக்கு முத்தையன்வலசுப் பெரியப்பாவாக இருந்தார். உடையாம்பாளையத்துக்குக் கொண்டு வந்து குடியமர்த்திய கையோடு எங்கள் பெரியப்பா விட்டுவிட்டுப் போயிருந்த குடிகளை அவரது கைகளுக்கு மாற்றியிருந்தார்கள் உடையாம்பாளையத்தின் பண்ணையக்காரர்கள், பெரியம்மா குடிவேலைகளில் அவருக்கு உறுதுணையாக இருந்து பண்ணையக் காரர்களுக்கு ஒரு குடிநாசுவத்தி செய்ய வேண்டிய அத்தனை ஊழியங்களையும் செய்து வந்தாள். சில காலம் பெரியம்மாவுட னேயே அவளது வீட்டில் இருந்தவருக்குச் சீக்கிரத்திலேயே எதிரே காலியாகக் கிடந்த பொட்டலில் சிறிய மண்வீடு ஒன்றைக் கட்டிக்கொடுத்தார்கள் அவரது பண்ணையக்காரர்கள். ஊர்க்காரர்கள் சிலரிடையே உருவான பேச்சுக்களைப் பொருட்படுத்தாமல் இருவரும் வேலைகளை இழுத்துப்போட்டுக்கொண்டு செய்திருக்கிறார்கள், சிடைத்த தவசதானியங்களைக் கணக்குப் பார்க்காமல் அவரவர் தேவைக்கேற்றார் போல் பங்கிட்டுக்கொண்டிருக்கிறார்கள், காளி யம்மா அக்காவைப் பெரியப்பா தன் சொந்த மகளாகவே அரவணைத்து வந்திருக்கிறார். முத்தையன்வலசுக்குப் போகும்போது துணைக்குப் பெரியம்மாவையும் குழந்தையையும் அழைத்துச் செல்வாராம், காளியம்மா அக்கா சில காலம் முத்தையன்வலசில் அவரது தாய், தந்தையின் பராமரிப்பில் இருந்து வந்ததாகக்கூட ஒரு பேச்சுண்டு. முத்தையன்வலசு வீட்டு விஷேசங்களில் வெள்ளைச்சேலையுடன் தென்பட்டுக்கொண்டிருந்தாள் பெரியம்மா, கச்சாயமும் சீடையும் முறுக்கும் சுட்டெடுத்துக்கொண்டு இருவரும் பெரியப்பாவின் பெத்துப்பிறப்புகளைப் பார்க்கப் போய்க்கொண்டிருந்தார்கள்,

பெரியம்மா அவரை அழைத்துக்கொண்டு ரங்கபாளையம் போய் எங்கள் அப்புச்சியையும் அம்மாயியையும் காருமாமாவையும்

அப்போது குழந்தைகளாயிருந்த எங்கள் அம்மாவையும் மெட்ராஸ் சின்னம்மாவையும் பார்த்து விட்டு வந்திருக்கிறாள், வெறும்கழுத்தோடு இருந்த நாசுவத்தியொருத்தியையும் துணையாக இருந்த இளம்நாவி தனைப் பற்றியும் உருவாகியிருந்த பேச்சுகள் கதையாக உருவெடுத்துக் காடு, கரைகளைத் தாண்டி ஆம்பராந்துக் கரையெங்கும் பரவத் தொடங்கியிருந்தன.

அவை தன் காதுகளை எட்டியபோது பெரியம்மா சிதறிப் போனாள். பிரிந்திருந்த மனைவியை அவரோடு சேர்த்து வைப்பதற் கான முயற்சிகளை மேற்கொண்டு தோற்றாள், பிறகு அவளே பெண் பார்த்து ஊர்க்காரர்களின் ஒத்தாசையோடு சவுந்திராப்பெரியம்மாவை இரண்டாந்தாரமாகக் கட்டி வைத்து உடையாம்பாளையத்துக்கு அழைத்து வந்துவிட்டாள். முன்போலவே கிடைத்த தவசதானியங் களைக் கணக்குப் பார்க்காமல் பகிர்ந்துகொண்டும் பண்ணையக் காரர்களின் நல்லதுகெட்டதுகளில் பங்கேற்றுக் குடிநாசுவத்திகள் செய்ய வேண்டிய வேலைகளைப் பகிர்ந்துகொண்டும் ஒருவருக் கொருவர் அனுசரணையாக இருந்தார்களாம். இரண்டாந்தாரமாக வந்த சவுந்திரா பெரியம்மா அவருக்கு இரண்டு ஆண் குழந்தைகளைப் பெற்றெடுத்துத் தரும் வரையும் தன் இரண்டு தங்கைகளோடு காருமாமா உடையாம்பாளையத்துக்கு வந்து சேரும்வரையும் அதற்குப் பிறகும்கூட அந்த உறவு அப்படியே நீடித்திருந்தது. அக்காலங்களில் சவுந்திராப்பெரியம்மாவிடமிருந்து யாருடைய மனதையும் புண் படுத்தும்படியாக ஒரு சொல் வந்ததில்லை எனப் பெரியம்மாவே பலமுறை எங்களுக்குச் சொல்லியிருந்தாள்., களங்கமற்றவளாகவும் போட்டி, பொறாமைகளுக்கு இடந்தராதவளாகவும் அக்கா, அக்கா என அவளிடம் இழைந்து கிடந்தாளாம் சவுந்திராப் பெரியம்மா.

8

முத்தையன்வலசுப் பெரியப்பாவின் தாய், தகப்பனும், உடன் பிறந்தவர்களும் மாமன், மைத்துனர்மார்களும் அவரையும் அவரது மனைவியையும் சேர்த்து வைக்கப் பல முயற்சிகளை மேற்கொண்டு தோற்றுப்போயிருந்தார்கள். உடையாம்பாளையம் வந்த சேர்ந்த பிறகு பெரியம்மா அந்தப் பொறுப்பை ஏற்றாள். அவரை அழைத்துக் கொண்டு இரண்டுமூன்று முறை சென்னிமலைக்குப் போனாள். முதல் இரண்டு பயணங்கள் நம்பிக்கையூட்டுபவையாகவே இருந்திருக் கின்றன. அவர்களை அவளுடைய அண்ணன் குடும்பம் மதிப்பாகவே நடத்தியதாம், பெரியப்பாவின் அந்த முதல் மனைவி அக்கா, அக்கா எனப் பெரியம்மாவிடம் அவ்வளவு பாசமாக இருந்தாளாம், திரும்ப அழைத்துக்கொண்டு வந்துவிடலாம் என்னும் நம்பிக்கை எதிர்பாராத தருணத்தில் முறிந்து போனது.

கடைசி முறையாகப் போன போது சென்னிமலையின் நட மாட்டங்கள் மிகுந்த தேர்முட்டிவீதியில் இருவருக்குமிடையே பயங்கரமான சண்டை மூண்டுவிட்டதாம், பெரியம்மாவும் முத்தை யன்வலசுப் பெரியப்பாவின் மூத்ததாரமும் ஒருவரையொருவர் வாய்க்கு வந்தபடி தூற்றிக்கொண்டிருந்திருக்கிறார்கள், ஆபாசமான வசைகளைப் பரிமாறிக் கொண்டிருந்திருக்கிறார்கள், "தொண்டு முண்டெ" எனவும், "கண்டாரோலி. எச்சக்கல நாயே" எனவும் காதுகொடுத்துக் கேட்கமுடியாத வார்த்தைகளால் ஒருவரையொருவர் திட்டித் தீர்த்திருக்கிறார்கள், தேர்முட்டிவீதியில் அப்போது இருந்த தறிகாரர்களும் தார்ச்சுற்றும் பெண்களும் குதிரைவண்டிக்காரர்களும் ஈஸ்வரன்கோயில் வாசலில் பலகாரக்கடை வைத்திருந்தவர்களும் பேருந்துகளுக்காகக் காத்திருந்தவர்களும் மொட்டையடித்துக் கொண்டு சந்தனம் தடவிய மண்டைகளுடன் அப்போதுதான் மலையிலிருந்து இறங்கிவந்திருந்த பக்தகோடிகளும் தேர்முட்டிவீதியில் இருந்த போஸ்டாபீஸ் வாயிலில் ஆர்ப்பாட்டத்தில் ஈடுபட்டிருந்த கம்யூனிஸ்டுகட்சியினரும் கோவிலுக்கெதிரே நின்றுகொண்டிருந்த

வெள்ளைநிற அம்பாசிடர்காரிலிருந்து அப்போதுதான் இறங்கிக் கொண்டிருந்த உள்ளூர் காங்கிரஸ் பிரமுகரும் அவருடைய சாரதியும் காரை விட்டு இறங்காமல் கண்ணாடியை இறக்கிவிட்டுக்கொண்டு வேடிக்கை பார்க்கத் தொடங்கியிருந்த நடுத்தர வயதுப் பெண்ணும் அந்தச் சண்டையைப் பார்த்துக் கொண்டிருந்திருக்கிறார்கள். "எம்புருஷனக் கைக்குள்ள போட்டு வெச்சுக்கிட்டு இங்க வந்து நல்ல வளாட்ட நாயம் பேச வந்துட்டியாலே" என்றாளாம் முத்தையன் வலசுப்பெரியப்பாவின் மூத்ததாரம், அந்த வார்த்தைகளைக் கேட்டுப் பெரியம்மா கொதித்துப்போனாளாம், "சும்மா வாய்க்கு வந்ததை யெல்லாம் பேசிக்கிட்டிருக்காதீலெ, நாக்கு அழுவிப்போயிரு, எம்பட பாவத்த ஏந்திக்காத, நாசமாப் போயிருவே, புழுவுப்புழுத்துச் செத்துப் போயிருவீலெ கழதமுண்ட" என அவளுக்குச் சாபமிட்டாளாம்,

"என்னையேலே முண்டைங்கறே? நீதான்லெ முண்டெ, நீதே புருஷனத் தின்னுபுட்டுக் கழத்தாட சுத்திக்கிட்டு வந்து நிக்கறே, அந்த மனசனச் சாகக்குடுத்துப்புட்டு எம்புருஷனப் போட்டுப் படுத் துருக்கறே, நானெதுக்குப் புழுவுப்புழுத்துச் சாவெறெ? நீதே ஈள நோக்காடு வந்து சாவப்போறே, நானென்ன உன்னையாட்டப் பதினாறு பேர மாறிக்கிட்டிருக்கனா? சொல்லு, சொல்லுலே தொண்டுக் கண்டாரோலி" என அதற்குப் பதிலடி கொடுத்தாளாம் முத்தையன்வலசுப் பெரியப்பாவின் மூத்ததாரம். "ஆமால்லே நா பதினாறு பேர மாறிக்கிட்டிருக்கறெ, நீ இங்க சென்னிமலைல முப்பத்தரண்டு பேர மாறிக்கிட்டிருக்கறயாக்கு? பேசறா பாரு பழம, அவுசாரி முண்ட" எனத் திருப்பியடித்தாளாம் பெரியம்மா. எதிராளி யிடமிருந்து அவற்றைவிடப் பயங்கரமான வசைச்சொற்கள் வந்திருக் கின்றன.

முத்தையன்வலசுப் பெரியப்பா அவர்களது சண்டையை முடிவுக்குக் கொண்டு வருவதற்கும் இருவரையும் சமாதானப்படுத்து வதற்கும் பெரியம்மாவை அங்கிருந்து உடனடியாக அப்புறப்படுத்தி அழைத்துச் சென்றுவிடுவதற்கும் தனக்கான வரை போராடினாராம். "ஏல்லே ரச்சா பேசாமப் போவமாண்டையாக்கு?" எனத் தன் மனைவி யிடம் மன்றாடினாராம், "நங்கெ, நீங்கதே சித்த பேசாம இருங்களே, ஏ அல்லாரு என்னையச் சீரழிக்கறீங்கொ" எனக் கண்ணீர்விட்டு அழாக்குறையாகப் பெரியம்மாவிடமும் கெஞ்சிப்பார்த்தாராம், அவரது கண்களிலிருந்து தாரைதாரையாய் நீர் வழிந்துகொண்டி ருந்ததாம், ஒரு கட்டத்தில் அப்படியே அந்தச் சாலையோரம் சரிந்து உட்கார்ந்து குலுங்கினாராம். சண்டையை வேடிக்கை பார்த்துக் கொண்டிருந்தவர்களில் சிலர் குறுக்கிட முயன்றார்கள், இருவருமே அதைப் பொருட்படுத்தவில்லை, பிறகு ஆர்ப்பாட்டத்தைத் தொடங்கி வைப்பதற்காக அங்கு வந்திருந்த கம்யூனிஸ்ட்கட்சித் தலைவர்

போராளிகளைப் பொருட்படுத்தாமல் அவர்களது சண்டையைத் தீர்த்துவைக்க முற்பட்டாராம், இருவரையும் தோழர், தோழர் என விளித்தாராம் அந்தத் தோழர், "தோழர், பொது எடத்துல வெச்சு இப்படிச் சண்ட போட்டுக்காதீங்க தோழர், உங்களப் பாத்தாப் பாட்டாளிவர்க்கத்தச் சேந்தவங்கங்கறது தெரியுது தோழர், சண்டய நிறுத்திட்டு வாங்க தோழர் உக்காந்து பேசுவோம்" என வார்த்தைக்கு வார்த்தை தோழர் போட்டு திரும்பத் திரும்ப மன்றாடிக் கேட்டுக் கொண்டிருந்தாராம். அது அவர்களது சண்டையை முடிவுக்குக் கொண்டுவர உதவாததால் தோழர் தலையில் சிவப்புத்துண்டைப் போட்டு உட்கார்ந்துவிட்டாராம்,

பிறகுதான் அம்பாசிடர் காரிலிருந்து இறங்கி அவர்களுடைய சண்டையைப் பார்த்துக்கொண்டிருந்த காங்கிரஸ்காரர் தலையிட்டி ருக்கிறார், "ஏய், ஆருலே அது இப்பிடி ரோட்டுல நின்னு சண்ட போட்டுக்கிட்டிருக்கறது? சண்ட போடறவுளுக அவவ ஊட்ல போயிச் சண்ட போட வேண்டீததுதான? பொம்பள புள்ளைக இருக்கற எடத்துல ரண்டு பேரு என்ன பேச்சுப் பேசறாளுக? போங்கலே. எதையாச்சு எடுத்து இட்டுப்படப் போறெ" எனச் சாலையோரம் கிடந்த மூங்கில் கழியொன்றைக் கையிலெடுத்தாராம், அப்போதுதான் ஆர்ப்பாட்டக்காரர்களுக்குப் பாதுகாப்பாக வந்து அங்கே நின்றுகொண்டிருந்த காவலர்களில் ஒருவரும் தலையிட்டா ராம், பெருத்த உடலும் முறுக்குமீசையும் சிவந்தகண்களும் காக்கி நிறச்சீருடையும் கருநீலமும் சிவப்பும் மிளிரும் தொப்பியும் நீண்ட குண்டாந்தடியுமாக வந்து நின்ற காவலரைக் கண்டதும் இருவரும் ஒடுங்கிவிட்டார்களாம், "என்ன பேச்சுப் பேசறான்னு கேட்டீங்களா சார்?" என இருவரும் ஒரேவிதமாகக் கேட்டுக்கொண்டே அந்த இடத்தைவிட்டு அகன்றுவிட்டார்களாம்.

அந்தச் சண்டை பெரியம்மாவைச் சிதறடித்துவிடவில்லை, அவள் கண்ணீர் உகுத்துக்கொண்டு கிடக்கவில்லை. ஊருக்குப் போன கையோடு முத்தையன்வலசுப் பெரியப்பாவுக்கு இரண்டாந்தாரம் கட்டிவைக்கும் முயற்சியில் இறங்கியிருக்கிறாள். மறுநாள் காலை யிலேயே அவரை அழைத்துக்கொண்டு முத்தையன்வலசுக்குப் போன பெரியம்மா நடந்த விஷயங்களை ஒன்றுவிடாமல் எல்லோருக்கும் சொல்லியிருக்கிறாள். உடனடியாகக் கல்யாணம் செய்து வைத்துவிட வேண்டும் என்றவள் தனக்குத் தெரிந்த உறவுக்காரப் பெண்களில் யாரையெல்லாம் கேட்கலாம் என ஆலோசித்திருக்கிறாள், பிறகு பெரியப்பாவின் பெற்றோரையும் அக்காவையும் அழைத்துக்கொண்டு இருவரும் ஊர் ஊராக அலைந்து திரிந்திருக்கிறார்கள், இரண்டாந் தாரம் என்பதாலும் பெரியம்மாவுக்கும் முத்தையன்வலசுப் பெரியப் பாவுக்கும் இருந்த உறவு பற்றிய கட்டுக்கதைகளாலும் அவ்வளவு

சீக்கிரத்தில் பெண் கிடைக்கவில்லை. கடைசியில் குண்டடத்தி லிருந்து ஆறேழு மைல்களுக்கப்பால், புதர்மண்டிய வண்டிப்பாதை யொன்றின் முடிவில் வெறும் பதினேழு வீடுகளை மட்டுமே கொண்ட கற்றாழைப் புதர்கள் மண்டிய கிராமமொன்றிலிருந்து முத்தையன் வலசுப் பெரியப்பாவுடன் கடைசிவரை வாழ்ந்துவந்தவளும் அவருக்கு இரண்டு ஆண் பிள்ளைகளைப் பெற்றுக்கொடுத்தவளும் கடைசிக் காலங்களை யாருமற்றவராய்க் கழிக்கும்படி அவரைத் தவிக்கவிட்டு விட்டுக் காருமாமா இறப்பதற்குச் சில வருடங்களுக்கு முன் செத்துப் போனவளுமான சவுந்திரா பெரியம்மாவைக் கல்யாணம் செய்து வைத்து உடையாம்பாளையத்துக்கு அழைத்து வந்தாள் பெரியம்மா.

அவள் கறுப்பாக இருந்ததால், மாறுகண் உடையவள் என்பதால், காரைபடிந்த பல்வரிசையுடையவளாயிருந்தாள் என்பதால், குமரியாகி ஆறேழு வருடங்களைக் கடந்தும் மணவாளன் கிடைக்காதவளாயிருந் தாள் என்பதால் கும்பிடு போட்டுக்கொண்டு முத்தையன்வலசுப் பெரியப்பாவுக்குக் கட்டிக் கொடுத்தார்களாம். குறைகளைக் கடந்து வெற்றிகரமாகக் குடும்பம் தாட்டினாள் சவுந்திரா பெரியம்மா. ஊர்க் காரர்களில் சிலரும் உறவினர்களும் எதிர்பார்த்தது போல் அல்லாமல் எங்கள் பெரியம்மாவுக்கும் முத்தையன்வலசுப் பெரியப்பாவின் இரண்டாந்தாரமான சவுந்திரா பெரியம்மாவுக்கும் பெரிய அளவில் பிணக்குகள் ஏதும் ஏற்படவில்லை, போட்டி பொறாமைகள் தலை தூக்கவில்லை, முன்போலவே முத்தையன் வலசுப்பெரியப்பாவுக்குக் குடிவேலைகளில் உதவி புரிந்துவந்தாள் பெரியம்மா, முன்போலவே கிடைத்த தவசதானியங்களைக் கணக்குப் பார்க்காமல் அவரவர் தேவைக்கேற்பப் பகிர்ந்துகொண்டார்கள், வந்த வேகத்தில் அடுத்தடுத் தாக இரண்டு ஆண்பிள்ளைகளைப் பெற்றாள். இரண்டுக்கும் பிள்ளைப்பேறு பார்த்தவள் எங்கள் பெரியம்மா. எந்தச் சிரமுமில் லாமல் எல்லோரிடமும் நல்லபெயர் எடுத்து பூரிப்போடும் பெருமிதத் தோடும் வாழ சவுந்திராப்பெரியம்மாவுக்கு முடிந்திருந்தது.

எங்கள் பெரியம்மாவின் மீது சவுந்திரா பெரியம்மாவுக்கு இருந்து வந்த மதிப்பையும் பரிவையும் பற்றிய பேச்சுக்கள் இன்றுவரை பலரது நினைவுகளில் இருப்பவை. கோயில் குளங்களுக்கு போகும்போதும் விருந்து விசேஷங்களில் கலந்துகொள்ளும் போதும் தவறாமல் எங்கள் பெரியம்மாவைத் துணைக்குச் சேர்த்துக் கொண்டார்கள். தனக்குக் கல்யாணம் செய்து வைத்தவள் என்பதால், தனக்குப் பிள்ளைப்பேறு பார்த்தவள் என்பதால் பெரியம்மாவின் மீதான மதிப்பை சவுந்திராப் பெரியம்மா ஒருபோதும் குறைத்துக்கொள்ள விரும்பியதில்லை,

யாரையும் சார்ந்திருக்க விரும்பாதவளாக இருந்தாள் எங்கள் பெரியம்மா. கசப்பும் குரோதமும் தம் மறைவிடங்களிலிருந்து

வெளியே வர இடங்கொடுத்துவிடக்கூடாது என்னும் எச்சரிக்கை யுடன் அந்த வீட்டில் நடமாடிக் கொண்டிருந்தவள் தனக்குக் கை கொடுக்கக் கம்பறக் கத்தி இருக்கிறது என யாரோ ஒரு பண்ணையக் காரிச்சியிடம் சொன்னாளாம்.

பிள்ளைப் பேறு பார்க்கும் மருத்துவச்சிகளின் இடுப்பில் இருக்கும் சிறு கத்தி,

கருது கொய்யப் பயன்படும் அந்தச் சிறு கத்தியைக்கொண்டு பிள்ளைப் பேறு பார்த்துப் பிழைத்துவந்த எவ்வளவோ வெள்ளைச் சேலை நாசுவத்திகளைப் போல, அவர்களில் ஒருத்தியாக வாழ்வை எதிர்கொள்ளவும் தகப்பனில்லாத குழந்தையை வளர்த்து ஆளாக்கவும், யாருடைய உதவியுமில்லாமல் யாருடைய சாபத்துக்கும் இரை யாகாமல் அவளை ஒருவன் கையில் பிடித்துக்கொடுத்துவிட்டுப் பெரியப்பா அவளுக்காக விட்டுச் சென்றிருந்த உடையாம்பாளை யத்தின் அந்தச் சிறிய மண்வீட்டில் வாழ்ந்து தீர்க்கவும் முடிவெடுத் தாள் எங்கள் பெரியம்மா.

9

கல்யாணத்துக்கு முன்பு அப்புச்சியிடமிருந்தும் பிறகு பெரியப்பா விடமிருந்தும் குடிசெய்யும் நாவிதனின் வீட்டுப் பெண்ணாக இருப்பது எப்படி என்பதைக் கற்றுக் கொண்டிருந்தாள் பெரியம்மா. அவர்களிட மிருந்து கீழ்ப்படிதலையும் பணிவையும் கற்றுக்கொண்டாள். பதின் பருவத்தை அடையும் முன்பாகவே அவமானங்களைத் தாங்கிக் கொள்வதற்கும் பழிச்சொற்களைப் பொருட்படுத்தாதிருக்கவும் கற்றுக் கொண்டிருந்தாள். அவளது தந்தையும் தாயும் வாழ்ந்த போராட் டங்கள் நிரம்பிய வாழ்க்கை வறுமையை ஏற்கவும் வாழ்வின் அன்றாடங்களுக்காகப் பிறரிடம் மன்றாடவும் அதுபற்றிய புகார் களுக்கு இடந்தராமல் வாழவும் பழகியிருந்தாள், கல்யாணமாகி ஒரு குடிநாவிதனின் மனைவியாக உடையாம்பாளையத்துக்கு வந்து வாழ்வின் சவால்களை எதிர்கொள்ளும் பக்குவத்தையும் திடச்சித்தத் தையும் பெற்றாள். பண்ணையக்காரர்களின் வீடு, வாசல்களைக் கூட்டிப் பெருக்குவது, பாத்திரம்பண்டங்களைக் கழுவுவது, பருத்திக் கொட்டை ஆட்டுவது வீடு வீடாகப் போய்க் கழுநீர்த் தண்ணீர் எடுத்துவருவது போன்ற குற்றேவல்களினூடாக மிகச் சிறுவயதிலேயே தன் தாயிடமிருந்து பிள்ளைப்பேறு பார்க்கவும் கற்றுக்கொண்டி ருந்தாள் எங்கள் பெரியம்மா.

குழந்தைகளுக்கு ஒரத்தெண்ணெய் காய்ச்சிக் கொடுக்கவும் மாந்தக் கயிறு திரித்துக்கொடுக்கவும்கூடக் கற்று வைத்திருந்தாள் பெரியம்மா. எங்கள் அம்மாயி உயிரோடிருந்தபோது ரங்கபாளை யத்திலும் பெரியப்பாவைக் கல்யாணம் செய்துகொண்டு உடையாம் பாளையத்துக்கு வந்து சேர்ந்த பிறகு ஆம்பராந்துக்கரையின் மச்சு வீடுகளிலும் தொட்டிக்கட்டுவீடுகளிலும் கூரைவீடுகளிலும் தோட்டங் காடுகளில் இருந்த சாளைகளிலும் எத்தனையோ பெண்களுக்குப் பிள்ளைப்பேறு பார்த்திருந்தாள் எங்கள் பெரியம்மா. அவளது நினைவுகளிலிருந்து என்றுமே அகலாதிருந்த அனுபவங்கள் அவை. தான் வெளியே இழுத்துப்போட்ட குழந்தைகளை அவர்களது நாற்பது,

ஐம்பதுகளில்கூட அவளால் அடையாளம் தெரிந்துகொள்ள முடிந் திருந்தது.

தன் விரல் தடம் பதிந்த குழந்தைகளை அவள் தொடர்ந்து கண் காணித்து வந்தாள். அவற்றின் பார்வையில் ஏதாவது மாறுதல்கள் தென்படும்போதும் நடையில் வித்தியாசம் தென்படும்போதும் கை,கால்களின் அசைவுகளில் தடுமாற்றத்தைக் காண நேரும்போதும், சளி, இருமல், காய்ச்சல், காமாலை, வாந்தி, பேதி என ஏதாவது நோயின் தாக்குதல்களுக்குள்ளானதை அறிந்தபோதும் பெரியம்மா பதற்றமடைந்தாள். உடனடியாக அவற்றுக்குப் பரிகாரம் தேட முற்பட்டாள், தன் கைவசம் இருக்கும் எண்ணெய்களையும் பச்சிலை களையும் கொண்டு சிகிச்சையளிப்பாள், ரட்ணமூர்த்தியையும் கருப்பராயனையும் மற்ற தெய்வங்களையும் குழந்தைக்கு உயிர்ப்பிச்சை தருமாறு வேண்டிக்கொள்வாள், குழந்தைகள் நல்லபடியாக வளர்ந்து தத்தித்திரிவதையும் நடைபழகுவதையும் மழலையில் பேசத்தொடங்கு வதையும் ஓடியாடித் திரிந்து குறும்புகளில் திளைப்பதையும் காணும் போது பெரியம்மா பூரித்துப்போவாள். அவற்றை வாரியணைத்துக் கொள்ளவும் கன்னங்களைக் கிள்ளவும் சிகையைக் கோதவும் முத்தமிடவும் விரும்புவாள். கொஞ்சுவாள், “சின்னக்கவுண்ச்சிக்குக் கண்ணப் பாருங்கொ, நவப்பழமாட்ட, இந்தக் கையப் பாருங்கொ, செவச்செவன்னு அகத்திப் பூவாட்ட. கொரல் தேனாட்டவல்ல இனிச்சுக் கெடக்குது நம்பு சின்னக்கவண்டருக்கு, எங்க இந்தச் செலம்பாளுக்கு ஒரு வார்த்த பேசிக்காட்டுங்கொ சின்னக்கவண்டரே” என அவள் தன் பண்ணையக்காரர்களின் குழந்தைகளைக் கொஞ்சும் போது அவை தம் மழலை மொழியில், ‘செலம்பா’ என்பதை ‘செதம்பா’ என அழைக்கும்.

சிரித்துக் கிடப்பாள் பெரியம்மா. தான் பிள்ளைப்பேறு பார்த்த குழந்தைகளில் ஒன்று மரணத்தைத் தழுவும்போது பெரியம்மா பெரும் துக்கத்தில் மூழ்கி விடுவாள். இரண்டு நாட்களுக்குச் சோறு தண்ணீர் இறங்காமல் கிடப்பாள்.

கல்யாணமாகி வெளியூருக்குப் போய் வருடங்களைக் கடந்து பிள்ளை குட்டிகளுடன் எப்போதாவது ஊருக்கு வரும் ஆம்பராந்துக் கரையின் யாராவது ஒரு பெண்ணை அடையாளம் கண்டுகொள்ளும் போது பெரியம்மா தாளமுடியாதவளாகி விடுவாள், அதை அவர் களுக்குச் சொல்லமுற்படுவாள், யாராவதொரு பெண் அதைக் கேட்டு ஆச்சரியத்துடன் கண்களை அகல விரித்துப் பெரியம்மாவைப் பார்த்துப் புன்னகைக்கிறாள், யாராவதொரு பெண் உதட்டைச் சுளித்துக்கொள்கிறாள், “அப்படியாக்கு?” எனக் கேட்டுக்கொண்டே அவசரமாகக் கடந்து சென்றுவிடுகிறாள். அப்போது எங்கள் பெரியம் மாவின் கண்கள் கலங்கிவிடுகின்றன, யாரும் தன் கண்ணீரைப்

பார்த்து விடாமலிருப்பதற்காக முந்தானையை இழுத்து அவசர அவசரமாகத் துடைத்துக்கொண்டு யார் கண்ணிலும் படாமல் அவ்விடத்தை விட்டுப் போய்விடுகிறாள் எங்கள் பெரியம்மா.

கேட்கத் தயாரானவர்களுக்கு அவளது இருபது, முப்பது வருட அனுபவங்களிலிருந்து ஏதாவதொரு கதை கிடைக்கும், “நீங்க பொறந் தன்னைக்குச் செரியான மழைங்க சின்னக்கவுண்ச்சி, சாமமிருக்கு, நா ஊட்டுக்குள்ற ரட்ட இழுத்துப் போத்தி நல்லாத் தூங்கிக் கிட்டிருந்தெ, குளுரு, ஒடம்பு கிடுகிடுன்னு நடுங்கிக்கிட்டிருந்துது, அன்னாரத்துல பெரியகவண்டரு வந்தாங்கொ, நம்பு அப்பாரய்யெ, வந்து எம்பட வாசல்ல நின்னுக்குட்டு செலம்பா, செலம்பான்னு நாலஞ்சு மட்டங்கூப்புட்டாங்கொ, எனக்கென்னமோ கெனாக்காங்க றாப்பல இருந்துது, அப்பறம் பாத்தா கவண்டரு சத்தொ, ஐயோ இதென்ன இன்னாரத்துல வந்து கூப்படறாங்களேன்னு எந்துருச்சு வந்து கதவத் தெறந்தெம் பாத்துக்குங்களே” என அவள் சொல்லச் சொல்ல கேட்டுக்கொண்டிருப்பவர்களுக்குக் கண்கள் ததும்பிவிடு கின்றன, அந்த நள்ளிரவில் கம்பறு கத்தியை எடுத்து இடுப்பில் செருகிக்கொண்டு இருளைத் துளைத்துக் கொண்டு நடப்பது முதல், வீட்டை அடைந்த மாத்திரத்தில் இடுப்புவலி பிடித்துக்கிடக்கும் தாயைப் பரிசோதித்துக் குழந்தையின் உடல் சரியானவிதத்தில் புரண்டிருக்கிறதா, தலைப்பகுதி தட்டுப்படுகிறதா எனப் பார்த்து, வேண்டிய ஏற்பாடுகளைச் செய்து வயிற்றுக்கு விளக்கெண்ணெய் தடவி, கம்பறு கத்தியைக் கொண்டு அடிவயிற்றைக் கிழித்துக் குழந்தையை வெளியே எடுப்பது வரை, சிசுவின் தொப்பூள்கொடியை அறுப்பதுவரை, தாயிடமிருந்து நஞ்சுக்கொடியை அகற்றுவதுவரை, குழந்தையைக் குளிப்பாட்டுவது வரை, துணியைச் சுற்றித் தாயின் கைகளில் ஒப்படைப்பதுவரையும் அதற்குப் பிறகும் நடந்த ஒவ்வொன் றையும் பற்றி ஒரு பெருங்கதை போல் விவரித்துக் கொண்டிருப்பாள் பெரியம்மா.

இரண்டு தருணங்களில் நான் அவளுடன் போயிருக்கிறேன். அப்போது எனக்கு ஏழு, எட்டு வயதாயிருந்திருக்கும். என்னைச் சமாளிக்க பெரியம்மா படாதபாடு பட்டுக்கொண்டிருப்பாள், ராகிக் களியும் கம்மஞ்சோறும் எனக்கு தொண்டைக்குக் கீழே இறங்காது. எனக்காகவும் தம்பி தங்கைக்காகவும் கால்ப்படி அரிசி போட்டு நெல்லஞ்சோறு ஆக்கி வைத்திருப்பாள் பெரியம்மா, ராகிக்களிக்காகக் கடைந்து வைத்திருக்கும் கீரையைத்தான் நெல்லஞ்சோற்றுக்கும் தொட்டுக் கொள்ள வேண்டும், கூடக் கொஞ்சம் பச்சைப்புளி கரைத்துத் தருவாள், விடுமுறைகளைக் கழிக்க நாங்கள் வருவதை எதிர்பார்த்துச் சீடையும் முறுக்கும் ஒப்புட்டும் செய்து பானைகளில் நிரப்பி வைத்திருப்பாள், அவற்றிலிருந்து ஒவ்வொரு நாளும் இவ்வளவு

என அளந்து தருவாள். ஞாயிற்றுக்கிழமைச் சந்தைக்குப் போனால் பொரி, கடலையும் கொள்ளிக்கருவாடும் வாங்கி வருவாள், மறுநாள் நெல்லஞ்சோற்றுக்கு எங்களுக்குக் கருவாட்டுக் குழம்பு கிடைக்கும். எங்களுக்காக ஏழெட்டுக் கோழிகளை வளர்த்து வைத்திருப்பாள் பெரியம்மா. அவற்றில் இரண்டு மூன்று கோழிகள் முட்டையிடும் தருணங்களில் இருக்கும். அநேகமாக நாள்தோறும் எங்களுக்கு முட்டை கிடைக்கும், வாரமொருமுறை கோழிக்கறிக் குழம்பு, அங்கிருக்கும் முப்பது நாட்களில் சவுந்திரம் பெரியம்மா இரண்டு முறை பன்றிக்கறி வறுத்துத் தருவாள், காருமாமா நாடார்களுடன் சேர்ந்து முயல் வேட்டைக்கும் எலி வேட்டைக்கும் போய் ஓரிரு முயல் களையும் பத்திருபது எலிகளையும் கொண்டுவருவார், நள்ளிரவில் அவர் கொண்டு வந்து சேர்க்கும் முயல்களையும் எலிகளையும் அப்போதே சமைத்துவிடுவாள் ராசம்மாஅத்தை, கோடை முடிவ தற்குள் இரண்டுமுறை வடை சுட்டுத் தருவாள்.

நகர வாழ்க்கைக்குப் பழகிப்போன எங்களுக்குச் சீக்கிரத்திலேயே இதெல்லாம் சலித்துவிடும், உடனடியாக எங்களை ஊருக்கு அழைத்துச் செல்லும்படி அடம் பிடிக்கத் தொடங்கிவிடுவோம். அப்போது பெரியம்மா தான் போகும் இடங்களுக்கு எங்களை அழைத்துச் செல்வாள், கோடந்தூர் ராசாக்கோயில் புளியமரக்கிளைகளில் தொங்கும் வௌவால் கூட்டங்களைப் பார்ப்பதற்காக ஒருநாள் அழைத்துச் செல்வாள், பிள்ளைப்பேறு பார்க்கப் போகும்போது எங்களில் யாரையாவது அழைத்துச் செல்வதுமுண்டு. பருத்திக் கொட்டை ஆட்டுவதற்காகவோ எள்ளுப் புடைப்பதற்காகவோ கடலைக்காய் தொலிப்பதற்காகவோ பண்ணையக்காரர் வீடுகளுக்குப் போகும்போது எங்களை அழைத்துச் செல்வதைக் கூடியமட்டும் தவிர்த்துவிடுவாள், அது பற்றிய எங்கள் வருத்தத்தைப் பொருட் படுத்தவே மாட்டாள்.

ஒரு பிற்பகலில் தெக்குவளவுப் பண்ணாடி வீட்டுக்கு என்னை அழைத்துச் சென்றபோது அதற்கான காரணத்தைப் புரிந்துகொண்டேன். என்னை விளையாடச் சொல்லிவிட்டுப் பண்ணாடியின் தொண்டுப் பட்டியைக் கூட்டிப் பெருக்கினாள், பருத்திக்கொட்டை ஆட்டினாள், வாசலுக்குச் சாணி தெளித்தாள், பிறகு பண்ணாடிகவுண்டச்சி கொடுத்த சிறிதளவு கொத்தமல்லிக் காபியைக் குடித்துவிட்டு வண்டிச் சாளையில் இரண்டு வருடங்களுக்கு மேலாகக் கிடைகிடந்து கொண்டிருந்த பண்ணாடியின் வயதான தாயின் மூத்திரநாற்றம் வீசும் உடம்பைச் சுத்தம் செய்தாள், மலத்தைத் துடைத்து விட்டாள், மூத்திரச்சட்டியைக் கொண்டுபோய் வெளியே கொட்டிவிட்டு வந்தாள். வயதான அந்தப் பெண்மணி என்ன காரணத்தாலோ பெரியம்மாவின் மீது ஓயாமல் வசைமாரிப் பொழிந்துகொண்டி

ருந்தாள். சாபமிட்டாள், ஒருசமயம் ஊன்றி நடப்பதற்காகக் கட்டில் சட்டத்தில் சாத்தி வைக்கப்பட்டிருந்த தடியை எடுத்து பெரியம் மாவைத் தாக்கக்கூட முற்பட்டாள், பெரியம்மாவின் மீது தீராத வன்மம் கொண்டவளைப் போல் எனக்குத் தென்பட்டாள் அந்தப் பெண்மணி, “அந்தப் பெரியகவுண்ச்சி அப்பிடித்தே அல்லாருத்தையு வார்த்த பேசிக்கிட்டே இருக்கு, ரண்டு வருஷமாக் கெடையாக் கெடந்துக்குட்டு இருக்கறாங்களா, அதையுந்தவுத்து வயசுமாவிக்கிச்சு” எனத் தணிந்த குரலில் அவளது நடத்தைக்கான நியாயங்களைச் சொல்லிவிட்டு எவ்விதமான கசப்புக்கும் இடந்தராமல் தன் பணிவிடைகளைத் தொடர்ந்துகொண்டிருந்தாள் எங்கள் பெரியம்மா.

அவளது முகத்தில் அங்கே என்னை அழைத்து வந்தது குறித்த வருத்தம் தென்பட்டது.

ஆனால் பிள்ளைப்பேறு பார்ப்பதற்காகச் சென்ற இடங்களில் பெரியம்மாவுக்கு நல்ல மதிப்பு இருந்தது. அந்த வீடுகளில் பெரியம் மாவே அதிக அதிகாரம் பெற்றவளாக இருந்தாள். பேறுகாலத்துக்கு இரண்டு மூன்று மாதங்களுக்கு முன்பாகவே பிள்ளைத்தாச்சியைப் பெரியம்மாவின் வசம் ஒப்படைத்து விடுவார்கள். அநேகமாக நாள் தோறும் அவர்களது வீட்டுக்கு ஒரு நடை போய் அவளது உடல் நிலையைப் பரிசோதித்துவிட்டு வருவாள். மேவிய வயிறைத் தடவிப்பார்ப்பாள், படர்ந்திருக்கும் கோடுகளைப் பார்ப்பாள், கண் இமைகளைப் பிதுக்கி உடலில் போதிய ரத்தம் இருக்கிறதா எனச் சோதிப்பாள். நாடியைப் பரிசோதிப்பாள், இன்னின்ன சாப்பிட வேண்டும் இன்னின்ன சாப்பிடக்கூடாது என அறிவுறுத்துவாள், அவ்வப்போது சில பச்சிலைகளையும் மூலிகைகளையும் கொண்டு போய்க் கொடுப்பாள். தேவைப்படும்போது எதாவது கசாயம் காய்ச்சிக் குடிக்கத் தருவாள். வலி எடுத்தால் எந்த நேரமும் தனக்கு ஆளனுப்புமாறு சொல்லி வைத்திருப்பாள்.

அழைப்பை எதிர்பார்த்துக் கம்பறு கத்தியைக் கைக்கெட்டும் விதத்தில் கூரையில் செருகித் தயாராக வைத்திருப்பாள் எங்கள் பெரியம்மா.

அழைப்பு வந்த மறுகணம் மாற்றுச்சேலை ஒன்றையும் இரண்டு துண்டஞ்சேலைகளையும் சுருட்டி எடுத்துக்கொண்டு போய்விடுவாள். போய்ச் சேர்ந்தவுடன் வலி பிடித்துக்கிடக்கும் பிள்ளைத்தாச்சியை மட்டுமல்லாது மொத்தவீட்டையும் தன் அதிகார வரம்புக்குள் கொண்டு வந்துவிடுவாள். சூழ்ந்திருக்கும் எல்லோரையும் தனது குற்றேவலர்களாக மாற்றி விடுவாள், “சீக்கிரமாப் போயி அஞ்சாறு பழைய துணி கொண்டாங்க பெரியகவுண்ச்சி” என யாருக்காவது உத்தரவிடுவாள், அவள் கேட்டது கிடைக்கத் தாமதமாகும் போது,

"இவ்வளவு நேரமுங்களா? இதையெல்லா மொதல்லயே தயாரா எடுத்து வெச்சுருக்கலாமில்லீங்களா பெரிய கவுண்ச்சி?" எனக் கடிந்து கொள்வாள். குழந்தை பிறந்து தண்ணீர் ஊற்றிப் பெற்றவள் கையில் கொடுத்துவிட்டு வரக் கிட்டத்தட்ட இரண்டிலிருந்து மூன்று நாட்கள் வரை ஆகிவிடும். அந்த மூன்று நாட்களிலும் பெரியம்மாவுக்கும் எனக்கும் மனம் நோகாமல் சமைத்துப்போட்டார்கள், ஓய்வெடுப்ப தற்குத் தங்கள் கயிற்றுக்கட்டில்களையும் போர்வைகளையும் தந்தார்கள், நம்பமுடியாத அன்பைப் பொழிந்துகொண்டிருந்தார்கள், "பொடியானாரு செலம்பா, முத்தா பையனா? பள்ளிக்கோடத்துக்குப் போயிக்கிட்டிருக்கறானாக்கு? எத்தனாவது படிக்கறே? உம் பேரென்ன?" என அந்த மூன்று நாட்களும் என் மீது அவ்வளவு அக்கறை காட்டினார்கள். வாழைப்பழங்களும் கச்சாயமும் கொடுத்து உபசரித்தார்கள். ஒரு வீட்டின் பெண்மணி தன் மகனின் இரண்டு பழைய டெர்ரிக்காட்டன் சட்டைகளைக்கூடக் கொடுத்தாள், பெரியம்மாவுக்காகப் புத்தம் புதிய ஒரு வெள்ளைப்புடவையையும் போர்வையொன்றையும் எடுத்துத் தயாராக வைத்திருந்தார்கள். வேலை முடிந்தவுடன் சுக்குக்கருப்பட்டி கொடுத்துக் கூட்டுவண்டி யொன்றில் எங்களை உட்கார வைத்து வீட்டுக்குக் கொண்டு போய் இறக்கிவிட்டார்கள். வண்டியில் எங்களுக்காக நிறையப் பழங்களும் தேங்காய்களும் மற்ற காய்கறிகளும் தவிர இரண்டு வள்ளம் அரிசியும் இருந்தது.

10

சுந்தராடிவலசுப் பெரியம்மாவும் எங்கள் பெரியம்மாவும் இளவயதுத் தோழிகள், உறவு முறையில் சகோதரிகள். எங்கள் பெரியப்பாவின் மரணத்திற்குப் பிறகு பெரியம்மாவுக்கு ஆறுதலாக இருந்து வந்தவள் அவள்தான். உடையாம்பாளையத்திற்கும் சுந்தராடிவலசுக்குமிடையேயான மூன்று மைல் தொலைவைப் பொருட்படுத்தாமல் நினைத்த மாத்திரத்தில் உடையாம்பாளையத்திற்கு வந்து விடுவாள் சுந்தராடிவலசுப் பெரியம்மா. குடிமுறைமை பெற்று முத்தையன்வலசுப் பெரியப்பா உடையாம்பாளையத்திற்கு வந்தவுடன் எங்கள் பெரியம்மாவைப் போலவே அவளும் அவருக்கு நெருக்கமான வளாக மாறியிருந்தாள். அவருக்கு இரண்டாந்தாரம் கட்டி வைக்கும் முயற்சியில் இருவரும் சேர்ந்தே ஈடுபட்டிருந்தார்கள்.

பெரும் பண்ணையக்காரர்களின் வீட்டுக் கல்யாணம், காதுகுத்து, கிடாவிருந்து, இழவு காரியங்களைச் சமாளிக்க முத்தையன்வலசுப் பெரியப்பாவும் எங்கள் பெரியம்மாவும் திணற வேண்டியிருக்கும். அப்போது ரங்கபாளையத்திலிருந்து காருமாமாவும் சுந்தராடிவலசுப் பெரியம்மாவும் உதவிக்கு வந்துவிடுவார்கள். காருமாமாவும் சுந்தராடிவலசுப் பெரியப்பாவும் அழைப்புச் சொல்லும் பொறுப்பை ஏற்றுக் கொள்வார்கள். சுந்தராடிவலசுப்பெரியம்மா குற்றேவல்களில் எங்கள் பெரியம்மாவுக்கு உதவியாக இருப்பாள். சாமி சாட்டுகளின் போது விளக்குமாவுக்காகப் பண்ணையக்காரிச்சிகளுக்குப் பச்சைமாவு இடித்துத் தர வேண்டும், ஏறத்தாழ இருபது பண்ணையக்காரர்களுக்குத் தலா இரண்டு படி பச்சரிசியையும் அதற்கேற்ற கொப்பத்து வெல்லத்தையும் இடித்துத் தருவதென்பது மலையைத் தூக்கித் தோளில் சுமக்கும் வேலை. மாவு பிசைவதற்கு பண்டாரத்துவீட்டுப் பெண்களும் மண்ணுடையார் வீட்டுப் பெண்களும் வந்து சேர்ந்து கொள்வார்கள். பதிலுக்குத் தேவைப்படும் போது இவர்கள் அங்கே போய்விடுவார்கள். குடிநாவிதர்களுக்கிடையே அதுபோன்ற மொய்ப் பாடுகள் காலம்காலமாக இருந்து வருபவை, அவை இல்லாமல் நாவிதனால் குடிமுறைமை செய்ய முடியாது.

முத்தையன்வலசுப் பெரியப்பா சவுந்திரா பெரியம்மாவை இரண்டாம்தாரமாகக் கல்யாணம் செய்துகொண்டு வந்த பிறகு கொஞ்சம் கொஞ்சமாக விலகினார்கள் எங்கள் பெரியம்மாவும் சுந்தராடிவலசுப் பெரியம்மாவும், சந்தேகத்துக்கு இடம் தந்துவிடக் கூடாது என இருவரும் பேசிவைத்துக் கொண்டு எடுத்த முடிவாம் அது, "ஒரு சொல் வந்தறக்கூடாதில்லீங்களா சாமி" என பேச்சுப் போக்கில் அது குறித்துக்கேட்ட கொற்றவேல்கவுண்டரிடம் சொன்னா ளாம் எங்கள் பெரியம்மா. கண்ணுக்குத்தெரியாத சுவர் ஒன்றை எழுப்பி அதைக் கடந்து சென்றுவிடாமலும் ஒரேயடியாக அந்த உறவு அறுந்துவிடாமலும் பார்த்துக்கொண்டார்களாம். வேறொருவிதத்தில் பெரியம்மாவைத் தனிமை சூழ்வதற்கும் இது காரணமாக அமைந்தது. எங்கள் பெரியப்பாவின் மரணத்துக்குப் பிறகு உடையாம்பாளயத் துடனான வேரை இழந்துவிடாமலிருக்க உதவி வந்த உறவு தளரத் தொடங்கியது. பிறகு அது இறுகியது, தளர்ந்தும் இறுகியும் பிறகு அறுந்துபோனது.

காத்துக்குணம் வந்து இரண்டு பெண்குழந்தைகளை விட்டுவிட்டு நடு வயதில் எங்கள் அம்மாயி செத்துப்போகாமலிருந்திருந்தால், நடைதளர்ந்த தகப்பனுடனும் நண்டுஞ்சிண்டுமான இரண்டு தங்கை களுடனும் காருமாமா ரங்கபாளையத்திலிருந்து உடையாம்பாளை யத்திற்கு வந்து குடிமுறைமைகளை ஏற்காமலிருந்திருந்தால், கடைசி யில் காருமாமாவைத் தின்று தீர்த்தது போல் துளியளவும் மிச்சம் வைக்காமல் பெரியம்மாவையும் தின்று தீர்த்திருக்கும் அந்தத் தனிமை.

எனினும் அது அவளை விடாமல் பின்தொடர்ந்துகொண்டி ருந்தது.

காளியம்மா அக்காவுக்குக் கல்யாணம் ஆகி, அவள் உடையாம் பாளையத்தை விட்டுச்சென்ற பிறகு, ராசம்மாஅத்தை குழந்தைகளை அழைத்துக்கொண்டு செட்டியோடு ஓடிப்போன பிறகு, காரு மாமாவுக்கு வலிப்புநோயின் தாக்கம் அதிகரிக்கத் தொடங்கிய பிறகு எனக் கருணையற்ற முறையில் தன் நகங்களைப் பெருக்கி அவளைப் பிராண்டிக்கொண்டிருந்தது பெரியம்மாவின் தனிமை.

கல்யாணமாகி மூன்று நான்கு வருடங்களுக்குப் பிறகு முத்தையன்வலசுப் பெரியப்பாவுக்கும் எங்கள் பெரியம்மாவுக்குமிடை யேயான உறவைப் பற்றிய சந்தேகங்கள் சவுந்திராபெரியம்மாவை அலைக்கழிக்கத் தொடங்கியிருக்கின்றன. தாழிடப்பட்ட வீட்டுக்குள் இருவருக்குமிடையே உருவாகி வளர்ந்து கொண்டிருந்த சண்டை, சச்சரவுகளுக்கான காரணங்களை முதலில் பெரியம்மாவால் புரிந்து கொள்ள முடிந்திருக்கவில்லை, சுவரில் செவிகளைப் பொருத்திக் கொண்டு சவுந்திரா பெரியம்மாவின் மூர்க்கமான பேச்சைக் கேட்ட

பெரியம்மா தாளமுடியாதவளானாள், "ஆமா அல்லாத்தையு அவுளுக்குக் குடுத்துப்புட்டு எங்கொளந்தைகளத் தெருவுல உடறதாக்கு?" எனவும், "சும்மா ஒருத்தி வந்து உங்குளுக்குக் கை,கால் புடிச்சுட்டுக்கிட்டிருப்பாளாக்கு?" எனவும், "எதுக்காவ எங்க போறதாருந்தாலு அவள இழுத்துக்கிட்டுப் போறீன்னு எனக்குத் தெரியாமயா கெடக்குது" எனவும் தன் புருஷனைத் துளைத்தெடுத்துக் கொண்டிருந்தாள், அவளிடமிருந்து விதவிதமான ஜாடைப் பேச்சுக்கள் வந்துகொண்டிருந்தன. ஆடு, கோழி, நாய், காகம் எனத் தென்பட்ட ஒவ்வொரு உயிரையும் தனது சாடைப்பேச்சுகளுக்கான கருவியாக மாற்றிக்கொண்டாள் சவுந்திராபெரியம்மா. எங்கள் பெரியம்மா வளர்த்துவந்த வெள்ளாடுகளில் ஏதாவதொன்றை அது தன் வீட்டின் வாசலில் நடமாடிக் கொண்டிருப்பதையோ சுவரில் முதுகை உரசிக்கொண்டிருப்பதையோ காணும்போது, "கெரவத்தே இங்க எதுக்கு வந்து ஒரசிக்கிட்டிருக்கறே? அரிப்பெடுத்தா வேற எங்கயாச்சு செக்குக்கிக்குக் கெடந்தா அதுல போயி ஒரசிக்கறதுதான?" எனத் தூற்றிக்கொண்டே அதை விரட்டினாள்,

பெரியம்மா வளர்த்து வந்த கோழிகளைத் தன் வீட்டின் புழக் கடையிலோ திண்ணையிலோ காணும்போது அவற்றின் மீது கற்களை வீசி எறிந்தாள், "கண்டாரோழுது, எங்கெங்கையோ போயிப் பீயத் தின்னுபுட்டு இங்க எம்பட ஊட்டுக்குள்ள வந்து பேண்டு வெக்கறே? கேக்க ஆளில்லீனா?" என உரத்த குரலில் கத்தித்தீர்த்தாள். பொறுத்துப் பொறுத்துப் பார்த்த பெரியம்மா, "அதெதுக்கு சவுந்துரு வாயில்லாச் சீவ மேல உம்பட ஆத்தரத்தக் காமிச்சுக் கிட்டிருக்கறே?" எனக் கேட்டதற்கு, "வாயில்லாச் சீவனாருந்தா என்ன? வாயிருக்கற சீவனா இருந்தா என்ன? அதது இருக்க வேண்டிய எடத்துல இருக்க வேண்டிய வெதத்துல இருந்துக்கோணு, மீறி வந்தா வாய்க்கு வாறதப் பேச வேண்டீதுதே, நானுங்காட்டி வெறும் பேச்சோட நிறுத்திக்கறெ, வேறொருத்தியா இருந்தா எதையாவுது எடுத்து இட்டுப்புடுவா" எனச் சொல்லிவிட்டுக் கழுநீர்த் தண்ணீரைக் கொண்டுவந்து படலுக்கு வெளியே விசிறியடித்தாள். அப்போதே போய்த் தெக்குவளவுப் பண்ணாடியிடம் முறையிட்டாள் எங்கள் பெரியம்மா, அவரது யோசனையை ஏற்று உடனடியாகப் புறப்பட்டுப் போய் சுந்தராடி வலசுப்பெரியம்மாவைத் துணைக்கழைத்துக் கொண்டு ரங்கபாளை யத்துக்குப் போனாள்.

அப்போது பன்னிரண்டு வயதான அம்மாவையும் ஒன்பது வயதேயான மெட்ராஸ் சின்னம்மாவையும் வைத்துக்கொண்டு படாதபாடு பட்டுக்கொண்டிருந்தார் காருமாமா. கண்ணீருடன் வந்து நின்ற அக்காவைத் தேற்றுவதற்கு வழியற்றவராய் தங்கைகளை அழைத்துக்கொண்டு உடையாம்பாளையம் வந்த காருமாமா பிறகு

அங்கேயே வேர்கொண்டு விட்டார். முத்தையன் வலசுப் பெரியப்பா விடமிருந்த குடிகளில் சரிபாதியைப் பிரித்து காருமாமாவிடம் கொடுத்தது ஊர். முத்தையன்வலசுப் பெரியப்பா அதனால் குலைந்துபோகவில்லை, நமக்குண்டானது நமக்கு, அவர்களுக்குண்டானது அவர்களுக்கு என உள்ளுக்குள் குமுறிக் கொண்டிருந்த சவுந்திராப்பெரியம்மாவுக்குச் சொல்லிவிட்டுத் தன் காரியங்களைப் பார்த்துக் கொண்டிருந்தார். ராசம்மா அத்தை செட்டியோடு ஓடிப்போன பிறகு, மனப்பிறழ்வுக்குள்ளாகியிருந்த காருமாமாவின் மீதான கருணையை மீறி அவருடன் தன் தகப்பன் சண்டையிட்டுக் கொண்டதையும் கடை சிக்காலம்வரை காருமாமாவும் அவரும் ஒருவர் முகத்தை ஒருவர் பார்த்துக்கொள்ளாமல் இருந்ததையும் அம்பிகா பதியண்ணனே பிறகொருநாள் எனக்குச் சொன்னார்.

சவுந்திராபெரியம்மாவின் மீது உருவாகியிருந்த வெறுப்பிலிருந்து பாதுகாத்துக்கொள்வதற்காகவே தனிமையின் கூண்டுக்குள் தன்னைச் சிறைப்படுத்திக்கொண்டாள் பெரியம்மா. அப்போதும் பிறகு எதிர் பாராத ஒரு சண்டையில் அவர்களுக்கிடையேயான உறவு முறிந்து போகும்வரையும் அவளுக்கு ஆதரவாக இருந்தவள் சுந்தராடிவலசுப் பெரியம்மாதான்.

11

பண்ணையக்காரர்களின் வீட்டுக் கிடாய் விருந்துகளில் காரு மாமாவுக்குத் தீராமல் வேலை கிடக்கும். அழைப்புச் சொல்வதி லிருந்து, உரிய சடங்கு சம்பிரதாயங்களுடன் கிடாய்வெட்டித் தோல் உரித்துக் கறியைக் கூறுபோட்டுப் பண்டாரங்களிடம் ஒப்படைப்பது வரை ஓய்வொழிச்சலில்லாமல் அலைந்து திரிவார் காருமாமா. கிடாய் வெட்டுகளின்போது பண்ணையக்காரர்களின் வீடுகளைவிட நாவிதர் களின் வீடுகளில் கறிப் புழக்காட்டம் அதிகமாக இருக்கும். பண் ணையக்காரிச்சிகளிடமிருந்து கொண்டுவந்து சேர்க்கும் பலகாரங் களும் சோறும் குழம்பும் கறியும் குண்டாகுண்டாவாக நிறைந்து கிடக்கும். திருமங்கலத்திலிருந்தும் சுந்தராடிவலசிலிருந்தும் நாச்சி பாளையத்திலிருந்தும் ரங்கபாளையத்திலிருந்தும் கள்ளிமந்தையத்தி லிருந்தும் வீட்டுக்கு இரண்டுபேராவது வந்திருப்பார்கள். அம்மா எங்கள் எல்லோரையும் அழைத்து வந்திருப்பாள். காளியம்மா அக்காவும் மச்சானும் எங்களுக்கு முன்பாகவே வந்துசேர்ந்திருப் பார்கள். பண்ணையக்காரர்களின் வீடுகளிலிருந்து கொண்டு வந்தது போதாதென்று பெரியம்மா வளர்த்துவந்த ஆட்டுக்குட்டிகளில் ஒன்றை வெட்டிக்கூறுபோட்டுக் கொண்டுவந்துவிடுவார் மாமா. மற்றதெல்லாம் தீர்ந்த பிறகு ஆகுமெனக் கால்களைக் கருக்கி எறவானத்தில் கட்டித் தொங்கவிட்டு வைத்துவிடுவார் காருமாமா.

கறி வெட்டுவதிலிருந்து மிளகரைப்பதுவரையான எல்லா வேலைகளையும் ஆளுக்கொன்றாகப் பகிர்ந்துகொள்வார்கள். கள்ளும் சாராயமும் குடித்துவிட்டு மூக்கு முட்டத் தின்று தீர்த்துவிட்டு எதையாவது பிதற்றிக்கொண்டு உருண்டு கிடப்பவர்களைப் பொருட்படுத்தாமல் மற்றவர்கள் தாயக்கரம் ஆடுவார்கள்... ஊர், உலகம் பற்றிப் பேசிக் கடந்துபோன வாழ்வின் எச்சங்களில் உழன்று திரிவார்கள். கறியும் சோறும் தின்றுவிட்டு நெளிக்கமாட்டாமல் கிடப்போம் நாங்கள். திருமங்கலத்து அத்தையும் சுந்தராடிவலசுப் பெரியம்மாவும் மிளகரைக்கவும் சமைக்கவும் நேர்ந்துவிடப்பட்டவர் களைப் போல் எப்போதும் அடுப்படியிலேயே கிடப்பார்கள்.

மிளகரைப்பதற்குத் தேவையான மிளகாய், கொத்தமல்லி, வெங்காயம், பட்டை, கிராம்பு, சீரகம், பூண்டு என எல்லாவற்றையும் ஒவ்வொன்றாக வறுத்து உலர்த்தி எடுத்துக்கொண்டு திருமங்கலத்து அத்தையையும் அம்மாவையும் அழைத்துக்கொண்டு ஊர்ப் பொதுச் செக்குக்குப் போவாள் சுந்தராடிவலசுப் பெரியம்மா. உடையாம்பாளை யத்தில் அப்போதிருந்த செக்குகளின் நீள, அகலத்துக்கு ஒரே தடவையில் எல்லாவற்றையும் போட்டு அரைத்துவிட முடியும். இரண்டு, இரண்டரையடி உயரமும் ஒன்றரையடிச் சுற்றளவுமுள்ள குழவிகளை ஒற்றை ஆளால் அசைக்க முடியாது. மேனாட்டிலிருந்து கொண்டுவரப்பட்டவை போல் தோற்றமளிக்கும் அந்தக் குழவிகளை சுந்தராடிவலசுப் பெரியம்மா வெகு எளிதாகச் சுழற்றிவிடுவாள், அவளுக்கு மிகப் பருத்த உடல்வாகு, செக்கைவிட அவள் அகலமான வளாகத் தென்படுவாள், அதைச் சுமந்துகொண்டு எப்படி அவளால் சுந்தராடிவலசிலிருந்து உடையாம்பாளையத்துக்குக் கால்நடையாகவே வந்துசேர முடிகிறது என ஆச்சரியமாக இருக்கும்,

அவள் திடகாத்திரமான மனுஷி என்றாள் பெரியம்மா. எந்தவிதமான வேலைகளுக்கும் அசரமாட்டாள். அறுப்புக் காலங் களில் குடிமுறைமைக்கான கூலியாகப் பண்ணையக்காரர்களிட மிருந்து கிடைக்கும் தவச, தானிய மூட்டைகளை வேறு யாருடைய உதவியும் இல்லாமல் அவளாகவே தோளில் தூக்கி வைத்து வீட்டுக்குக் கொண்டுவந்து சேர்த்துவிடுவாளாம். ஆம்பராந்துக்கரையில் அவளைப் போல் பக்குவமாய்க் கறிக்குழம்பு காய்ச்சத் தெரிந்த பெண்கள் அபூர்வம். அவள் சமைத்துப்போடும் ஆடு, கோழி, பன்றிக் கறியைச் சாப்பிட்டுவிட்டுப் போகும் ஒறம்பறைகள் பிறகு ஒருநாளும் அந்த ருசியை மறக்கமாட்டார்கள் என அடிக்கடி அவளைப் புகழ்ந்துதள்ளிக்கொண்டிருப்பாள் எங்கள் பெரியம்மா. அவள் சொல்வது சற்று மிகை எனத் தோன்றினாலும் அவள் சமைக்கும் அசைவ உணவுகளுக்கெனத் தனி ருசி இருந்தது. அது தவிர வேறு எத்தனையோ காரணங்களுக்காக வாய்ப்புக் கிடைத்தபோதெல்லாம் அவளைப் புகழ்ந்து கொண்டே இருந்தாள் எங்கள் பெரியம்மா. நாளுக்கு எட்டுமுறை “அவளாட்ட இல்ல” என்பாள், “சாதி சனத்தும் பேருல அவுளுக்கு அத்தன பிரியம், ஊர், நாட்ல ஒருத்துருக்கொண் ணுன்னா மொதல்ல அவதே வந்து நிப்பா” என்பாள். எட்டுக்கொரு முறையாவது சுந்தராடிவலசுக்குப் போய் இரண்டு நாட்கள் அவளுடன் தங்கியிருந்து விட்டு வராவிட்டால் பெரியம்மாவால் ஒருகிடையில் இருக்க முடியாது.

வரும்போது சுந்தராடிவலசுப்பெரியம்மாவைக் கையோடு உடையாம்பாளையத்துக்கு அழைத்துக்கொண்டு வந்துவிடுவாள் எங்கள் பெரியம்மா. இரண்டு பேரும் சேர்ந்து சீடை, முறுக்கு,

கச்சாயம், ஒப்புட்டு என விதவிதமான பலகாரங்களைச் சுட்டெடுத்துப் பானைகளில் அடுக்கிவைத்துக்கொள்வார்கள். பிறகு ஆளுக்குப் பாதியாகப் பிரித்து வேட்டிக்கிழிசல்களில் முடிந்து பித்தளை வாளிகளில் போட்டு மூடி எடுத்துக்கொள்வார்கள். சுந்தராடிவலசுப் பெரியம்மா தன் பங்குகளை நாய்க்கன்வலசிலிருந்த தன் அக்கா வீட்டுக்கும் ஒத்தப்பனையில் ஸ்பின்னிங் மில்லில் வேலை செய்து கொண்டிருந்த தம்பி வீட்டுக்கும் கொண்டு செல்வாள், எங்கள் பெரியம்மாவுக்கு காளியம்மாஅக்கா ஒருத்திதான் மகள். எனினும் அவள் தனக்கு நேர் இளையவளான எங்கள் அம்மாவுக்கும் அம்பிகாபதியண்ணனுக்கும் சென்னாக்கல் மேட்டில் வசிக்கும் மெட்ராஸ் சின்னம்மாவின் மாமனார் மாமியாருக்கும் எனச் சுந்தராடி வலசுப் பெரியம்மாவைப் போலவே அவரவருக்கான பங்கை வேட்டிக் கிழிசல்களில் முடிந்து வைத்துக்கொள்வாள். கூடவே தலைக்கொன்று என மூன்று நான்கு கோழிகள், கால்களில் சரடு கட்டி ஈரத்துணியால் போர்த்தி மூடிச் சாக்குப்பைக்குள் வைத்து எடுத்துக்கொள்வார்கள். ஈரம் காயும்வரை கோழிகள் சத்தமிடாது என அப்போது பேருந்து களில் பயணம் செய்துவந்த பயணிகள், ஓட்டுநர், நடத்துநர் உள்ளிட்ட எல்லோரும் நம்பிக்கொண்டிருந்தார்கள்.

பேருந்துகளில் கோழி, பூனை, புறா, முயல், காடை போன்ற உயிருள்ள ஜீவனகளைக் கொண்டு செல்வதற்கு அனுமதி மறுக்கப் பட்டிருந்தது. அதை மீறி யாராவது கொண்டு வருகிறார்களா எனப் பயணிகளின் உடைமைகளைக் கவனமாகச் சோதித்துக்கொண்டி ருப்பார்கள் நடத்துநர்கள். பயணிகளில் பெரும்பாலானோரிடம் ஏதாவதொரு மூட்டை இருக்கும். அவற்றுக்குள் பதுங்கியிருக்கும் கோழிகளைக் கண்டுபிடிப்பது அவ்வளவு சுலபமல்ல. மூட்டைகளை இருக்கைகளுக்கு அடியில் செருகி வைத்துவிட்டுக் கண்களை மூடிக்கொண்டிருக்கும் முகங்களை ஆராய்வார்கள், அவற்றில் தென்படும் பதற்றத்தைக்கொண்டு ஒருவிதமாக யூகித்துவிடுவார்கள். நடத்துநர்களை ஏமாற்றுவதற்கு முகத்தைப் பாறை போல் வைத்துக் கொள்ள வேண்டும், அல்லது சத்தம்போட்டுப் பேசிக்கொண்டிருக்க வேண்டும், பெருங்குரலெடுத்துச் சிரித்துக்கொண்டிருக்க வேண்டும். அந்தச் சத்தத்தில் கோழிகள் கத்தினால் நடத்துநரின் செவிகளுக்குக் கேட்காது. அவற்றை மீறிக் கோழிகளைக் கண்டு பிடித்துவிடும் சாமர்த்தியம் நடத்துநர்களுக்கு இருந்தது,. சிக்கிவிட்டால் கருணையே இல்லாமல் நடுவழியில் இறக்கிவிட்டுவிட்டுப் போய்விடுவார்கள்.

கோழிகளும் லேசுப்பட்டவைகள் அல்ல. தமது கழுத்தை அறுப்பதற்காகக் கொண்டுசெல்பவர்களின் நம்பிக்கையைக் காப்பாற்றுபவை போல் காட்டிக்கொண்டு எந்தச் சிறு சத்தமும் எழுப்பாமல் வெகு அமைதியாகச் சுருண்டு கிடக்கும் கோழிகள் நேரம்

பார்த்து ‘க்கொக்’ எனக் கத்தி அவர்களைக் காட்டிக்கொடுத்துவிடும். தயவுதாட்சண்யம் பார்க்காமல் விசிலை ஊதி விடுவார், “தாரு கோழி வெச்சுருக்கறது? கோழி வெச்சுருக்கறதாரு? கோழியக் கொண்டாரக் கூடாதுன்னு சொன்னாக் கேக்கமாண்டீங்களாக்கு?” எனக் கேட்டுக் கொண்டே மூட்டைகளைச் சோதிப்பார், கோழிகள் அத்துவானக் காடுகளில் போய்க்கொண்டிருக்கும் போதுதான் கத்தித்தொலைக்கும்.

இது பற்றிய ஏராளமான கதைகள் அப்போது புழக்கத்திலிருந்தன. ஆனால் பெரியம்மாக்கள் இருவரும் தங்கள் ஒவ்வொரு பேருந்துப் பயணத்தின்போதும் கோழிகளைக் கொண்டுசென்றிருக்கிறார்கள், ஒருமுறைகூட அவை நடு வழிகளில் கத்தியதில்லை. பெரியம்மா துண்டிருக்கம் பிடித்த சில கோழிகளை வளர்த்து வந்தாள், அவை கூடப் பேருந்துப் பயணங்களின்போது அமைதியாகவே தமது இறுதிப்பயணத்தைத் தொடரும், உரிய நிறுத்தத்தை அடைந்து பேருந்திலிருந்து இறங்கி இரண்டு எட்டு வைத்தமாத்திரத்தில் ‘கேகே’யெனப் பெருங்குரலெடுத்துக் கத்திவிடும், வசைபாடுவதைத் தவிர நடத்துநரால் அப்போது ஒன்றுமே செய்யமுடியாது.

இருவரும் தங்கள் பயணத்திட்டத்தை துல்லியமாக வகுத்துக் கொள்வார்கள், பைகளையும் தூக்குவாளிகளையும் சுமந்துகொண்டு வேகமாக எட்டு வைத்து நடப்பார்கள், அப்போது உடையாம்பாளை யத்திலிருந்து வெளியேறிச் செல்வதற்குத் தார்ச்சாலை கூட இல்லாதி ருந்தது, நாய்க்கன்வலசு மூன்று மைல் சேரும், இருவரும் அதிகாலை யிலேயே புறப்பட்டுத் தோட்டம், காடுகளின் வழியாக இட்டேறி களையும் ஒற்றையடித்தடங்களையும் கடந்து தொக்கடாக்களைத் தாண்டி வெகுசீக்கிரத்தில் நாய்க்கன்வலசை அடைந்துவிடுவார்கள். மீந்திருக்கும் பகல் பொழுதையும் அன்றைய முழுஇரவையும் அங்கு கழித்துவிட்டு மறுநாள் அதிகாலையில் முதல் பேருந்தைப் பிடித்து ஆறு, ஆறரைக்கெல்லாம் வெள்ளகோவில் வழியாக முத்தூரை அடைவார்கள், அங்கிருந்து இரண்டு, இரண்டரை மைல்கள் நடந்து சென்னாக்கல் மேட்டில் இருந்த மெட்ராஸ் சின்னம்மாவின் மாமனார் வீட்டை அடைவார்கள், அங்கு ஒரு வாய் காப்பித்தண்ணியைக் குடித்துவிட்டு சின்னமுத்தூர் வழியாக நொய்யலாற்றைக் கடந்து கால்நடையாகவே ஒத்தைப்பனைக்குப் போய்ச் சேர்ந்துவிடுவார்கள், பிறகு வேறெங்கும் நிற்காமல் நேராக ஈரோடு, கருங்கல்பாளையம் காளியம்மாஅக்கா வீட்டில் இரண்டுமூன்று நாள்கள் கிடை. இடையில் ஒருநாள் பூந்துறைக்குப் போய் அம்பிகாபதியண்ணனைப் பார்த்துவிட்டு வந்துவிடுவார்கள், அவர்களுடைய மீதி நாட்கள் பேட்டையில் இருந்த எங்கள் வீட்டில் கழியும். கணக்குப் போட்டுப் பார்த்தால் ஏழெட்டு நாள்கள் கழிந்திருக்கும்,

நாளாக நாளாக இருவருக்கும் வீட்டில் வளர்ந்துகொண்டிருக்கும் கோழிகளையும் ஆடுகளையும் பற்றிய கவலைகள் பெருகும், காருமாமா உடையாம்பாளையம் வருவதற்கு முன் அவற்றை சவுந்திராப்பெரியம்மாதான் பார்த்துக்கொண்டிருந்தாள், செய்த பலகாரங்களில் கொஞ்சத்தை அவளிடம் கொடுத்து, “வரவரைக்கு இதுகளச் சித்த பாத்துக்காயா, அதிகமில்ல மூணே நாள்ள வந்துருவெ” என வாக்களித்துவிட்டுப் புறப்படுவாள் பெரியம்மா. காருமாமா வந்தபிறகு அவற்றைத் தன் பொறுப்பில் எடுத்துக்கொண்டாள் ராசம்மாஅத்தை.

செட்டியோடு ஓடிப்போவதற்கு முன்பு ஆடுகளை மேய்ச்சலுக்கு ஓட்டிச்சென்றுகொண்டிருந்தவள் ராசம்மாஅத்தைதான், அவள் இல்லாமல் போனபிறகு ஆடுகளைப் பார்த்துக்கொள்ளும் முழுப் பொறுப்பையும் பெரியம்மா ஒருத்தியே ஏற்கவேண்டியிருந்தது. எங்கு சுற்றித் திரிந்தாலும் ஆடு, கோழிகளைப் பார்த்துக்கொள்வதற்காக வெயில்தாழ வீடுவந்து சேர்ந்து விட வேண்டும். எங்காவது ஊர்,சேரி போய் இரண்டு நாட்கள் தங்க நேர்ந்தால் அவற்றைப்பற்றியே யோசித்துக்கொண்டிருப்பாள். அதைவிட காருமாமாவை வதைத்துக் கொண்டிருந்த காக்காய் வலிப்பு நோய் பற்றியே அதிகம் கவலைப் பட்டுக்கொண்டிருப்பாள் பெரியம்மா.

சுந்தராடிவலசுப் பெரியம்மாவுக்கு அந்தக் கவலை இல்லை,

மாமியார், மாமனார், கொழுந்தனார், இரண்டு ஆண்பிள்ளைகள் என ஏழெட்டுப் பேர்கொண்ட குடும்பம். ஆனால் பெரியப்பா மொடாக்குடியர். கண்மண் தெரியாமல் குடித்துவிட்டு எங்காவது விழுந்துகிடப்பார். இளையவனைத் துணைக்கழைத்துக்கொண்டு டார்ச் லைட்டின் உதவியுடன் வட்டார வழியெல்லாம் தேடி வீடு கொண்டுவந்து சேர்த்துவிடுவாள் பெரியம்மா, அது இல்லாமல் போகும்போது லாந்தரை எடுத்துக் கொள்வாள், கல்கட்டு, சாவடி, குட்டிச் சுவர்கள், ஊரெல்லையில் இருந்த மாகாளியம்மன் கோயில், ஆவரஞ் செடிகள் மண்டிய மந்தை, குயவன்சூளை, தொண்டுப் பட்டிகள், பனந்தோப்புகள், ஆளரவமற்ற கருப்பராயன் கோயில், சீட்டுவிளையாடுவதற்கென சுந்தராடிவலசு ஆட்களால் துப்புரவாக்கப் பட்டு ஒதுக்கிவைக்கப்பட்டிருக்கும் புதர்கள் என எல்லா இடங் களிலும் தேடித்திரிவார்கள். நாய்களின் குரைப்பைப் பொருட்படுத் தாமல் பெருங்குரலெடுத்து அவரை அழைப்பார்கள், அவள் ஊரில் இல்லாதபோது அந்தப் பொறுப்புக்கு வேறு ஆட்கள் இல்லை, வந்தால் வர வேண்டியதுதான், போனால் போக வேண்டியதுதான் எனக் குமைந்து கொண்டே அந்த ஏழெட்டு நாட்களையும் கழித்துக் கொண்டிருப்பாள் சுந்தராடி வலசுப்பெரியம்மா.

எப்போதும் எதையாவது பேசிக்கொண்டே இருப்பார்கள் இருவரும். ஒன்றாக இருக்க வாய்க்கும் இரவுகளில் ஒரே பாயை விரித்துப் படுத்துக்கொண்டு பேசிச்சிரித்துக் கிடப்பார்கள். இருவருக்கு மிடையேயான உறவைப் பற்றி சொந்தக்காரர்களிடமும் ஊரிலும் ஏதேதோ பேச்சுகள் உலவிக்கொண்டிருந்தன. அவற்றில் சங்கட மானவை பெரியம்மாக்கள் இருவருக்கும் வேறு எங்கோ ரகசியக் காதலர்கள் இருப்பதைப் பற்றியவைதாம். அவர்களைச் சந்திப்பதற் காகவே இருவரும் சீடையும் கச்சாயமும் முறுக்கும் கோழிகளும் என மூட்டை கட்டி எடுத்துக்கொண்டு ஊர்ஊராகச் சுற்றிக்கொண்டிருக் கிறார்கள் என்றார்கள். தங்கள் செவிகளை எட்டியபோதும் இருவரும் அந்தக் கதைகளைப் பொருட்படுத்தியதில்லை.

எனக்கு ஒருமுறையாவது சுந்தராடிவலசுக்குப் போய் பெரியம்மா தவசதானிய மூட்டைகளை வீடுகொண்டுவந்து சேர்க்கும் வீரதீரச் செயலை நேரில் பார்க்க வேண்டும் என்னும் ஆசை இருந்தது, அதற்கு வாய்க்கவே இல்லை.

பல வருடங்களுக்குப் பிறகு அவளது பேரன் பேத்திகளின் காது குத்துக்காக வீரக்குமார்கோயிலுக்குப் போயிருந்தபோது மண்டபத்தின் ஒதுக்குப்புறமான பகுதியில் சுந்தராடிவலசுப் பெரியம்மாவைப் பார்த்தேன். அப்போது அவள் முன்பைவிட இருமடங்கு பெருத்த உடல் கொண்டவளாக இருந்தாள். அவளது கால்கள் யானையின் கால்களைப் போல் வீங்கியிருந்தன, அப்போது அவளால் தன் பருத்த கைகளை அசைக்கக்கூட முடியவில்லை. முகமும் வீங்கினாற் போல் தென்பட்டது. “நல்லாருக்கறீங்களா பெரீமா?” என அருகில் போன போது, “எங்க சாமி, ஒடம்புக்கே நல்லால்ல, கேட்டா பிரசருங்கறாங்க, சுகருங்கறாங்கொ, கவுச்சி கிவுச்சி ஒண்ணு வாயில வெச்சறப்படாதுன் னுட்டாங்கொ, தெனமு பத்தியச் சோறுதே, பாரு பேரங்காதுகுத்துக்கு வந்தவளுக்கு உப்புமில்லாமக் காரமுமில்லாம வெறும்பருப்பக் கடஞ்சு கொண்டாந்து வெச்சுப்புட்டுப் போயிருக்கறா மருமவ” எனத் தனக்கெதிரே வைக்கப்பட்டிருந்த எவர்சில்வர் தட்டுக்களைக் காண்பித்தாள்.

அவளது உடல் நிலை மோசமாகிக்கொண்டே போனது,

அடுத்த மூன்று வருடங்களுக்குள் போய்ச் சேர்ந்துவிட்டாள். நாங்கள் யாரும் துக்கம் கேட்கப் போகவில்லை, பேரன் பேத்திகளின் காதுகுத்து முடிந்தபோது சுந்தராடிவலசுப் பெரியம்மாவுக்கும் உடையாம்பாளையத்துப் பெரியம்மாவுக்கும் பெரிய சண்டை வந்துவிட்டதாம், சண்டையில் பெரியம்மாவுக்குச் சார்பாக அம்மாவும் மெட்ராஸ் சின்னம்மாவும் காளியம்மாஅக்காவும் களத்தில் இறங் கினார்களாம். வார்த்தைகள் தடித்து, வீரக்குமாரசாமியின் கண்ணெ

திரிலேயே ஒருவரையொருவர் ஆபாசமாகத் திட்டித்தீர்த்துக்கொண் டார்களாம், அப்போது நான் இல்லை, கிடாய்க்கறி சாப்பிட்டுவிட்டு உடனடியாகக் கிளம்பிப்போயிருந்தேன், "அதையேங்கேக்கற? காதுகுடுத்துக் கேக்க முடீலெ, கண்டார, கழதன்னு பேசுன வார்த்தை யென்ன? ஒவ்வொருத்திக்குமு அத்தன கெட்ட வார்த்த தெரிஞ்சுருக்குது பாத்துக்குவே, கோய நாறிப் போச்சு, இனி அவகோட ஒட்டுற வில்லைன்னு அல்லாஞ்சேந்து வீரக்குமார் கோயல்ல சத்தியம் பண்ணிப்புட்டு வந்தாங்களாமா, நாலுபேருத்தையுஞ் சமாதானப்படுத் தறதுக்கு உங்கு காருமாமெ எவ்வளவோ முயற்சி பண்ணிப் பாத்து ருக்குது, ஆரு அடங்குல" எனப் பிறகொரு நாள் அந்தச் சண்டையைப் பற்றி விவரித்தார் அப்போது அங்கே இருந்த முத்தையன்வலசுப் பெரியப்பா. "இனிச் செத்த இழவு கிடையாது" என இருதரப்பினரும் சூளுரைத்துவிட்டு வீரக்குமார் கோயிலிலிருந்து வெளியேறினார் களாம்.

அதற்குப் பிறகு தெரட்டிச் சீர், எழுதிங்கள் எனச் சில உறவினர் வீட்டு விஷேசங்களுக்குப் போனபோது சுந்தராடிவலசுப் பெரியம் மாவைப் பார்த்தாக அம்மா சொன்னாள். மூன்றாவதாகவும் கடைசியாகவும் பார்த்தபோது சருகாக இளைத்துப்போயிருந்தாளாம். அம்மாவைக் கண்டதும் முகத்தைத் திருப்பிக்கொண்டாளாம், "திருப்பீட்டுப் போனாப் போயிட்டுப் போறா உடு முத்து, அதுதே செத்தெழவில்லீன்னு ஆவிப்போச்சு" எனப் பெரியம்மா சொன் னாளாம். அதற்குச் சில நாட்களுக்குப் பிறகு நான் ஒருமுறை சுந்தராடி வலசுப் பெரியம்மாவை வெள்ளகோவில் அரசு ஆரம்ப சுகாதார நிலையத்தில் பார்த்தேன். அப்போது அவள் அம்மா சொன்னது போல் அவ்வளவு மோசமாக இளைத்துப்போயிருக்கவில்லை. மருந்து, மாத்திரைகளைப் பெற்றுக்கொண்டு வரிசையை விட்டு வெளியே வந்தவள் என்னைப் பார்த்ததும் அதே போல் முகத்தைத் திருப்பிக் கொண்டாள், அதைப் பொருட்படுத்தாமல் நெருங்கிச் சென்று, "நல்லாருக்கறீங்களா பெரீமா?" என வழக்கமான ஒரு வார்த்தையைக் கேட்டதற்கு, "நல்லால்லாம என்ன செத்தா போயிருவெ?" என மூர்க்கமாகப் பதிலளித்துவிட்டு சாத்தியப்பட்டதற்கும் அதிகமான வேகத்தில் அங்கிருந்து அகன்றாள். இதைப்பற்றி அம்மாவிடம் சொன்னபோது, "நீயேப்பா அவளப் போயி நல்லாருக்கறயான்னு கேட்டே?" எனக் கடிந்துகொண்டாள். அவ்வளவு வெறுப்புக்குக் காரணமான அந்தச் சண்டையைப் பற்றியோ அதன் பின்புலங்களைப் பற்றியோ யாருக்கும் எதுவும் தெரிந்திருக்கவில்லை.

12

சாவதற்கு ஆறேழு மாதங்களுக்கு முன்பிருந்தே சுந்தராடிவலசுப் பெரியம்மா கிடைகிடப்பது பற்றிய செய்திகள் வந்துகொண்டிருந்தன. அவள் அம்மாவுக்கும் மெட்ராஸ் சின்னம்மாவுக்கும் உடையாம் பாளையத்துப் பெரியம்மாவுக்கும் காருமாமாவுக்கும் ஒன்றுவிட்ட சகோதரி முறை. தன் சொந்தத் தங்கைகளைவிட ஒருபடி மேலாகவே சுந்தராடிவலசுப் பெரியம்மா மீது அன்பு வைத்திருந்தாராம் காருமாமா. என்னதான் சண்டையென்றாலும் கிடையாய்க் கிடப் பவளைப் போய்ப் பார்க்காமலிருப்பது சரியல்ல எனத் தன் சகோதரி களுக்குச் சொல்லிப்பார்த்தாராம். யாரும் அதைப் பொருட்படுத்த வில்லை.

அவளது இரண்டு மகன்களோடும் பால்யத்திலிருந்து எனக் கிருந்துவந்த உறவு அதற்குப் பிறகும்கூட முறிந்துபோயிருக்கவில்லை. விருந்து விஷேசங்களில் சந்தித்துக்கொள்ளும்போது, "ஏப்பா, நல்லாருக்கறயா? பெரீமா நல்லாருக்காங்களா?" எனக் கேட்டுக் கொள்ளும் அளவுக்கும் சொந்தபந்தங்களைப் பற்றி விசாரித்துக் கொள்ளும் அளவுக்கும் அதற்கு மேலாகவும் கூட அந்த உறவு நீடித்துக் கொண்டிருந்தது.

தன் சகோதரிகளுக்கும் சுந்தராடிவலசுப் பெரியம்மாவுக்கு மிடையேயான உறவு முறிந்துபோனாலும் காருமாமா அவளுடனும் அவளது குடும்பத்தாருடனும் எப்போதும் போலவே இருந்துவந்திருக் கிறார், இருவரும் பரஸ்பரம் பரிவோடு இருந்துவந்திருக்கிறார்கள், ஒவ்வொரு சந்தை நாளிலும் கொஞ்சம் பொரி கடலையை வாங்கிக் கொண்டு பெரியம்மாவுக்குத் தெரியாமல் சுந்தராடிவலசுக்குப் போய் அவர்களுடன் கொஞ்சநேரம் இருந்துவிட்டு வந்திருக்கிறார் காருமாமா, மாமாவுக்கு உடல்நலக்குறைவு ஏற்பட்டபோது சுந்தராடிவலசுப் பெரியம்மாவின் மகன்கள் வேறு யாருக்கும் தெரியாமல் வெள்ள கோவில் அரசு மருத்துவமனைக்கு அவரை அழைத்துச்சென்றிருக் கிறார்கள், எங்கள் பெரியம்மா ரத்தஅழுத்த நோய்க்குச் சிகிச்சை

பெறுவதற்காக மகள் வீட்டுக்குப் போய் இருந்துகொண்டிருந்த காலங்களில் அந்த உறவு இன்னும் வலுப்பட்டிருந்திருக்கிறது, அப்போது சுந்தராடிவலசுப் பெரியம்மா மாமாவுக்கு வேட்டி, சட்டை, துண்டு, கைவைத்த பனியன்கள் போன்றவற்றை எடுத்துத் தந்திருக் கிறாள். அவ்வப்போது அந்த வேட்டிகளைப் பயன்படுத்திக்கொண் டிருந்த காரு மாமா சட்டைகளை அரிதாகவே பயன்படுத்தியிருக் கிறார். காருமாமாவின் ட்ரங் பெட்டியில் இருந்த அந்த வேட்டிகளில் ஒன்றைத் தேடியெடுத்துத்தான் அவரது சடலத்துக்குப் போர்த்தி யிருந்தார் முத்தையன் வலசுப்பெரியப்பா.

டிரங் பெட்டிக்குள் மடித்து வைக்கப்பட்டிருந்த சட்டையைப் பெரியம்மாவும் அம்மாவும் மாமா காடு போய்ச் சேர்ந்த பிறகு பார்த்திருக்கிறார்கள். சட்டைகளில் ஒன்று மடித்தது மடித்தவாக்கில் அப்படியே புதிதாக இருந்ததைக் கண்ட மெட்ராஸ் சின்னம்மா, “ஏதக்கா இந்தச் சட்ட? நீ எடுத்துக்குடுத்தியாக்கு?” என அம்மாவிடம் கேட்டிருக்கிறாள், “இல்லையா, நா எடுத்துக் குடுக்குலியா, எங்க காட்டு பாக்கலா” எனச் சின்னம்மாவிடமிருந்து அதைக் கேட்டு வாங்கியிருக் கிறாள் அம்மா, அப்போது முத்தையன்வலசுப் பெரியப்பாவின் வீட்டுக் காரைவாசலில் தாயக்கரம் விளையாடிக்கொண்டிருந்த எங்கள் பெரியம்மா அவர்களது பேச்சைக் கேட்டு ஆட்டத்தை நிறுத்திவிட்டு அங்கு வந்திருக்கிறாள்,

அவளுக்கும் ஆச்சரியம், “ஏ முத்து, நீ கீது எடுத்துக் குடுத்தியா?” என அம்மாவிடம் கேட்டாள் பெரியம்மா, “இல்லையாக்கா, நா எடுத்துக் குடுக்குலியே” என சின்னம்மாவுக்குச் சொன்ன அதே பதிலை பெரியம்மாவுக்கும் சொன்னாள் அம்மா, “நா போன தீபாவளிக்குக் கதர்க்கடைல இருந்து ரண்டு வெள்ளச்சட்டதே எடுத்தாந்து குடுத்தெ, அதெல்லா புழுதியடிச்சுக் கெடக்குது” எனத் துவைப்பதற்காக எடுத்துப்போடப்பட்டிருந்த பழுப்பேறிய கதர்ச் சட்டைகளைக் காட்டினாள், என்ன காரணத்தாலோ சகோதரிகள் மூவரையும் அந்தச் சட்டை பதற்றமடையச் செய்திருக்கிறது, “பின்ன ஆரு எடுத்துக் குடுத்துருப்பாங்கொ?, நம்புளக்குத் தெரியாமெ?” எனப் பித்தான்களைக் கழட்டிப் பிரித்துப் பார்த்தாள் மெட்ராஸ் சின்னம்மா,

லேபிளில் வெள்ளகோவில் ஜவுளிக்கடை ஒன்றின் பெயர் இருந்தது, “இங்க வெள்ளகோயலல்லதே எடுத்துருக்குமாட்ட இருக்குது” என்றவள், “அண்ணனே எடுத்துருக்குமோ?” எனக் கேட்டாள். மெட்ராஸ் சின்னம்மாவிடமிருந்து அதை வாங்கி மீண்டுமொரு கவனமாகப் பார்த்த பெரியம்மா, “அவனெங்க வெள்ளகோயப் போயிச் சட்டய வாங்கறே, சட்டய? வருஷமாச்சு அவெ ஒடையாம் பாளையத்தத் தாண்டிப் போயி” என அதை எடுத்துக்கொண்டு

முத்தையன்வலசுப் பெரியப்பாவைத் தேடிச்சென்றாள், தன் கயிற்றுக் கட்டிலில் கண்களை மூடி எதையோ யோசித்துக்கொண்டிருந்த பெரியப்பாவிடம், "ஏனுங் மச்சே காரு பெட்டிக்குள்ற இந்த அங்கராக்கு இருந்துது, நீங்க பாத்தீங்களா? நீங்க எடுத்துக்குடுத்தீங் களாக்கு?" எனக் கேட்டாள். கண்களைத் திறக்காமலேயே, "ஆமா. நானுந்தேம் பாத்தெ, போத்தறதுக்கு வேட்டித் துணி எதாச்சு இருக்குமான்னு பாக்கறதுக்காக அந்தப் பொட்டியத் தொழவுன, அப்ப இதுந்தே ஒரு கோட்டுல கெடந்துது" என்றார் பெரியப்பா, "அப்ப நீங்க எடுத்துக் குடுக்கிலியா?" என விடாமல் கேட்டாள் பெரியம்மா, "நானெங்கயாயா வெள்ளகோயப் போயி மாப்பளைக்குச் சட்டை யெடுத்தாந்து குடுக்கப் போறெ? ஒரு பொவிலக் குச்சி வாங்க ஒரு நட இதா, இவத்த இருக்கற நாய்க்கமலசுக்குப் போயிட்டு வாறதுக் குள்ள கை,காலெல்லா உட்டுப்போவுதெனக்கு" என முணுமுணுத்துக் கொண்டே எழுந்து கட்டில் சட்டத்தில் கால்களைத் தொங்கவிட்டு உட்கார்ந்துகொண்டு அந்தச் சட்டையை வாங்கிப் பார்த்தார் முத்தையன்வலசுப் பெரியப்பா.

பத்துப் பதினைந்து நிமிடங்களுக்குள் அந்தச் சட்டை மாமாவின் அறியப்படாத ரகசியங்களுக்கான குறியீடாக மாறிப்போயிருந்தது. ரகசியத்தை எனக்குச் சொல்லியிருந்த சுந்தராடிவலசுப்பெரியம்மாவின் இளைய மகன் தனக்கு அதுபற்றி எதுவுமே தெரியாது என்பதுபோல் இருந்தான், நான் அவர்கள் மூன்று பேராலும் அந்த ரகசியத்தைக் கண்டுபிடிக்க முடிகிறதா எனப் பார்த்துக்கொண்டிருந்தேன். இருவரும் கண்களைச் சிமிட்டிக்கொண்டோம்.

கிராமநிர்வாக அலுவலரின் அதிகாரபூர்வமற்ற உதவியாளராகக் கொஞ்ச காலம் வேலை பார்த்துவந்த எனது அந்த ஒன்றுவிட்ட சகோதரன்தான் காரு மாமா முதியோர் உதவித்தொகை பெற உதவியவன். அதற்காக கிராம நிர்வாக அலுவலர் அலுவலகத்திற்கும் வருவாய் ஆய்வாளர் அலுவலகத்திற்கும் வட்டாட்சியர், மாவட்ட ஆட்சியர் அலுவலகங்களும் நடையாக நடந்தவன், ஆனால் அதைப் பற்றி மாமா யாரிடமும் சொல்லவில்லை, அப்போது பெரியம்மா ஈரோட்டில் மகள் வீட்டிலிருந்தாள், வயது அறுபத்தியேழைக் கடந்திருந்ததை மருத்துவமனைப் பதிவேடு மூலம் அறிந்துகொண்ட காளியம்மா அக்காவின் மருமகன் அவருக்கு முதியோர் உதவித் தொகை கேட்டு விண்ணப்பித்திருந்தார், மின்வாரியத்தில் உதவிப் பொறியாளராக இருந்த அவருக்கு ஆட்சியர் அலுவலகப் பிரிவு எழுத்தர்கள் சிலரிடம் தொடர்பு இருந்ததால் சீக்கிரத்திலேயே அதற்கான அனுமதி ஆணையையும் பெற்றுத்தர அவருக்கு முடிந் திருந்தது.

அதைப் பெற்றுக்கொண்ட கையோடு புறப்பட்டு உடையாம் பாளையம் வந்து சேர்ந்த பெரியம்மா மறுநாளிலிருந்து தபால்காரரை எதிர்பார்த்துக் காத்திருந்தாள். மாமாவைப் போலவே அவளும் தன் தம்பியிடம் அதுபற்றி எதுவும் சொல்லவில்லை, உண்மையில் பெரியம்மா காருமாமாவுக்கு அப்போது அறுபத்தைந்து வயது பூர்த்தியாகிவிட்டிருந்ததால் அவருக்கும் முதியோர் உதவித்தொகை பெற்றுத்தர உதவுமாறு தன் பேத்தியின் கணவரிடம் கேட்டுக் கொண்டாளாம், பலமுறை வற்புறுத்தியும் ஏனோ அவர் அதைப் பொருட்படுத்தவில்லையாம், பெரியம்மாவுக்கு அதுபற்றி வருத்தமும் இருந்திருக்கிறது, பெரியம்மாவுக்கு முதியோர் உதவித்தொகை பெறுவதற்கான ஆணை கிடைத்த விஷயத்தை பணப்பட்டுவாடா செய்வதற்காக உடையாம்பாளையம் வந்திருந்த தபால்காரர் மூலம்தான் அறிந்துகொண்டாராம் காருமாமா, அதைப்பற்றிக் கேட்டபோது தனக்கு எதுவுமே தெரியாது என்றாளாம் பெரியம்மா, ஒருவேளை தனக்கே சொல்லாமல் பேத்தி வீட்டுக்காரர் அதற்கான முயற்சிகளை எடுத்திருக்கலாம் என்றவள், “வேணும்னா அவுங்க கிட்டக் கேட்டு உனக்குமு கெடைக்கறாப்பல ஏற்பாடு பண்ணீரலாங் காரு, நீ கவலப்பட்டுக்கிட்டிருக்காத” என்றாளாம். மாமா சற்று நேரம் எதுவுமே பேசவில்லையாம், “அந்தப் பேச்ச உடக்கா, அந்தப் பணத்த வாங்கி நா என்ன பண்ணப் போறெ? எனக்கென்ன புள்ளையா குட்டியா? இல்ல உனக்காட்டப் பேரம்பேத்திதே இருக்குதா?” என மிகச் சாதாரணமாகச் சொல்லிவிட்டு எழுந்துபோய்விட்டாராம்,

காருமாமாவும் தனக்கு முதியோர் உதவித்தொகை பெறுவதற்காக சுந்தராடிவலசுப் பெரியம்மாவின் மகன் மேற்கொண்டு வந்த முயற்சிகளைப் பற்றி எதுவுமே சொல்லவில்லையாம், இரண்டு மூன்று மாதங்களுக்குப் பிறகு மாமாவைப் போலவே பெரியம்மாவும் தபால்காரர் மூலமாகவே அதைத் தெரிந்து கொண்டாளாம். அதைப்பற்றிக் கேட்டபோது, “தெரீலியா, நா ரண்டொருக்கா தெக்குவலவுப் பண்ணாடிகிட்டச் சொல்லிக்கிட்டிருந்தெ, அவிய சொல்லித்தே ஆடர் போட்ருப்பாங்களாட்ட இருக்குது, இன்னத்த நா அவுங்களப் பாத்தாக் கேக்கறனெடு” எனச் சொல்லிக்கொண்டே தபால்காரரிடமிருந்து பணத்தைப் பெற்றுக்கொண்டாராம் மாமா.

பெரியம்மாவுக்கு ஆத்திரம். தம்பி பொய் சொல்வதாகவும் தன்னிடமிருந்து எதையோ மறைக்க முயல்வதாகவும் சந்தேகம். அன்றிரவு முழுவதும் கண்வைத்து மூடாமல் புரண்டு கொண்டே கிடந்திருக்கிறாள், அவளுடைய கயிற்றுக்கட்டிலின் தொடர்ந்த கிரீச்சிடலைக் கேட்டுக்கொண்டிருந்த காரு மாமா. “ஏக்கா? ஒடம்புக்கு எதாச்சுமா? ஏ பொரண்டுக்கிட்டே கெடக்கறே?” எனக் கேட்டாராம். அதற்குப் பிறகு அவளது கட்டில் கிரீச்சிடவில்லை, மறு நாள்

அதிகாலையிலேயே புறப்பட்டுக் கரூருக்குப் போனவள் தெக்குவளவுப் பண்ணாடியின் பங்களாவுக்குப் போய் அவரிடமே கேட்டுத் தெரிந்து கொண்டு திரும்பினாளாம். பிறகு யார்யாரையோ விசாரித்து ஆறேழு நாள்களில் துப்புக் கண்டுபிடித்தவள், "ஏ உனக்கு அவ பயந்தேங்கெடச் சானுக்கு? திருப்பதிக்கும் போயிப் பரதேசி கால்ல உழுவறாப்பல, உனக்கெல்லா ஈசுகீசு இருக்குதா இல்லையா?" எனக் கேட்டாளாம். அதோடு விடாமல், "நீயென்னமோ தெனமு சுந்தராடிவலசுக்குப் போயிட்டு வாரயாமா? அங்க அவளப் பாக்கத்தேம் போறயா இல்ல வேற எவளயாச்சும் பாக்கப் போறயா? அவ அதுக்கு தொண நிக்கறாளாக்கு?" எனக் கடுமையாகக் கேட்டாளாம். மாமா மோசமான வசைச் சொல் ஒன்றின் வழியே அவளுக்குப் பதிலடி கொடுத்தாராம், அதற்குப் பிறகு ஆறேழு மாதங்கள் வரை அக்காளுக்கும் தம்பிக்கு மிடையே பேச்சு வார்த்தையே இல்லாமல் போயிற்றாம். அப்போது தான் காருமாமா யாரிடமும் சொல்லாமல் புறப்பட்டு கஞ்சமலை அடிவாரத்தில் இருந்த வேம்படிதாளத்துக்குப் போய்விட்டாராம்,

இதெல்லாம் மாமாவைக் காடுகொண்டு போய்ச் சேர்த்துவிட்டு வந்து ஆம்பராந்து ஆற்றின் படுகையில் இருக்கும் மடையோரம் மருதமர நிழலில் உட்கார்ந்து பீரையும் விஸ்கியையும் பருகிக் கொண்டே இழவுக்கு வந்திருந்த சுந்தராடிவலசுப் பெரியம்மாவின் இளையமகன்தான் எனக்குச் சொன்னது. செத்தஇழவு வேண்டாம் என்னும் சபதத்தைப் பொருட்படுத்தாமல் சுந்தராடிவலசுப் பெரியம்மாவின் மகன்களும் மருமகள்களும் மாமாவின் சாவுக்கு வந்திருந்து காரியங்களில் பங்கேற்றதற்குக் காரணம் சாவதற்கு முன்னால் அவர்களுடைய அம்மா இட்ட கட்டளைதானாம், மாமா அங்கு வருவதை நிறுத்திக்கொண்ட பிறகும் சுந்தராடிவலசுப் பெரியம்மாவுக்கு அவர் மீதிருந்த வாஞ்சை குறையவே இல்லையாம், நினைவுதப்பிக் கிடந்த தருணங்களில், "ஏப்பா காருமாமனுக்குத் தகவல் சொல்லியுட்டீங்களா?" எனக் கேட்டுக்கொண்டே இருந்தாளாம், "அவனக் கையுட்றாதீங்கப்பா, அவெம் பாவொ அப்பாவி" எனத் தன் இரண்டு மகன்களையும் தொடர்ந்து வற்புறுத்திக் கொண்டே இருந்தாளாம், அந்தச் சொல்லை மதித்துத்தான், தாயின் சாவுக்கு உடையாம்பாளையத்திலிருந்தோ ரங்கபாளையத்திலிருந்தோ யாருமே வந்திருக்காதபோதும் சுந்தராடிவலசிலிருந்து காருமாமாவின் சாவுக்கு எல்லோருமே வந்தார்களாம்.

சுந்தராடிவலசிலிருந்து ஆட்கள் வந்ததைப் பார்த்த பெரியம் மாவும் அம்மாவும் எதுவும் சொல்லத் தோன்றாமல் திகைத்துப் போய் நின்றிருந்தார்கள், முத்தையன்வலசுப் பெரியப்பாதான் அவர்களிடம் கை நீட்டி நிலைமையைச் சரி செய்தார். சுந்தராடிவலசுப் பெரியம் மாவின் மகன்கள் எதையும் பொருட்படுத்தாமல் கோடி எடுக்கவும்

தேர்க்கட்டவும் பின்னப் பூ போடவும் வேண்டிய ஏற்பாடுகளைச் செய்யத் தொடங்கியிருந்தார்கள். காருமாமாவைக் காடு கொண்டு போய்ச் சேர்த்துவிட்டு வந்து சாப்பிட உட்கார்ந்தபோது பெரியம்மா அவர்களுக்கெதிரே வந்து சிலை போலக் கைகளைக் கட்டிகொண்டு நின்று ஆழமாகப் பார்த்துக்கொண்டிருந்தாள், அவளது கண்களி லிருந்து சத்தமில்லாமல் நீர் பெருகிக்கொண்டிருந்தது, உதடுகள் துடித்தன, அவளின் அப்போதைய மனநிலையில் சுந்தராடிவலசுப் பெரியம்மாவின் மகன்களிடம் மன்னிப்புக் கேட்டுவிடுவாள் என நினைத்தேன், ஆனால் அப்படி எதுவும் நடக்கவில்லை. அந்தக் கண்ணீர் போதுமானது என எங்கள் பெரியம்மா நினைத்திருக்கக் கூடும்.

13

வேம்படிதாளம் சேலத்துக்கு அருகில் கஞ்சமலை அடிவாரத்தில் இருந்த வறண்ட நிலம்.. ஆடு, மாடுகளை மேய்த்துக்கொண்டும் சாமை, தினை, ராகி, சோளம் போன்ற சிறுதானியப் பயிர்களைப் பயிரிட்டும் கஞ்சமலையில் கிடைக்கும் தேன், சாதிக்காய், கடுக்காய், மாசிக்காய் முதலான வனப்பொருட்களைச் சேகரித்தும் முயல், காட்டுப்பன்றி போன்ற சிறு உயிரினங்களை வேட்டையாடியும் வாழ்ந்து வந்த இருபது, முப்பது குடும்பங்கள் வெவ்வேறு இடங்களிலிருந்து வந்து அங்கே குடியேறியிருந்தன.. தேர்ப்பட்டியிலிருந்து அங்கே குடிபெயர்ந்து வாழ்ந்து வந்த உறவினர் ஒருவரைப் பார்ப்பதற்காகவே காருமாமா அங்கே சென்றிருக்கிறார். கிடைத்த வேலைகளைச் செய்துகொண்டு அங்கேயே இருந்துவிட்டார். பெரியம்மாவுடனோ உடையாம்பாளையத்துவாசிகளுடனோ மற்ற யாருடனுமோ எந்தத் தொடர்பும் வைத்துக்கொள்ளவில்லை. மாமாவால் அப்படி எல்லோரையும் துறந்துவிட்டுப் போய் எங்காவது இருந்துவிட முடியும் என எங்கள் யாராலும் கற்பனை செய்துகொள்ள முடியவில்லை. சொல்லாமல் கொள்ளாமல் வீட்டை விட்டு வெளியேறிய மாமா இரண்டொரு நாட்களில் கோபம் தணிந்து வந்துவிடுவார் என எதிர்பார்த்துக் காத்திருந்திருக்கிறாள் பெரியம்மா. ஒரு வாரம் வரை பொறுமையாக இருந்தவள் பிறகு பதற்றமடையத் தொடங்கியி ருக்கிறாள்.

அதுபற்றிய தகவலை அம்மாவுக்கும் மெட்ராஸ் சின்னம்மாவுக்கும் காளியம்மாஅக்காவுக்கும் சொல்ல விரும்பினாள். தபால்காரரிடம் சொல்லி நான்கைந்து அஞ்சலட்டைகளைக் கொண்டுவரச் சொல்லி அவரது உதவியுடன் எல்லோருக்கும் கடிதம் எழுதி அனுப்பினாள். பதிலுக்கு அம்மாவிடமிருந்தும் மெட்ராஸ் சின்னம்மாவிடமிருந்தும் பெரியம்மாவுக்குப் பதில் கடிதங்கள் சென்றன. கவலை தோய்ந்த கடிதங்கள், யார் மூலமாவது காருமாமா எங்கிருக்கிறார் என்பதை அறிய முயலும்படியும் தாங்களும் அதுபற்றி சொந்தபந்தங்களிடம்

விசாரித்தறிய முயல்வதாகவும் தகவல் கிடைத்தவுடன் எல்லோரு மாகப் புறப்பட்டுப் போய் மாமாவைச் சமாதானப்படுத்தி அழைத்து வந்துவிடலாம் எனவும் மூவரும் ஒரேமாதிரியாக, ஏறத்தாழ ஒரே சொற்றொடர்களைப் பயன்படுத்தித் தொடர்ந்து கடிதங்களை எழுதி அனுப்பிக் கொண்டிருந்தார்கள். தபால்காரரின் உதவியுடன் அந்தக் கடிதங்களை வாசித்துத் தெரிந்துகொண்ட பெரியம்மா ஒவ்வொரு வருக்கும் பதில் எழுதிக் கொண்டிருந்தாள்.

காளியம்மா அக்காவும் மச்சானும் சிரமம் பார்க்காமல் உடை யாம்பாளையத்திற்கு ஒரு நடை போய்ப் பெரியம்மாவைப் பார்த்து விட்டு வந்தது தவிர குறிப்பிட்டுச் சொல்லும்படியாய் எதுவும் நடக்க வில்லை.

இரண்டு மாதங்களுக்குப் பிறகு காருமாமாவின் பெயரில் ஒரு அஞ்சலட்டை வந்திருக்கிறது. அதைக்கொண்டே மாமா வேம்படி தாளத்தில் இருந்த தகவலைத் தெரிந்துகொண்டாள் பெரியம்மா. அம்மாவுக்கும் மெட்ராஸ் சின்னம்மாவுக்கும் காளியம்மா அக்காவுக்கும் அதுபற்றிய தகவல்களை எழுதியனுப்பி விட்டு காருமாமாவுக்கும் ஒரு பதிலெழுதி அனுப்பினாள். பெரியம்மாவின் கண்ணீரை முடிந்தவரை சொற்களில் இடம்பெறச் செய்ய முயன்ற அந்தத் தபால்காரர் பிறகு அவள் கேட்டுக்கொண்ட ஒவ்வொரு முறையும் அதை அப்படியே நகலெடுத்து கைவசமிருந்த முகவரிகளுக்கு அனுப்பிக்கொண்டிருந்தார். பெரியம்மாவைப் போலவே அம்மாவும் மெட்ராஸ் சின்னம்மாவும் காளியம்மா அக்காவும் காருமாமாவுக்கும் மற்ற மூன்று பேருக்கும் தொடர்ந்து கடிதங்கள் எழுதிக்கொண்டி ருந்தனர்.

யாருடைய கடிதத்திற்கும் காருமாமாவிடமிருந்து பதில் வராத தால் எல்லோருமே கலக்கமடைந்திருந்தனர்.

அம்மா கண்ணீர் சிந்திக்கொண்டே இருந்தாள். புலம்பினாள். அண்ணன்தங்கைப் பாசத்துக்கும் அதன் துயரங்களுக்கும் இலக்கண மாக விளங்கிவந்த கதைகளையும் அவள் பார்த்த திரைப்படங்களை யும் நினைவுகூர்ந்து அழுதாள். ஏழு குழந்தைகளோடு பாழுங் கிணற்றில் விழுந்து உயிரை மாய்த்துக்கொண்ட நல்லதங்காளோடும் அண்ணன் நல்லானோடும் குன்னுடையாக்கவுண்டன் கதையில் வரும் அண்ணன்மார்களோடும் தங்கை அருக்காணித்தங்கத்தோடும் தன்னை யும் காருமாமாவையும் ஒப்பிட்டுக்கொண்டு துயரத்தில் மூழ்கியிருப் பதில் மனதைப் பறிகொடுத்திருந்த அம்மா, பாசமலர் திரைப் படத்தைப் பார்த்த பிறகு தன்னை சாவித்திரியாகவும் காருமாமாவை சிவாஜியாகவும் கற்பனை செய்துகொண்டு முடிவற்ற துயரங்களில் மூழ்கிக்கிடந்தாள். மற்ற கதைகளை விட அது அவளுக்கு நெருக்கமாக இருந்தது. அந்தப் படத்தில் சிவாஜியின் மனைவியாக வரும்

எம்.என்.ராஜத்தோடு ராசம்மா அத்தையை ஒப்பிட்டு அண்ணன் படும் துயரங்களுக்கு அத்தையைப் பொறுப்பாக்க விரும்பினாள். அந்தப் படத்தில் இடம்பெற்ற 'மலர்ந்தும் மலராத பாதி மலர் போல' எனத் தொடங்கும் பாடலை எங்கே, எவ்வளவு தொலைவிலிருந்து கேட்க நேர்ந்தாலும் அம்மா அதற்குத் தன்னை ஒப்புக்கொடுத்து விடுவாள். உடனடியாகத் தன் அண்ணனைப் பார்க்க வேண்டும் என அப்போது விரும்புவாள். என்ன வேலை கிடந்தாலும் அதைப் பொருட்படுத்தாமல் உடையாம்பாளையத்துக்குப் புறப்பட்டுபோய் காருமாமாவைப் பார்த்துவிட்டு வருவாள்.

அம்மா கேட்டுக் கொண்டதற்கிணங்க பெரியம்மாவிடமிருந்து வந்திருந்த பழைய கடிதமொன்றை வாசித்துக் காட்டிக்கொண்டிருந்தேன். அப்போதுதான் தொலைவில் யாரோ ஒருவருடைய டிரான்சிஸ்டரிலிருந்து அந்தப் பாட்டு வந்தது. வாசிப்பை நிறுத்தச் சொல்லிவிட்டு அதைக் கேட்கத் தொடங்கினாள். 'சிறகில் எனை மூடி அருமை மகள் போல வளர்த்த கதை சொல்லவா? கனவில் நினையாத காலம் இடைவந்து பிரித்த கதை சொல்லவா?' என்னும் வரிகள் ஒலிக்கத் தொடங்கியபோது அம்மா எழுந்தாள், கூந்தலை உதறிக்கொண்டாள், "பொறப்புடுங்க" என்றாள். அவள் வேறெதுவும் சொல்லாமலேயே அம்மா காருமாமாவைப் பார்ப்பதற்காகப் புறப்படத் தீர்மானித்து விட்டாள் என்பதைப் புரிந்துகொண்டு மாமாவின் அந்தப் பழைய அஞ்சலட்டையைப் பத்திரமாகப் பைக்குள் திணித்து வைத்து விட்டு நானும் எழுந்தேன்.

வேம்படிதாளத்துக்குப் போய் காருமாமாவைப் பார்க்கவும், கையோடு அவரை அழைத்துக்கொண்டு வந்துவிடவும் விரும்பினாள் அம்மா. அதற்கான பயணத்திட்டத்தை வகுக்கத் தொடங்கினாள். அப்பாவிடம் கேட்டு வேம்படி தாளம் எங்கே இருக்கிறது என்பதையும் எப்படிப் போவது என்பதையும் தெரிந்துகொண்டாள். வழிச்செலவுக்கான பணத்துக்கு ஏற்பாடு செய்து வைத்தாள். துணிமணிகளைத் துவைத்துத் தயாராக வைத்துக்கொண்டாள். காளியம்மா அக்காவைப் பார்த்து விஷயத்தைச் சொல்வதற்காகவும் அவள் தங்களுடன் வேம்படிதாளம் வருகிறாளா என்பதைத் தெரிந்துகொள்வதற்காகவும் கருங்கல்பாளையத்துக்குப் புறப்பட்டுப் போனாள் அம்மா.

எங்களுடன் வருவதற்கு காளியம்மா அக்கா இசையாததால் வருத்தத்துடனும் கோபத்துடனும் திரும்பினாள். அதுபற்றி பெரியம்மாவுக்கும் மெட்ராஸ் சின்னம்மாவுக்கும் கடிதங்கள் எழுதியனுப்பி விட்டுச் சந்தையிலிருந்து மாமாவுக்காக வேட்டி, சட்டை, துண்டு ஆகியவற்றையும் கொஞ்சம் பலகாரங்களையும் வாங்கி வைத்துக் கொண்டாள். தனது பயணத் திட்டம் குறித்துப் பெரியம்மாவுக்கும் மெட்ராஸ் சின்னம்மாவுக்கும் மற்றொரு கடிதமெழுதி அனுப்பினாள்.

எல்லோரும் ஒன்றுசேர்ந்தே வேம்படிதாளம் செல்ல வேண்டும் எனத் தான் விரும்புவதாகச் சொன்னவள் போன கையோடு அவரை ஊருக்கு அழைத்துக்கொண்டு வந்துவிட வேண்டுமெனவும் வலியுறுத் தியிருந்தவள். அதுபற்றி உடனடியாகப் பதிலளிக்கும்படியும் இருவரை யும் கேட்டுக்கொண்டிருந்தாள்,

காலை ஒன்பது மணிக்கு ஈரோட்டிலிருந்து புறப்பட்டு சேலம் வரை செல்லும் பாஸஞ்சர் ரயிலில் ஏறினால் சேலத்துக்கு முன்ன தாகவே வேம்படிதாளம் வந்துவிடும் எனவும் அங்கு போய்க் கடிதத்தி லிருக்கும் முகவரியைக் கொண்டு அவரது இருப்பிடத்தை அறிந்து கொள்ளலாமெனவும் குறிப்பிட்டிருந்த அம்மா எல்லோரையும் எங்கள் வீட்டுக்கு வந்துவிடும்படியும் காலையில் தாமதமின்றிப் புறப்பட்டுப் போய் அந்தப் பாஸஞ்சர் ரயிலைப் பிடித்துவிடலாமெனவும் தனது பயணத்திட்டங்களைப் பற்றி விரிவாகக் குறிப்பிட்டு இருவருக்கும் இரண்டு தனித்தனி உள்நாட்டு அஞ்சல் உறைகளில் எழுதி அவற்றைப் பெட்டியில் போட்டிருந்தாள். முழுமையாக ஒரு வாரம் வரை அவர் களுடைய பதிலுக்காகக் காத்திருந்தாள்.

அம்மா எப்போதுமே கடிதங்கள் எழுதுவதற்கு நீல நிறமுடைய உள்நாட்டு அஞ்சல் உறையைத்தான் பயன்படுத்துவாள், மெட்ராஸ் சின்னம்மாவும் உடையாம்பாளையத்துப் பெரியம்மாவும் மஞ்சள் நிறமுடைய அஞ்சலட்டைகளைப் பயன்படுத்துவார்கள். எங்கள் ஊர்த் தபால்காரருக்கு மஞ்சள்நிற அஞ்சலட்டைகள் மீது ஒருவித இளக்காரம் இருந்து வந்தது, அவற்றின் அப்போதைய விலை ஐந்துபைசா. உள்நாட்டு அஞ்சல் உறை பதினைந்துபைசா. வெறும் ஐந்துபைசா விலையுள்ள அஞ்சலட்டைக்கு அவ்வளவு மதிப்புக் கொடுக்க வேண்டியதில்லை என அவர் கருதியிருந்திருக்கக் கூடும், அஞ்சலட்டையைப் பயன்படுத்துபவர்களைப் பற்றித் தாழ்வான அபிப்பிராயம் கொண்டவராகவும் அவர் இருந்திருக்கலாம், உள்நாட்டு அஞ்சல் உறைகளை உடனுக்குடன் பட்டுவாடா செய்துவிடும் தபால் காரர் அஞ்சலட்டைகளை இரண்டு மூன்று நாள்கள்வரை கிடப்பில் போட்டு வைத்துவிடுவார். அஞ்சலட்டைகளை எதிர்பார்த்துக் கொண்டிருக்கும் பாவிகள் அஞ்சலகத்துக்கு ஒரு நடை போய் தபால்காரரைச் சந்தித்து, “சார் எங்குளுக்கு எதாச்சு கார்டு கீர்டு வருலீங்களா?” எனப் பரிதாபமாக முகத்தை வைத்துக்கொண்டு கேட்க வேண்டும். பிறகுதான் அவர் அந்தப் பாவிகளுக்கு இரங்குவார். அம்மாவுக்கு உடையாம்பாளையத்திலிருந்தும் மெட்ராஸிலிருந்தும் வேம்படிதாளத்திலிருந்தும் அஞ்சலட்டைகள் வழியாகவே பதில்கள் வரமுடியும் என்பதால் கிட்டத்தட்ட நாள்தோறும் அஞ்சலகத்திற்குப் போய்த் திரும்பிக் கொண்டிருந்தாள் அம்மா, கடைசியில் அந்தப் பயணத் திட்டம் கைகூடவே இல்லை.

திடீரென ஒருநாள் தம்பியையும் தங்கைகளையும் அப்பாவின் பொறுப்பில் விட்டுவிட்டு என்னையும் அக்காவையும் மட்டும் அழைத்துக்கொண்டு வேம்படிதாளத்துக்குப் புறப்பட்டாள் அம்மா. ஈரோடு சேலம் பாஸஞ்சரில் கிட்டத்தட்ட மூன்று மணி நேரம் பயணம் செய்து பிற்பகலில் வேம்படிதாளத்தை அடைந்தோம். ரயில்நிலையத் திலிருந்து இறங்கி, விசாரித்தறிந்துகொண்டு ஒன்றரை மைல் தொலைவி லிருந்த மலையடிவாரத்தை அடைந்து வனவாசி ஒருவரிடம் கேட்டுத் தெரிந்துகொண்டு மாமாவின் சிறிய மண்குடிசையை அடைந்து சொல்லாமல் கொள்ளாமல் அவர்முன் போய் நின்றோம்.

பார்த்தவுடன் மாமாவுக்குக் கண்கள் கலங்கிவிட்டன.

மூவரையும் ஒருசேர அணைத்து விம்மிக்கொண்டிருந்தவர் பிறகு எங்களை வீட்டுக்குள் அழைத்துச் சென்றார். பனையோலைகள் வேய்ந்து கரும்புத் தோகை போர்த்தி மூடப்பட்ட கூரை, காரைப்பூச் சற்ற மண்சுவர். சாணம் கொண்டு மெழுகிவிடப்பட்ட தரையில் ஆட்டுப் புழுக்கைகள் சிதறிக்கிடந்தன. சுவரில் சார்த்தி வைக்கப்பட்டி ருந்த விளக்குமாற்றை எடுத்து அவசர அவசரமாகப் பெருக்கி வெளியில் தள்ளிவிட்டுக் கிழிந்த கோரைப்பாயொன்றை உதறி விரித்து, "உக்காரு முத்து, நின்னுக்கிட்டே இருக்காட்டியென்ன?" என உபசரித்தார். சுவரோரம் இருந்த மண்பானையொன்றிலிருந்து பித்தளைச் சொம்பொன்றில் தண்ணீர் கொண்டு வந்து நீட்டினார், கோவணத்துடன் இருக்கக் கூச்சப்பட்டவர் போல் கொடியில் கிடந்த பழுப்பேறிய வேட்டியொன்றை உருவி இடுப்பில் சுற்றிக்கொண்டார், உருமாலையை அவிழ்த்து வியர்வை நசநசப்பைத் துடைத்தார், எதிரே அந்த மண்சுவரில் சாய்ந்து உட்கார்ந்துகொண்டு என்னையும் அக்காவையும் கூர்ந்துபார்த்துக்கொண்டிருந்தார், இடுங்கிய கண்களும் வற்றி ஒடுங்கியமுகமும் வெளிறியதாடியுமாக மாமாவை முன்னெப் போதும் நாங்கள் அப்படிப் பார்த்ததில்லை. ஏதாவது கேட்க வேண்டு மென நினைத்துப் பேசத்தொடங்கியவர் கேள்விகளை அடுக்கிக் கொண்டே போனார், "ஏஞ்சாமி அல்லாரு நல்லாருக்கறீங்களா? அப்பா நல்லாருக்கறாங்களா? ஊருல இருந்துதே வாறீங்களா? நல்ல சேதிதான? ரயிலேறி வந்தீங்களாக்கு? ஏ முத்து மனோகரனக் கூட்டியாருலியா? தவமணியக் கூட்டியாருலியாக்கு? அந்த வத்த ஒடக்கா இன்னொ அப்பிடியேதே எலும்புந் தோலுமாக் கெடக்குதா, இல்ல தேறிக்கிச்சா? ஓடையாம்பாளையத்துக்குக் கீது போனீங்களா? செலம்பக்கா எப்பிடியிருக்குது? பிரசர் கொறஞ்சுக்கிச்சா? முத்தையன் வலசு மச்சே எப்பிடியிருக்கறாங்கொ? பாவொ, அந்தக்கா போனதுக் கப்பறொ ஒண்ணுமில்லாமப்போயிட்டாங்கொ மச்சே, நீ கீது போனீனா அவுங்களப் பாக்காம வந்தறாத முத்து, எதாவது பழங்கிழ வாங்கிக்கிட்டுப் போய்க் குடுத்துட்டு நல்லாருக்கறீங்களான்னு ஒரு

வார்த்த கேட்டுப்புட்டு வந்துரு, பழசையெல்லா மனசுல வெச்சுக் கிட்டுப் பாக்காம வந்தறாத, அப்பிடி வெறச்சுக்கிட்டுக்கெடந்து எனத்தக் கொண்டு போகப் போறஞ்சொல்லு? இன்ன ரண்டாயர வருத்திக்கு உசுரோட இருந்து பொளச்சரப் போறமாக்கு? செரி செரீன்னு போய்க்கோணு, பழனா வந்தாளா? இல்ல நீங்க ஆராச்சு மெட்ராஸ் பக்கொம் போயி அவளப் பாத்துப்புட்டுக் கீத்துப்புட்டு வந்தீங்களா? அவ புள்ளைக நல்லாருக்குதுகளா? பள்ளிக்கோடத் துக்குப் போகுதுகளா? அதெல்லா மெட்ராஸ்ல இருந்துக்கிட்டுப் பள்ளிக்கோடம் போகாம இருக்குமா? இப்ப ராஜிக்குப் பத்துப் பன்னண்டு வயசிருக்காது? இருக்கு, இன்னொ ரண்டு மூணு வருஷெ, நம்பு சுந்துருக்குக் கட்டி வெச்சரலாமான்னு பாக்கறெ, எம்பயனுக்கு அவபுள்ளையக் கட்டிக்கூட்டியாந்தா நீ கோவிச்சுக்க மாண்டயல்ல முத்து? இருக்குட்டு, பாக்கலா, சுந்துருக்கும் பதனாலு பதனஞ்சாவாது? அவம்பள்ளிக்கோடம் போறானா இல்லையான்னு தெரீல, அந்தப் புள்ள ஈசா எப்பிடியிருக்கறான்னு தெரீலயே முத்து, நெடுநெடுன்னு வளந்துருப்பா, அப்ப, ராசம்மா போறதுக்கு முன்னால நீ ஈசால எம்பட ஊட்டுக்கு மருமகளாக் கூட்டிக்கிட்டுப்போறேன்னு சொல்லிக்கிட்டே இருப்பே, ஏ முத்து? ஈஸ்வரிய நம்பு ராசனுக்குக் கட்டிவெச்சரலாம்னு நானுந்தே ஆசப்பட்டுக்கிட்டு இருந்தெ, அதுகளக் கையோட கூடிக்கிட்டுப் போயி அல்லாத்தையு நாசம் பண்ணிப்புட்டா அவொ. இப்ப அந்தப் புள்ள எப்பிடியிருக்குதோ காணா, நெனைக்காத நாளில்ல முத்து, பொட்டப்புள்ளையல்லொ? எங்க சுத்துதோ, எப்பிடிச் சீப்பட்டுக்கிட்டிருக்குதோன்னு என்னாரமு அதும்பட நெனப்புதே எனக்கு, நல்லசோறு திங்க முடீல முத்து, அந்த ரட்ணமூர்த்தி ஏ நம்மள இப்பிடிச் சோதிக்குதுன்னு தெரீலியே" எனச் சிதறிப் பெருங்குரலெடுத்து அழத்தொடங்கியவர் திடீரென வலிப்பு வந்து சரிந்தார்.

அம்மா ஓடிப்போய் அவரது கை, கால்களை அழுத்திப் பிடித்துக் கொண்டாள், "அங்க எதாச்சு சாவி, கீவி இருந்தா எடப்பா" என எனக்கு உத்தரவிட்டுவிட்டு அக்காவிடம் தண்ணீர் கொண்டுவரச் சொன்னாள். நல்லவேளையாக அங்கே ஒரு இரும்புப் பூட்டும் சாவியும் இருந்தது, அதிலிருந்து சாவியை உருவிக்கொண்டுபோய் மாமாவின் பிடிமானமற்ற உள்ளங்கைகளில் ஒன்றில் திணித்து விரல்களை அழுத்திப் பிடித்துக் கொண்டேன், வாயிலிருந்து பழுப்பு நிறத்தில் பெருகிய நீர் அம்மாவின் மடியில் இறங்கிக்கொண்டிருந்தது, அக்கா ஈயப்போசியொன்றில் தண்ணீரைக் கொண்டு வந்தாள், உள்ளங்கையில் சரித்து மாமாவின் முகத்தில் இரண்டு முறை வீசினாள், அம்மா தன் முந்தானையால் மாமாவின் முகம், கை, கால்களைத் துடைத்துவிட்டாள். அதற்கு முன் நானும் அம்மாவும்

அக்காவும் மாமாவுக்கு வலிப்பு வந்த வெவ்வேறு தருணங்களில் உடனிருந்திருக்கிறோம், அப்போது என்ன செய்ய வேண்டுமென்பது எங்களுக்குத் தெரிந்திருந்ததால் பதற்றமின்றி நிதானமாகவே எல்லா வற்றையும் செய்திருந்தோம்.

சில நிமிடங்களுக்குள் மாமா விடுபட்டுவிடுவார் என்பது எங்களுக்குத் தெரியும், எனினும் அவரது உடல் வெட்டியிழுப்பதையும் வாயிலிருந்து கோழை வழிந்து சிதறி விழுவதையும் பார்க்கும்போது நாங்கள் பயந்துவிடுவோம், அதிகப்பட்சம் பதினைந்து நிமிடங்களுக்குள் அதிலிருந்து மீண்டுவிடுவார் மாமா. அந்த நிமிடங்கள் எங்களுக்கு நிச்சயமற்றவையாகத் தோன்றும். வலிப்பு மாமாவின் உயிரைப் பறித்து விடும் என்னும் அச்சம் சூழும். அப்போது, அங்கே கஞ்சமலை அடி வாரத்தில், பெயர் தெரியாத ஊரில் யாருமே அற்றவராக மாமாவைப் பறிகொடுத்துவிட நேருமோ என நாங்கள் பயந்து கிடந்தோம். ஆனால் எப்போதும் போலவே எழுந்து உட்கார்ந்தார் மாமா, கண்களை உருட்டி மலங்க மலங்க விழித்துக்கொண்டிருந்தவர் தனக்கு எதுவும் நேர்ந்துவிடவில்லை என எங்களை நம்பவைக்க விரும்பியவரைப் போல் புன்னகைக்க முயன்றார். அதே கோரைப்பாயில் கால்களை நீட்டி அவரை மலர்த்திப் படுக்கவைத்துவிட்டு, “உனக்கேண்ணா இப்படியொரு தலவிதி? நாம ஆருக்கு என்ன பாவொம் பண்ணுனொ?” எனப் பெருங்குரலெடுத்து அழத் தொடங்கினாள் அம்மா, “எங்க கண்ணன இந்தக் கதிக்கு ஆளாக்கீட்டுப் போன அந்த முண்டெ நாசமாத்தேம் போவா, புழுப்புழுத்துச் சாவா“ என வெகுநேரம் வரை ராசம்மா அத்தையை சபித்துக் கொண்டிருந்தாள், அப்போது எனக்கு அம்மாவுக்குப் பிடித்த, பாசமலர் படம் நினைவுக்கு வந்தது, அண்ணன் சிவாஜியும் தங்கை சாவித்திரியும் அவர்களைச் சிதறடித்த அண்ணன் மனைவி எம்.என்.ராஜமும் நினைவுக்கு வந்தனர். அத்திரைப்படத்தில் இடம்பெற்றிருந்த டி.எம்.சௌந்திரராஜன், பி.சுசீலா இணைந்து பாடிய புகழ் பெற்ற அந்தப் பாடலையும் அப்போது நினைத்துக் கொண்டேன்.

14

பாசமலர் திரைப்படத்தை முதல்முதலில் பார்த்தபோது எனக்குப் பத்து அல்லது பதினொரு வயதிருக்கலாம். அப்போது நாங்கள் ஈரோட்டிலிருந்து ஐந்து மைல் தொலைவிலிருந்த கஸ்பாபேட்டை என்னும் சிறிய கிராமத்தில் வசித்து வந்தோம். தந்தை அங்குள்ள தொடக்கப்பள்ளியில் ஆசிரியராகப் பணி புரிந்துகொண்டிருந்தார். தெற்கே ஒன்றரை மைல் தொலைவில் அவல்பூந்துறை விஜயா டூரிங்டாக்கீஸ் இருந்தது. அம்மா எங்கள் அண்டைவீட்டுக்காரப் பெண்மணி ஒருவரைத் துணைக்கழைத்துக்கொண்டு வாரந்தவறாமல் அந்த டூரிங்டாக்கீசுக்குப் போய்த் தொடர்ந்து சிவாஜியின் திரைக்காவியங்களைப் பார்த்து ரசித்துக்கொண்டிருந்தாள். சனி, ஞாயிற்றுக் கிழமைகளில் மட்டும் அந்த டென்ட் கொட்டகையில் பகல்காட்சி திரையிடுவார்கள். அம்மாவும் அவளது அண்டைவீட்டுத் தோழியும் நண்பகல் பேருந்தைப் பிடித்து பூந்துறைக்குப் போய்ப் பகல்காட்சி பார்த்துவிட்டு இரவு ஏழு, ஏழரை வாக்கில் வீடு திரும்பு வார்கள். எப்போதாவது என்னையும் அக்காவையும் அழைத்துச் செல்வார்கள்.

தன்னைப் போலவும் தன் அண்டைவீட்டுத் தோழியைப் போலவும் எங்களை சிவாஜி ரசிகர்களாக்கிவிட வேண்டும் என ஆசைப்பட்டுக்கொண்டிருந்தாள் அம்மா. அவை எங்களுக்கு உண்மை, அன்பு, பாசத்தைக் கற்றுக்கொடுத்து ஆளாக்கிவிடும் என நம்பிக் கொண்டிருந்தாள். சிவாஜியைப் போல குடும்பத்துக்காகச் சகல தியாகங்களையும் செய்ய நாங்கள் தயாராகிவிட வேண்டும் என்பது அவளது ஆசை. அதை நிறைவேற்றிக்கொள்வதற்காகவே எங்களைத் திரைப்படங்களுக்கு அழைத்துச் சென்றுகொண்டிருந்தாள் அம்மா. அவளது அந்த விருப்பத்தை நிறைவேற்றுவதற்கு அப்போது உறுதுணையாக இருந்தவர்கள் கஸ்பாப்பேட்டையிலிருந்து வெகு தொலைவில் இருந்த பீம்சிங்கும் சிவாஜியும்.

முதல்முறை அவல்பூந்துறை விஜயா டூரிங்டாக்கீசில் பாசமலர் திரையிடப்பட்டிருந்ததை அறிந்ததும் இருப்புக்கொள்ளாமல்

தவித்தாள் அம்மா. குடும்பத்தோடு அழைத்துச் செல்லச் சொல்லி அப்பாவை வற்புறுத்தினாள். இதோ அதோ எனப் போக்குக்காட்டிக் காலத்தைக் கடத்த முயன்ற அப்பாவின் சதியைப் புரிந்துகொண்டு ஒரு ஞாயிற்றுக்கிழமையன்று எங்கள் எல்லோரையும் பகல்காட்சிக்கு அழைத்துச் சென்றாள்.

கொட்டகை வாசலில் நுழைவுச்சீட்டுக்காகக் காத்திருந்தபோதும் மணல் தரையில் கால்களை மடக்கி வெண்திரையைப் பார்த்துக் கொண்டு உட்கார்ந்திருந்தபோதும் திரை ஒளிரத்தொடங்கிய பிறகு காட்சிகளினூடாகவும் இடைவேளை நேரத்திலும் அந்தப் படம் வலியுறுத்தும் குடும்ப அறத்தைப் பற்றி எங்களுக்குச் சொல்லிக் கொண்டிருந்தாள் அம்மா. ஏற்கனவே நான்கைந்து முறை பார்த்திருந்த போதும் அதன் ஒவ்வொரு காட்சியும் அம்மாவைப் பரவசத்தில் மூழ்கடித்துக்கொண்டிருந்தது, “அண்ணந் தங்கச்சின்னா சிவாஜி, சாவித்திரியாட்டவல்ல இருக்கோணு” என்றாள், “சிவாஜி தங்கச்சிக் காக எத்தன கஷ்டப்படறாருன்னு பாருங்க, தாய், தகப்பனில்லாத அந்தப் புள்ளைக்கு சிவாஜியாட்ட ஒரு பொறந்தவனில்லாமப் போயிருந்தா என்ன ஆவீருக்கு?” எனக் கேட்டு அது பற்றிய கற்பனை களில் எங்களை மூழ்கடிக்க முயன்றாள். “இந்தப் படத்துலயாட்டத்தே காரண்ணெ எங்குளுக்காகக் கஷ்டப்பட்டுது, உங்கு மாமனப் பாத்தா எனக்கு சிவாஜியப் பாத்தாப்பலதே இருக்குது” என ஒவ்வொரு காட்சியிலும் சொல்லிக் கொண்டிருந்தாள். “தாராபொரெ சித்ராவுல இந்தப் படொ போட்டிருந்தப்பொ ஊருச்சனமெல்லா வண்டிகட்டிக் கிட்டுப் போயிருந்துது, நாங்குளுந்தேம் போயிருந்தொ, படத்தப் பாத்துப்புட்டு வந்த ஒடையாம்பாளத்துச் சனொ எங்கு ரண்டு பேருத்துக்குமு ஒருத்தரு மேல ஒருத்தருக்கிருந்த பாசத்தப் பாத்துப் புட்டு உங்கு மாமன சிவாஜின்னு சொல்லுச்சு, என்னைய சாவித் திரின்னு சொல்லுச்சு, இப்பக்கோட ஊருக்குப்போனா தெக்குவளவுப் பெரிய கவுன்ச்சி வா சாவித்திரின்னுதேங் கூப்புடுவாங்கொ, பெரிய திருமங்கலத்து அத்த புருஷெ இன்னொ என்னைய சாவித்திரி, சாவித்திரின்னுதேங் கூப்புட்டுக்கிட்டுக் கெடக்கு, சாவித்திரி வந்தாச்சு எங்க சிவாஜியக் காணாமான்னு உங்குமாமனப் பத்திக் கேக்கு, அதாரு சொல்லியோ, ஊருல அல்லாரு எங்கள அப்பிடியே கூப்புட ஆரம்பிச் சுட்டாங்கொ, நா சாவித்திரி, உங்கு மாமெ சிவாஜி, எப்பிடி?” என அந்த ஒப்பீடு தந்த சந்தோஷத்தில் திளைத்துக்கிடந்தாள் அம்மா. அந்தப் படத்தில் சிவாஜி ஏற்றிருந்த பெயரை நாள்நட்சத்திரமெல்லாம் பார்க்காமல் எனக்குச் சூட்டியிருந்ததாகச் சொன்னபோது நான் திடுக்கிட்டுப் போனேன்.

அதன் பாடல்களை வரிவிடாமல் மனதில் இருத்தி வைத்துக் கொண்டு அவ்வப்போது முணுமுணுப்பாள், குறிப்பாக ‘மலர்ந்தும் மலராத பாதி மலர் போல’ எனத் தொடங்கும் பாடல், அதை எப்போது கேட்க நேர்ந்தாலும் அம்மா கண்ணீர் சிந்துவாள்.

அம்மாவைப் போலவே காருமாமாவும் சினிமாவின் மீது பைத்தியமாகவே இருந்தார். ஆனால் அவர் சிவாஜி ரசிகர் அல்ல, ஒரு வகையான எம்.ஜி.ஆர். ரசிகர். அவரைத் தவிர ஜெமினிகணேசன், எஸ்.எஸ்.ஆர்., ரவிச்சந்திரன், ஜெய்சங்கர், முத்துராமன் நடித்த திரைப்படங்களையும் விரும்பிப் பார்த்துக் கொண்டிருந்தார் காருமாமா. கோடைவிடுமுறைக்காக உடையாம்பாளையத்துக்குப் போன ஒவ்வொரு முறையும் மாமா எங்களைச் சினிமாப் பார்ப்பதற் காகத் தாராபுரத்துக்கு அழைத்துச் சென்றிருக்கிறார். தாராபுரம் சித்ரா திரையரங்கையொட்டி அமராவதிக்கரையோரம் எங்களுடைய உறவினர்கள் சிலர் இருந்தார்கள். அவர்களுடைய வீடுகளில் தங்கி யிருந்து தொடர்ச்சியாக இரண்டு மூன்று படங்களுக்கு அழைத்துச் செல்வார்.

அவ்வளவு தீவிரமாக இல்லையென்றாலும் ராசம்மாஅத்தை மாமாவைப் போலவே எம்.ஜி.ஆர்., ரசிகர். கல்யாணத்துக்கு முன் அத்தை சினிமாவே பார்த்ததில்லையாம், கல்யாணமான புதிதில் விருந்துகளுக்காக உறவினர்களின் வீடுகளுக்குப் போன ஒவ்வொரு முறையும் தவறாமல் அருகிலிருந்த டென்ட் கொட்டகைகளுக்கு அழைத்துச் செல்வாராம் மாமா. தொடக்கத்தில் யார், இன்னாரெனத் தெரியாமல் எம்.ஜி.ஆர். படங்களைப் பார்த்துக்கொண்டிருந்த அத்தை பிறகு அவரது அருமை, பெருமைகளை உணர்ந்து எப்போதெல்லாம் வாய்த்ததோ அப்போதெல்லாம் அவரது படங்களைப் பார்த்துக் கொண்டிருந்தாளாம்.

சந்தித்துக்கொண்ட ஒவ்வொரு முறையும் அம்மாவும் ராசம்மா அத்தையும் சினிமாவைப் பற்றிப் பேசிக்கொள்வதற்கென நேர மொதுக்கத் தொடங்கியிருந்தார்கள். எதிரெதிரான ரசனை கொண்ட அவ்விருவருக்குள்ளும் நடக்கும் அந்த உரையாடல்களின்போது இருவருக்குள்ளும் கசப்புப் பெருகும். அத்தைக்கு எப்படியாவது சிவாஜியின் மகத்துவத்தை எடுத்துரைத்துவிட வேண்டும் என அம்மா தவித்துக்கொண்டிருந்தாள். பாசமலர் பற்றியும் அதில் இடம் பெற்றுள்ள அண்ணன்தங்கை பாசம் பற்றியும் ராசம்மாஅத்தை தெரிந்துகொள்ள வேண்டுமென விரும்பினாள். அம்மாவுக்கு எம்.ஜி.ஆரைப் பிடிக்காமல் போனது போலவே ராசம்மா அத்தைக்கு சிவாஜியைப் பிடிக்காமல் போயிருந்தது. பாசமலர் படத்தை, அதில் வரும் அண்ணன்தங்கையைப் பற்றி அம்மா உருவாக்கியிருந்த சித்திரங்களை ராசம்மா அத்தை அவ்வளவாக ரசிக்கவில்லை. காரு மாமாவின் மீதான தன் தனிப்பட்ட உரிமையை அத்தைக்கு உணர்த்தவும் அதை நிலைநாட்டிக்கொள்ளவும் அந்தப்படத்தை ஒரு கருவியாக அம்மா பயன்படுத்தி வருகிறாளோ என்ற சந்தேகம் ராசம்மா அத்தைக்கு ஏற்பட்டிருக்கக்கூடும். அதனாலேயே அவள் அந்தப் படத்தைப் பார்ப்பதற்கான வாய்ப்புகளைத் தவிர்த்துவந்தாள்.

அத்தையும் மாமாவும் எங்கள் வீட்டுக்கு வந்து சென்ற ஒவ்வொரு முறையும் அவர்களைச் சினிமாவுக்கு அழைத்துச்செல்வதை விருந்தோம்பலின் ஒரு பகுதியாகவே வைத்திருந்தாள் அம்மா. சினிமாவின் மீது அவ்வளவு ஆர்வமில்லாத அப்பா சில சமயங்களில் எங்களுடன் திரையரங்குகளுக்கு வருவார்.

அம்மாவும் அத்தையும் எதிரெதிரான ரசனை கொண்டவர்கள் என்பதை அறிந்திருந்த அப்பா படங்களைத் தேர்ந்தெடுப்பதில் ஒருவிதச் சமநிலையைப் பேணுவார். அம்மாவுக்காக சிவாஜி படம் என்றால் மாமாவுக்காகவும் அத்தைக்காகவும் எம்.ஜி.ஆர்.படம். அல்லது இருவருக்கும் பொதுவான ஜெமினி, எஸ்.எஸ்.ஆர்., நடித்த படங்கள். தனிப்பட்ட முறையில் அம்மாவை அழைத்துச் செல்லும் போது தேர்ந்தெடுக்கும் உரிமையை அம்மாவுக்கு விட்டுத் தந்து விடுவார் அப்பா. அவை பெரும்பாலும் சிவாஜி படங்களாகவே இருந்திருக்கும் என்பதைச் சொல்ல வேண்டியதில்லை. அம்மாவின் விருப்பத்தை ஏற்று பாசமலர் திரைப்படத்தை மூன்றுமுறை பார்க்க நேர்ந்திருக்கிறது அப்பாவுக்கு, மூன்றுமுறையும் அம்மா அதிகம் உணர்ச்சி வசப்பட்டிருக்கிறாள், படம் பார்த்துக்கொண்டிருக்கும்போது காருமாமாவை நினைத்துக் கண்ணீர்விட்டு அழுதிருக்கிறாள், அப்பா பொறுமையிழந்து விடுவாராம், அம்மாவைத் தனியே உட்காரவைத்து விட்டு எழுந்து வெளியே சென்றுவிடுவாராம், ஆபரேட்டர் அறையின் படிக்கட்டுகளில் உட்கார்ந்துகொண்டோ வராந்தாவில் குறுக்கும் நெடுக்குமாக நடந்தபடியோ ஓயாமல் பாசிங் ஷோ சிகரெட்டுகளை ஊதித்தள்ளிக்கொண்டிருப்பாராம்.

பாசமலர் தமிழகத் திரையரங்குகளில் மீண்டும் மீண்டும் திரையிடப்பட்டு மீண்டும் மீண்டும் ரசிக்கப்பட்டுக்கொண்டிருந்த அந்த நாட்களில் ஒன்றில்தான் அப்பா வீட்டுக்காக மர்பி டிரான் சிஸ்டர் ரேடியோ ஒன்றை வாங்கிவந்தாராம். அப்போது இலங்கை ஒலிபரப்புக் கூட்டு ஸ்தாபனத்தின் வர்த்தகசபை தமிழ்த் திரைப்படங் களின் ஒலிச்சித்திரங்களையும் பாடல்களையும் இரவுபகலாக ஒலிபரப்பிக்கொண்டிருந்தது. அதன் ஒலிபரப்புகளில் அதிகம் கேட்கப்பட்டவைகளில் ஒன்று ஒருபடப்பாடல்கள். அப்பா அந்த மர்பியை வாங்கிவந்திருந்த சமயத்தில் பாசமலர் படத்தின் பாடல் களையும் ஒலிச்சித்திரத்தையும் ஓயாமல் ஒலிபரப்பிக்கொண்டிருந் திருக்கிறது. வீட்டோடு இருந்த சாவித்திரிகள் அவற்றைக் கேட்டுப் பிழியப்பிழிய அழுதுகொண்டிருந்தபோது சிவாஜிகணேசன்களும் ஜெமினிகணேசன்கன்களும் காடுகரைகளிலிருந்தும் தறிப்பட்டறைகளி லிருந்தும் அலுப்போடு திரும்பிவந்து எதையாவது சாப்பிட்டு விட்டு அக்கடாவெனக் கால்களை நீட்டியபோது அருகிலிருந்த யாராவ தொருவரது வானொலியில் ஒலித்துக்கொண்டிருந்த துயரம்ததும்பும் அந்தப் படத்தின் பாடல்களையோ வசனங்களையோ கேட்க நேர்ந்தது.

அன்றிரவு நேரம் எட்டு மணி. அப்பா மாணவர்களின் தேர்வுத் தாள்களைத் திருத்திக்கொண்டிருந்தார், நானும் அக்காவும் வீட்டுப் பாடம் எழுதிக்கொண்டிருந்தோம். டிரான்சிஸ்டாரிலிருந்து இலங்கை ஒலிபரப்புக்கூட்டு ஸ்தாபனத்தின் வர்த்தக சபை அன்றைய தினத்தில் இரண்டாவதுமுறையாக ஒலிபரப்பிக் கொண்டிருந்த பாசமலர் படத்தின் ஒருபடப்பாடல்களை திண்ணையில் ஒருக்களித்துப் படுத்தவாக்கில் ஒவ்வொன்றாகக் கேட்டுக்கொண்டிருந்தாள் அம்மா. பாடல்கள் அம்மாவுக்கு அவை சார்ந்த காட்சிகளை நினைவூட்டியிருக்க வேண்டும். அப்போது ஒலித்துக்கொண்டிருந்த வாராய் என் தோழி வாராயோ எனத் தொடங்கும் பாடல் எந்தப் பிரச்சினைக்கும் இடந்தராமல் கடந்து போயிருந்தது. பிறகு மலர்களைப் போல் தங்கை உறங்குகிறாள் எனத்தொங்கும் பாடல். அந்தப் பாடல் அம்மாவை உணர்ச்சிவசப்படச் செய்தது, திண்ணையில் ஓய்வாகப் படுத்துக்கிடந்த அம்மா அப்போது எழுந்து உட்கார்ந்துகொண்டாள், தவித்தாள், பெருமூச்செரிந்தாள், பாடலை ஒலிபரப்பிக் கொண்டிருந்த அந்த மர்பி டிரான்சிஸ்டரை வெறித்துப் பார்த்துக்கொண்டிருந்தாள். டிரான்சிஸ்டர் அம்மாவைச் சோதித்துப் பார்க்க முற்பட்டது, அடுத்ததாக மலர்ந்தும் மலராத பாதி மலர்போல எனத்தொடங்கும் பாடலை ஒலிபரப்பி அம்மாவைக் கண்ணீர் சிந்த வைத்தது.

விடைத்தாள் திருத்திக்கொண்டிருந்த அப்பா பேனாவை மூடி வைத்துவிட்டு எழுந்தார், சோம்பல் முறித்தார். அம்மாவை அழைத்துக் கொஞ்சம் காபி போட்டுத் தரச்சொல்லிக் கேட்டார், பாட்டினிடையே குறுக்கிட்டது அம்மாவுக்கு எரிச்சலை ஏற்படுத்தியிருக்க வேண்டும், கேட்டது காதில் விழாதது போல் அம்மா கலைந்திடும் கனவுகள் அவள் படைத்தாள், அண்ணன் கற்பனைத் தேரினில் பறந்து சென்றான் என்னும் வரிகளில் மனதைப் பறிகொடுத்திருந்தாள். அந்தக் கீழ்ப்படியாமை அப்பாவுக்கு ஆத்திரத்தை ஏற்படுத்தியிருக்க வேண்டும், “ஆமாமா உங்கண்ண தேர்ல போவே, நீ பாட்டுப்பாடிக் கிட்டிருப்பே, வேணும்னா நீயு அவங்கோட அதே தேர்ல ஏறிப் போ, கொஞ்ச காபிப்போட்டுத் தான்னா அது காதுல உழுவுல, அண்ண கற்பனத் தேர்ல போறானாமா, கற்பனத் தேர்ல” எனச் சொல்லிவிட்டு சிறுநீர் கழிப்பதற்காகக் கதவுக்கு வெளியே சென்றார். பதிலுக்கு அம்மா எதையோ முணுமுணுத்தாள், அவர் திரும்பி வந்தபோது அவளுடைய குரல் உயர்ந்திருந்தது, அப்போதுதான் பாசமலர் ஜெமினியை அப்பாவோடு ஒப்பிட்டு அம்மா ஏதோ சொன்னதாக நினைவு. அப்பா அதற்கு எந்தப் பதிலும் சொல்லவில்லை, ஆனால், யாரும் எதிர்பார்த்திருக்காத வகையில் அப்போதுதான் புதிதாக வாங்கிவந்திருந்த அந்த அந்த மர்பி டிரான்சிஸ்டரைத் தூக்கிப் போட்டு உடைத்தார்.

15

ராசம்மா அத்தை எங்கள் வீட்டுக்குக் கடைசியாக வந்திருந்த போது கஸ்பாப்பேட்டை பஞ்சாயத்து யூனியன் நடுநிலைப்பள்ளியில் ஐந்தாம் வகுப்புப் படித்துக்கொண்டிருந்தேன். அரையாண்டு விடுமுறையைக் கழிப்பதற்காக எல்லோரும் உடையாம்பாளையம் போகத் திட்டமிட்டிருந்தோம். எங்களை அழைத்துச் செல்வதற்காக நான்கைந்து நாட்களுக்கு முன்பாகவே காருமாமா அத்தையையும் சுந்தரத்தையும் ஈஸ்வரியையும் அழைத்துக் கொண்டு வந்திருந்தார். கோயில், குளங்கள், உறவினர் வீடுகள் என இரண்டு நாட்கள் சுற்றித் திரிந்துவிட்டுக் கடைசியாகத் திரைப்படம் பார்ப்பதற்காக ஈரோட்டுக்குச் சென்றோம்.

அன்று ஒரேநாளில் இரண்டு திரைப்படங்களைப் பார்த்தோம். ஒன்று அப்போது சக்கை போடு போட்டுக் கொண்டிருந்த நகைச் சுவைப் படமான 'காதலிக்க நேரமில்லை', மற்றொன்று எம்.ஜி.ஆரின் புகழ் பெற்ற படங்களில் ஒன்றான 'வேட்டைக்காரன்'. இரண்டுமே அப்பாவின் தேர்வு. அப்போது ஈரோட்டில் இருந்த திரையரங்குகள் எதிலும் சிவாஜி நடித்த படம் எதுவும் திரையிடப்பட்டிருக்காததால் அப்பாவால் படங்களைத் தேர்ந்தெடுப்பதில் வழக்கமான சமநிலை யைப் பேண முடியவில்லை.

வேறு வழியில்லாமல் திரையரங்குக்குள் வந்த அம்மா வேண்டா வெறுப்பாக அந்தப் படங்களைப் பார்த்துக்கொண்டிருந்தாள். மற்றவர்கள் சந்தோஷமாகப் படம் பார்த்துக்கொண்டிருந்தார்கள், வாய்ப்புக்கிடைத்தபோதெல்லாம் சிரித்தார்கள், இடைவேளைகளின் போது முறுக்கும் மிட்டாய்களும் வாங்கிச் சாப்பிட்டோம், இரண்டு காட்சிகளையும் முடித்துக்கொண்டு கடைவீதியை ஒரு சுற்றிச் சுற்றிவந்து பேருந்தைப் பிடித்து ஊர் வந்து சேர்ந்தோம். அந்த இரவை எம்.ஜி.ஆருக்கும் நாகேஷ் – டி.எஸ் பாலையா இணைக்கும் அர்ப் பணித்து எல்லோரும் நள்ளிரவு வரை விழித்திருந்தார்கள்.

மறுநாள் அசைவ விருந்து, ஊரிலிருந்து மாமா கொண்டு வந்திருந்த சேவல் ஒன்றைத் தவிர கறிக்கடையிலிருந்து குடலும் ரத்தமும் எடுத்து வந்திருந்தார்கள், அப்பாவும் மாமாவும் கொஞ்சம் கள் குடித்தார்கள், மிதமான போதையுடன் இருவரும் சீட்டு விளை யாடினார்கள், உடையாம்பாளையத்தின் சீட்டாட்ட மேதைகளுடன் ஆம்பராந்தின் வேலிக்கருவைப் புதர்களின் மறைவில் காசு வைத்து விளையாடிப் பெற்றிருந்த அனுபவங்களைக் கொண்டு தொடக்கப் பள்ளி ஆசிரியரான அப்பாவைத் திணறடித்துக்கொண்டிருந்தார் காருமாமா. அப்பா தொடர்ந்து தோற்றுக்கொண்டிருந்தார், தோல்வி யைக் கொண்டாடினார், மாமா சீட்டுகளைக் கவிழ்த்த ஒவ்வொரு முறையும் வாய்விட்டுச் சிரித்தபடி பந்தயத்தொகையாக எட்டணா நாணயம் ஒன்றை மாமாவுக்குக் கொடுத்தார், சீட்டாட்டத்தை வேடிக்கை பார்த்துக்கொண்டிருந்த ராசம்மாஅத்தை தொடர்ந்து கொட்டாவி விட்டுக்கொண்டே இருந்தாள், “போது ரண்டு பேருந் தூங்குங்கொ” எனச் சொல்லிக்கொண்டே இருந்தாள், தோற்றுக் கொண்டே இருந்த அப்பா, “செரி மாப்ள, உங்கு ஊட்டுக்காரம்மா இதுக்கு மேல தாங்கமாட்டாங்களாட்ட இருக்குது, போய்ப் படுங்க” எனச் சீட்டுக்கட்டுகளை எடுத்து அம்மாவிடம் கொடுத்து பத்திரமாய் வைக்கச் சொல்லிவிட்டுத் திண்ணையில் சாய்ந்து பாஸிங் ஷோ சிகரெட் ஒன்றைப் பொருத்திக்கொண்டார், ஏற்கனவே உடைத்திருந்த மர்பிக்குப் பதிலாகப் புதிதாக வாங்கியிருந்த டிரான்சிஸ்டரை ஆன் செய்தார், சொல்லிவைத்தாற் போல் சீர்காழி கோவிந்தராஜனின் பாட்டு வந்தது, காதலிக்க நேரமில்லை, காதலிப்பார் யாருமில்லை.

பெருங்குரலெடுத்துச் சிரித்தார் அப்பா.

இந்தக் கொண்டாட்டங்களில் அம்மா ஆர்வம் காட்டவில்லை. துயரங்களை மீட்டும் திரைக்கதைகளில் மனதைப் பறிகொடுத்திருந்த அம்மாவுக்கு நகைச்சுவையை ரசிக்கமுடியாமல் போயிருந்தது. திரையரங்கில் காதலிக்க நேரமில்லை படத்தின் சில காட்சிகளை ரசித்தாள், ஓரிரு முறை வாய்விட்டுச் சிரித்தாள், வேட்டைக்காரன் தொடக்கத்திலிருந்தே அம்மாவுக்குப் பிடிக்கவில்லை, முகத்தைச் சுளித்துக்கொண்டே வரிசையில் நின்றாள். படம் திரையிடப்பட்டதில் இருந்தே அதிலிருந்து விலகியிருந்தாள். மாமாவின் மகள் ஈஸ்வரியையும் தங்கைகளில் ஒருத்தியையும் அழைத்துக்கொண்டு அடிக்கடி வெளியே போனாள், காண்டீனுக்கு அழைத்துச் சென்று அவர்களுக்குத் தின் பண்டங்கள் வாங்கித் தந்தாள். அரங்கினுள் இருந்த நேரங்களில் எம்.ஜி.ஆரைச் சபித்துக்கொண்டே இருந்தாள், எம்.ஜி.ஆரின் காதலியாக சாவித்திரியைக் கண்டதில் அம்மாவுக்கு ஆத்திரம். அருகி லிருந்த பார்வையாளர்களைப் பொருட்படுத்தாமல் சாவித்திரியைத் திட்டித் தீர்த்தாள், பாடல் காட்சியொன்றின்போது உணர்ச்சி

வசப்பட்ட நிலையில், “நீயெதுக்குலே இவங்கோடச் சேந்து ஆட்டம் போட்டுக்கிட்டிருக்கறே?” என நேரடியாகவே சாவித்திரியைப் பார்த்துக் கேட்டாள், சாவித்திரி அதற்கு எந்த பதிலும் சொல்லாததால் அம்மாவின் ஆத்திரம் பெருகியது, அவளது வசைகளைக் கேட்டுக் கொண்டிருந்த இளம் பெண்ணொருத்தி, “ஏம்மா, படம் பாக்கறதுனா பேசாமப் பாக்கமாண்டீங்களாக்கு? புடிக்கலீனா எந்துருச்சு வெளில போயற வேண்டீததுதான? மத்தவங்கள எதுக்குத் தொந்தரவு பண்றீங்க?” எனப் பின்புற வரிசையிலிருந்து சத்தம் போட்டாள், ஆத்திரத்துடன் திரும்பி எதையோ முணுமுணுத்துவிட்டு எழுந்து வெளியே போன அம்மா பிறகு வரவில்லை.

காட்சி முடிந்து வந்து தேடியபோது அம்மா தியேட்டர் வளாகத்தில் எங்கும் தென்படவில்லை, எல்லோரும் பதற்றமடைந் தார்கள், மற்ற எல்லோரையும் விட காருமாமாவே அதிகப் பதற்றத்துக் குள்ளானவராகத் தென்பட்டார், “ஐயோ எங்க போனான்னு தெரீலியே, மாப்ள சித்த பாருங்க” என அப்பாவை வற்புறுத்தினார். அப்பா அவரைச் சமாதானப்படுத்தினார், “உடுங்க மாப்பள, உங்கு தங்கச்சி நேரா ஊட்டுக்குப் போயிருக்கு” என்றார் அப்பா. அவர் சொன்னது போலவே நாங்கள் திரும்பி வந்து பார்த்தபோது அம்மா வீட்டிலிருந்தாள், “ஏ பாதீல வந்துட்டே?” எனக் காருமாமா கேட்டதற்கு, “எனக்கு அவம்படமே புடிக்காது” எனச் சொல்லிச் சிரித்தாள், “ஏ நல்லாத்தான இருக்குது? எனக்கு எம்ஜியார் படம் புடிக்கு” என்றாள் ராசம்மாஅத்தை. அத்தையின் பதில் அம்மாவைத் தனிப்பட்ட முறையில் புண்படுத்தியிருக்கும் என நினைக்கிறேன். வேறெதுவும் சொல்லத் தோன்றாமல் பாயை எடுத்துக்கொண்டு சமை யல்கட்டுக்குள் போய் அங்கேயே படுத்துக்கொண்டாள்.

மறுநாளும் அதற்கு அடுத்த நாளும் ராசம்மா அத்தையுடன் இருந்த நாட்களில் அவளுக்கு மனமாற்றத்தை ஏற்படுத்த ஓயாமல் முயன்றுகொண்டிருந்தாள் அம்மா. அத்தையின் மனதிலிருந்து எம்.ஜி.ஆரை அகற்றவும் அந்த இடத்தில் சிவாஜிக்கு ஒரு பீடத்தை நிறுவவும் படாதபாடுபட்டுக்கொண்டிருந்தாள். தான் பார்த்திருந்த பீம்சிங்–சிவாஜி இணையின் ‘பா’ வரிசைப் படங்களைப் பற்றிச் சொன்னவள் அவற்றிலிருந்து சில காட்சிகளைத் தேர்ந்தெடுத்து அவற்றை விவரிக்க முற்பட்டாள். பாசமலர் பற்றிச் சொன்னபோது உண்மையாகவே கண்ணீர்விட்டாள் அம்மா. திகைத்துப்போன அத்தை தான் அதுவரை அதைப் பார்ப்பதற்கான வாய்ப்புக் கிடைக்க வில்லை என ஓரளவு குற்றஉணர்வுடன் சொல்லியிருக்கிறாள்.

எப்படியாவது ராசம்மாஅத்தைக்கு பாசமலரைக் காணும் வாய்ப்பை ஏற்படுத்தித் தந்துவிட வேண்டுமென தீர்மானித்திருந்தாள் அம்மா. எங்களை அழைத்துக்கொண்டு உடையாம்பாளையம்

புறப்படத் தயாராகிக் கொண்டிருந்தவர்களை ஏதேதோ காரணங் களைச் சொல்லித் தடுத்து நிறுத்திய அம்மா தனக்குத் தெரிந்த எல்லோரிடமும் கேட்டு பேட்டையிலிருந்து பன்னிரண்டு மைல் தொலைவில் இருந்த அரச்சலூர் சக்திடாக்கீசில் அந்தப்படம் திரையிடப்பட்டிருக்கும் தகவலை அறிந்துகொண்டாள்.

வேறெதுவும் தேவைப்பட்டிருக்கவில்லை அம்மாவுக்கு.

மறுநாள் நண்பகலில் யாரிடமும் சொல்லாமல் ராசம்மா அத்தையை அழைத்துக்கொண்டு அரச்சலூர் பேருந்தைப் பிடித்து விட்டாள். அந்த டூரிங் டாக்கீசில் பாசமலர் திரையிடப்பட்டிருந்தது உண்மை, எனினும் பகல் காட்சி இல்லை, அங்கு போய்ச் சேர்ந்தபிறகே அம்மாவுக்கு அது தெரிய வந்திருக்கிறது. அவசியம் பார்க்க வேண்டுமானால் சாயந்திரம் ஆறு, ஆறரை மணி வரை காத்திருக்க வேண்டும். படம் முடியக் கிட்டத்தட்ட இரவு பத்துமணி ஆகிவிடும். அம்மா அதைப் பற்றி யோசிக்கவில்லை, ராசம்மா அத்தையின் பதற்றத் தைப் பொருட்படுத்தாமல் கோயில்களிலும் தூரத்து உறவுக்காரர் வீடு ஒன்றிலும் நேரத்தைக் கழித்திருந்துவிட்டு உறவுக்காரப் பெண் ஒருவரையும் அவளுடைய ஏழு வயதுக் குழந்தையையும் அழைத்துக் கொண்டு முதல் காட்சிக்குப் போய் உட்கார்ந்துவிட்டாள். அதற்கு மேல் திரும்பிவர வசதி இல்லாததால் உறவுக்காரர் வீட்டிலேயே தங்க வேண்டியிருந்தது, அதிகாலையில் புறப்பட்டு முதல் பேருந்தைப் பிடித்து விடிவதற்குள் ஊர் போய்ச் சேர்ந்துவிடலாம் என அம்மா சொன்னதைப் பொருட்படுத்தாமல் ராசம்மா அத்தை விடிய விடிய அழுதுகொண்டே இருந்திருக்கிறாள்.

அம்மாவையும் அத்தையையும் காணாமல் தவித்துப் போன அப்பாவும் மாமாவும் ஆளுக்கொரு மிதிவண்டியை இரவலாகப் பெற்றுக்கொண்டு ஊரெல்லாம் அலைந்து திரிந்திருக்கிறார்கள். கிணறு, குட்டைகள் எதிலாவது விழுந்திருப்பார்களோ எனக் கவலைப் பட்டார் அப்பா. காளியம்மா அக்காவின் வீட்டுக்குப் போயிருப்பார் களோ எனச் சந்தேகித்தவர்கள் அங்கு போய்ப் பார்க்க முடிவெடுத்து விடியவிடியத் தவித்துக்கிடந்திருக்கிறார்கள். ஈரோடு செல்லும் முதல் பேருந்தைப் பிடிப்பதற்காக அதிகாலையில் பேட்டையின் பேருந்து நிறுத்தத்துக்கு வந்து நின்றபோது காங்கயத்திலிருந்து அரச்சலூர் வழியாக வந்த அதே பேருந்திலிருந்து இறங்கியிருக்கிறார்கள் அம்மாவும் ராசம்மா அத்தையும்.

வெகு காலத்துக்குப் பிறகு அம்மா அடிவாங்கியது அன்று தானாம். பேருந்து நிறுத்தத்திலேயே எல்லோரது முன்னிலையும் அம்மாவின் கூந்தலை வளைத்துப் பிடித்துக்கொண்டு கை வலிக்க அடித்தாராம் அப்பா. இரண்டடி தள்ளி நின்று அதைப் பார்த்துக்

கொண்டிருந்த காருமாமாவால் அதைத் தடுக்க முடியவில்லை, அம்மா "அண்ணா, அண்ணா" என அபயக்குரல் எழுப்பிக் கொண்டிருந் தாளாம், அந்தச் சமயத்தில் சிவாஜியால் சாவித்திரிக்கு உதவ முடியவில்லை. அதற்குப் பதில் அவர் சாவித்திரியோடு சினிமாவுக்குப் போன எம்.என்.ராஜத்தின் கன்னத்தில் அறைந்துகொண்டிருந்தாராம். வீட்டை அடைந்த கையோடு ஒரு வாய் காபித்தண்ணீர் கூடக் குடிக் காமல் மாமாவும் அத்தையும் குழந்தைகளை அழைத்துக்கொண்டு உடையாம்பாளையத்திற்குப் புறப்பட்டுப் போய்விட்டார்கள். போகும்போது விடைபெற்றுக் கொள்ளக்கூடத் தயங்கினாள் அத்தை, வாசலைத் தாண்டிய பிறகு, "செரி முத்து வாறே" என ஒற்றை வார்த்தை மட்டும் அவளிடமிருந்து வந்தது, மாமா கொடுத்திருந்த அறையில் அத்தையின் கன்னங்கள் வீங்கியிருந்தன, கண்ணீர்விட்டு அழுதுகொண்டே போனாள் அத்தை. அதுவே அவளையும் சுந்தரத் தையும் ஈஸ்வரியையும் கடைசியாகப் பார்த்திருந்த தருணமாகவும் அமைந்துவிட்டது.

ராசம்மாஅத்தை செட்டியோடு ஓடிப்போவதற்குக் கிட்டத்தட்ட ஒரு மாதத்துக்கு முன்பு உடையாம்பாளையம் போன அம்மாவுக்கும் ராசம்மாஅத்தைக்கும் ஏதோ காரணத்தால் சண்டை மூண்டுவிட்ட தாம். அந்தச் சண்டையின்போது அம்மா ராசம்மாஅத்தையை பாசமலர் படத்தில் அண்ணன் சிவாஜியின் கெட்ட எண்ணமுள்ள மனைவியாக நடித்திருந்த எம்.என்.ராஜத்தோடு ஒப்பிட்டுவிட்டாளாம், அதற்குப் பிறகுதான் சண்டை தீவிரமடைந்ததாம். அப்போது அம்மாவும் ராசம்மாஅத்தையும் பரிமாறிக் கொண்ட வசைச்சொற் களை உடையாம்பாளையத்துவாசிகள் யாராலும் சகித்துக்கொள்ள முடியவில்லையாம். பெரியம்மா, அம்மாவுக்கு ஆதரவாக அந்தச் சண்டையில் பங்கு கொண்டாளாம். நங்கை, கொழுந்தி சண்டை களில் அதிகம் தலையிடாதவரான காருமாமா அப்போது அத்தையின் பக்கம் நின்று தன் அக்கா, தங்கை மீது கடுமையான வசைச்சொற் களைப் பிரயோகித்து விட்டாராம். அம்மாவை அடிக்கக்கூடக் கை ஓங்கினாராம்.

அப்போது அம்மா தன் வாழ்வில் முதல் முறையாக மாமாவுக்கு எதிராக நின்றாள், "அவ பேச்சக் கேட்டு எம் மேல கை நீட்ட வாறே? எங்க வா, வந்து கை வெச்சுப் பாரு பாக்கலா, எம்புருஷங்கிட்டச் சொன்னன்னா வந்து நீட்டுன கைய வெட்டிப்புடுவாரு வெட்டி ஆமா" என எச்சரித்தாளாம்,

அப்பா அப்போது உடையாம்பாளையத்திலிருந்து வெகு தொலைவில் கஸ்பாப்பேட்டை பஞ்சாயத்து யூனியன் நடுநிலைப் பள்ளியில் நான்காம் வகுப்பு மாணவர்களுக்கு சரித்திரப் பாடம் நடத்திக்கொண்டிருந்திருக்கிறார்.

16

அத்தை செட்டியோடு ஓடிப்போன பிறகு தங்கள் நாவிதர்களைச் சாபம் சூழ்ந்துவிட்டதாக நம்பத்தொடங்கினார்கள் உடையாம்பாளை யத்தின் பண்ணையக்காரர்கள்.

அதற்குச் சில மாதங்களுக்கு முன்புதான் சவுந்திராபெரியம்மா வயிற்றிலிருந்த பூசணிக்காய் பருமனுள்ள கட்டியை அகற்றிக்கொண்டு வந்து புண் ஆறாத நிலையில் தன் கயிற்றுக்கட்டிலில் முடங்கிக் கிடந்தாள். அது புற்றுநோய்க் கட்டியாக இருக்கக்கூடும் என அவளுக்குச் சிகிச்சையளித்த அம்பிளிக்கை மருத்துவர்கள் சந்தேகித் திருந்ததால் சாவை எதிர்நோக்கிக் காத்திருப்பவளாகத் தன்னைக் கற்பனை செய்துகொண்டிருந்தாள். முத்தையன்வலசுப் பெரியப் பாவும் அவளது இரண்டு மகன்களும் அவர்களது பண்ணையக்காரர் களும் எங்கள் பெரியம்மாவும் காருமாமாவும் ராசம்மாஅத்தையும் மற்ற உடையாம்பாளையத்துவாசிகளும் அதையே எதிர்பார்த்துக் கொண்டிருந்தனர். மருத்துவர்கள் அவளது வயிற்றைக் கிழித்த அந்தக் கணத்திலேயே சிதறிப்போனார் முத்தையன்வலசுப் பெரியப்பா. மருத்துவமனை வளாகத்தில் மருத்துவக்கழிவுகள் இறைந்துகிடந்த செங்கொன்றை மரங்களின் நிழல்களில் சித்தப்பிரமை கொண்ட வரைப்போல் நடமாடிக்கொண்டிருந்தார்.

ஏறத்தாழ ஒருமாதம்வரை உள்நோயாளியாக இருந்த சவுந்திரம் பெரியம்மாவை எங்கள் பெரியம்மாவும் ராசம்மாஅத்தையும் சுந்தராடிவலசுப்பெரியம்மாவும்தான் அவ்வப்போது வந்து ஒருவர் மாற்றி ஒருவராகத் துணையிருந்து கவனித்துக்கொண்டிருந்தார்கள். காயம் கொஞ்சம் ஆறியபிறகு அம்பிளிக்கையிலிருந்து தாராபுரத்துக்கும் தாராபுரத்திலிருந்து மூலனூருக்கும் மூலனூரிலிருந்து செம்மடைக்கும் வெவ்வேறு பேருந்துகளின் வழியாக அவளை அழைத்துவந்தார்கள். அங்கிருந்து பண்ணையக்காரரொருவரின் இரட்டைமாட்டு வண்டி யில் ஏற்றி வீட்டுக்குக் கொண்டுவந்தார்கள்.

இரண்டுவருடங்களுக்கு முன்பிருந்தே வயிற்றுவலியால் அவதிப் பட்டுக்கொண்டிருந்த சவுந்திரம் பெரியம்மா அதைப் பொருட்படுத் தாமல் குடிவேலைகளை மேற்கொண்டு வந்தாள். நான்கைந்து மாதங்களில் வயிறு திரண்டு பெரிதாகத் தொடங்கியதும் தான் மூன்றாவதாக ஒரு குழந்தைக்குத் தாயாகப் போவதாக நினைத்தாளாம் சவுந்திரம்பெரியம்மா. அதுபற்றிச் சொன்னதும் முத்தையன் வலசுப்பெரியப்பா சந்தோஷத்தில் மூழ்கினார். உற்றார், உறவினர்களை அழைத்து விருந்து விஷேசம் எனக் கொண்டாட்டங்களில் திளைத் தார். வயிறு இயல்பைவிடப் பெரிதாகத் தென்பட்டதைப் பார்த்த எங்கள் பெரியம்மா அவளைப் பரிசோதித்து அவள் கருவுற்றிருப்ப தாகத் தனக்குத் தோன்றவில்லையெனச் சொன்ன பிறகு பெரியப்பா கொண்டாட்டங்களைக் கைவிட்டார்.

அப்போது சவுந்திராப் பெரியம்மாவின் தோலில் சில சிவப்புப் புள்ளிகள் தென்படத் தொடங்கியிருந்தன. கண்களில் புகைப்படலம் உருவானது, உதடுகளில் சாம்பல் படிந்தது, பற்களில் சொத்தை விழத் தொடங்கியிருந்தது. அதைக்கண்டு பயந்துபோன எங்கள் பெரியம்மா முத்தையன்வலசுப் பெரியப்பாவின் துணையுடன் ஆம்பராந்துக்கரை யிலிருந்த வெவ்வேறு பண்டிதக்காரர்களிடம் அவளை அழைத்துச் சென்றாள். அவர்கள் ஒவ்வொருவரும் தந்த பச்சிலைகளைக் கசக்கி விழுங்கக்கொடுத்தாள், வெவ்வேறு தாவரங்களின் சாற்றைக் குடிக்கத் தந்தாள். லேகியங்களை விழுங்கச்செய்தாள். அவையெல்லாம் அவளது வயிற்றை மேலும் பெரிதாக்கவே உதவின. அவளுடைய அடிவயிறு வளர்ந்து வளர்ந்து பானையின் வடிவத்தை அடைந்த போது ஒருநாள் அவள் வெடித்துச் சிதறிவிடுவாள் என நினைத்தார் முத்தையன் வலசுப்பெரியப்பா.

தங்கள் நாசுவத்தியின் பெரிதாகிக்கொண்டே போன வயிற்றைப் பார்த்த அவளது பண்ணையக்காரிச்சிகள் ஏதாவது செய்து அவளைக் காப்பாற்ற வேண்டுமென நினைத்தார்கள். உடையாம்பாளையத்தின் பூசாரிகள் தங்கள் நாசுவத்தியைக் காப்பாற்றித்தரும்படி அவரவர் தெய்வங்களை வேண்டிக் கொண்டார்கள். அப்படிக் காப்பாற்றித் தந்துவிட்டால் என் கோயிலுக்குப் பன்னிரண்டு அமாவாசைகள் தொடர்ந்து வருவாயா என உடையாம்பாளையத்தின் தலைவாசலில் அருள்கொண்டாடிய ரட்டிணமூர்த்தி கோயில் பூசாரி கேட்டபோது முத்தையன்வலசுப் பெரியப்பாவும் சவுந்திராப்பெரியம்மாவும் அதற்குச் சம்மதம் தெரிவித்து பூசாரியின் காலில் விழுந்து கும்பிட்டுக் கைகளில் அடித்துச் சத்தியம் செய்துகொடுத்தார்கள், பூசாரி மகிழ்ந்தார், "எண்ணி எட்டே நாள்ள வீக்கமெல்லா வத்தி வவுறு பழையபடிச் சுக்காட்ட ஆயிரு, செரியா?" என்றார். விபூதியும் எலுமிச்சையும் மந்திரித்துக்கொடுத்தார், அவற்றை எப்போதும் தன் கட்டிலில் வைத்திருக்கச் சொல்லி உத்தரவிட்டார்.

எண்ணி எட்டே நாட்கள்.

பெரியப்பாவும் அவளும் பொறுமையற்றவர்களாகவும் நம்பிக்கை யோடும் நாட்களை எண்ணிக்கொண்டிருந்தார்கள்.

ஒன்று

இரண்டு

மூன்று

நான்கு

ஐந்து

ஆறு

ஏழு

எட்டு

சரியாக ஒன்பதாவது நாளில் அவளது வாயிலிருந்து ரத்தம் பீறிடத் தொடங்கியிருந்தது. திண்ணையில் தேங்கிய பெரியம்மாவின் கருப்பு நிற ரத்தம் உறையாமல் சிறு கோடாக ஊர்ந்து உயிருள்ள ஜீவனைப் போலப் படிகளின் வழியே இறங்கி ஓடக்கற்கள் பாவிய வாசலை அடைந்திருந்தது. அதுபற்றிய தகவல் உடையாம்பாளைய மெங்கும் பரவத்தொடங்கியிருந்தது. ஒரு அதிசயம் போல கூட்டம் கூட்டமாகத் திரண்டு வந்து பார்த்துவிட்டுப் போனவர்களில் பலர் நிச்சயமாக அது காத்துக்குணத்தின் விளைவு என்றார்கள். ஆம்பராந்துக் கரையில் சுற்றித் திரியும் பேய்களில் ஏதாவது அவளை அண்டி அப்படி வதைத்துக்கொண்டிருக்கலாம் என யூகித்தார்கள். அவர்களது யோசனைப்படி பேயோட்டுவதில் வல்லவரான கள்ளமடை ராமசாமி பண்டாரத்தைப் போய்ப் பார்த்துவிட்டு வந்தார் பெரியப்பா. அதற்கான நாளையும் இடத்தையும் பற்றி யோசித்துக்கொண்டி ருந்தபோது அதுபற்றிய தகவலைக் கேட்ட தெக்குவளவுப்பண்ணாடி கடுங்கோபம் கொண்டார், பெரியப்பாவை அழைத்து வாய்க்கு வந்தபடி திட்டினார், தன் மனைவிக்கு அளித்த சிகிச்சைகளையும் பரிகாரங்களையும் பற்றிப் பெரியப்பாவிடம் கேட்டறிந்தவருக்கு ஆத்திரம் பெருகியது, “முண்டநாசுவனே, மூளசெத்தவனே, ஒண்ணுக்கு மத்த இந்தப் பேச்சையெல்லா உட்டுப்புட்டு மொதல்ல அவள ஆஸ்பத்திரிக்குக் கூட்டிக்கிட்டுப் போற வழியப் பாரடா பொளையா நாசுவனே” எனத் திட்டித் தீர்த்தவர் தன் பாரவண்டிகளில் ஒன்றைக் கொடுத்து சவுந்திரம் பெரியம்மாவை அம்பிளிக்கை இலவச ஆஸ்பத் திரிக்குக் கொண்டுபோக வழிசெய்தார். அவளைப் பரிசோதித்த அம்பிளிக்கை மருத்துவர்கள் ஏழெட்டு வெற்றுத்தாள்களில் பெரியப் பாவின் கைரேகையைப் பெற்றுக்கொண்டு உடனடியாக அவளைத் தங்கள் அறுவைச்சிகிச்சைக் கூடத்துக்கு அழைத்துச் சென்றார்கள்.

தன்னிடமிருந்து கைரேகையைப் பெற்றுக்கொண்ட உடனே கதறியழத் தொடங்கினார் முத்தையன்வலசுப் பெரியப்பா.

மருத்துவர்கள் அவளைக் கொன்றுவிடப்போகிறார்கள் எனவும் அவளது மரணத்துக்குத் தன்னையே பொறுப்பாளியாக்கப் பார்க்கிறார்கள் எனவும் நினைத்த பெரியப்பா மனைவியை அறுவைச் சிகிச்சைக் கூடத்துக்கு அனுப்பிவிட்டு மருத்துவமனை வளாகத்தை விட்டு உடனடியாக வெளியேறினார். கடும் வெயிலையும் பொருட்படுத்தாமல் அலைந்து திரிந்து ஊரின் ஒதுக்குப்புறமாயிருந்த பாங்காடு ஒன்றின் புதர் மறைவிலிருந்து பட்டைச் சாராயச் சீசா ஒன்றை வாங்கி வந்து திருகுகள்ளி வேலிப்புதர் மறைவில் வைத்துக் குடித்துவிட்டுப் பலமணி நேரத்திற்குப் பிறகு தட்டுத்தடுமாறியபடி மருத்துவமனைக்கு வந்து சேர்ந்தார். அவரை எதிர்பார்த்து வாசலிலேயே காத்திருந்த எங்கள் பெரியம்மா. சற்றும் தாமதிக்காமல் அவரை அழைத்துக் கொண்டு போய் சுயநினைவற்றுக்கிடந்த சவுந்திரா பெரியம்மாவைக் காட்டினாள். அப்போது அவளது வயிறு உண்மையாகவே சுக்குப் போல் சுருங்கியிருந்தது. கண்களில் நீர்மல்க அவளைப் பார்த்துக் கொண்டிருந்தவரை அழைத்துக்கொண்டு அறுவைச்சிகிச்சைக் கூடத்துக்குப் போனாள் பெரியம்மா. இருள் சூழ்ந்த அந்தக் கூடத்திலிருந்த மேசையொன்றின் மீது பெரிய பூசணிக்காயொன்றின் வடிவில் ரத்தச்சகதியுடன் மலர்த்தி வைக்கப்பட்டிருந்த சதைக்குன்று ஒன்றைக் காட்டினாள். சவுந்திரா பெரியம்மாவின் வயிற்றில் இருந்தது அந்தக் கட்டிதான் எனச் சொன்னபோது வாந்தியெடுக்க முற்பட்டாராம் முத்தையன்வலசுப் பெரியப்பா. அதிலிருந்து பரிசோதனைக்காக சிறு துண்டு ஒன்றை வெட்டியெடுத்து அதை மெட்ராசுக்கோ ராயவேலூருக்கோ அனுப்பப்போகிறார்கள். பரிசோதனைக்குப் பிறகே அது புற்றுநோய்க் கட்டியா அல்லவா எனத் தெரியவரும், பரிசோதனை முடிவுகள் வந்தவுடன் அம்பிளிக்கையிலிருந்து வீட்டுக்கே தகவல் வந்துவிடும் என மருத்துவமனைச் செவிலியர்கள் சொன்னதாகப் பெரியம்மா அவருக்குச் சொன்னாள். புற்று நோய்க்கட்டியாக இருக்கும்பட்சத்தில் சவுந்திரா பெரியம்மாவின் காலம் முடிந்துவிட்டது என்றே கருத வேண்டும் என அந்த மருத்துவமனையின் துப்புரவுப் பணியாளர்களில் ஒருவர் சொன்ன தகவலை முத்தையன்வலசுப் பெரியப்பாவுக்குச் சொன்னபோது பெரியம்மாவின் குரல் நடுங்கியது, எவ்வித உணர்ச்சியுமற்றவராக அவள் சொன்னவற்றைக் கேட்டுக்கொண்டிருந்தார் பெரியப்பா.

கிழித்த இடத்தைப் பழையபடி ஊசி வைத்துத் தைத்து ஏறத்தாழ ஒரு மாதம் வைத்திருந்து மருந்து, மாத்திரைகள் கொடுத்து வீட்டுக்கு அனுப்பி வைத்து விட்டார்கள் அம்பிளிக்கை மருத்துவர்கள். பரிசோதனை முடிவுகள் கிடைத்த பிறகே மேல்சிகிச்சை பற்றி

முடிவெடுக்க முடியும், அதுவரை நோயாளியைப் பாதுகாக்க வேண்டியது அவர்களது பொறுப்பு எனச் சொல்லியனுப்பினார் மருத்துவர்.

வீட்டுக்குக் கொண்டு வந்து கொஞ்சநாட்கள் திண்ணையில் கயிற்றுக்கட்டிலில் அவளைப் படுக்கப்போட்டிருந்த முத்தையன்வலசுப் பெரியப்பா பிறகு அவளிடமிருந்து பெருகிய கெட்ட வாடையைத் தாங்கிக்கொள்ள முடியாமலும் அவளுக்குப் புற்று நோய் இருக்குமோ என்ற அச்சத்தாலும் அது ஒட்டுவாரொட்டியாக இருந்துவிட்டால் என்ன செய்வது என்ற கவலையாலும் அவளைச் சற்றுத் தள்ளி யிருக்கச் செய்ய முடிவெடுத்தார். எதிரே அவளது கயிற்றுக்கட்டில் கொள்ளுமளவுக்குக் கைச்சாளையொன்றை வேய்ந்து அதில் படுக்கையைப் போட்டுவிட்டுத் திண்ணையில் போய் முடங்கிக் கொண்டார். முற்றாகச் சிதறிப்போயிருந்த அவரிடமிருந்து வேறெதை யும் எதிர்பார்க்க முடியாததால் இரவு பகல் பாராது அரற்றிக் கொண்டும் கூக்குரலிட்டுக் கொண்டும் தன் நினைவிலிருந்தவர்கள் ஒவ்வொருவரையும் சபித்துக்கொண்டுமிருந்த சவுந்திராப் பெரியம்மாவைப் பராமரிக்க முடியாமல் அவளது மகன்கள் இருவரும் திணறிக் கொண்டிருந்தார்கள். அப்போது தாராபுரத்தில் மயிர்கூட்டிக் கொண்டிருந்த அம்பிகாபதியண்ணன் அவ்வப்போது இரண்டு வட்ட வடிவ பன்ரொட்டிகளையும் மூன்று ஆரஞ்சுப்பழங்களையும் வாங்கிவந்து தாயிடம் கொடுத்து விட்டு வேறெதுவும் பேசாமல் திரும்பிச் சென்றுகொண்டிருந்தார்.

சண்முகம் தாய்க்கும் தகப்பனுக்கும் துணையாக இருந்தான்.

வயதுக்கு மீறிய பொறுப்புணர்வுடன் ஒவ்வொரு நாளும் காலையில் தாயின் மூத்திரச் சட்டியை ஊருக்கு வெளியே எடுத்துக் கொண்டு போய் மந்தையில் இருந்த திருகுகள்ளிப் புதர்களுக்குள் கொட்டி விட்டு வந்தான். வியர்வை உப்புப்படர்ந்த அவளது உடம்பு, முகம், கைகால்களை ஈரத்துணியால் துடைத்துவிட்டுவிட்டுச் சிறிதளவு சோளக்கூழையோ ராகிக்கூழையோ குடிக்கக்கொடுத்து முன்போலவே கயிற்றுக்கட்டிலில் கிடத்தி, ஊஞ்சத்தடியாலான ஊன்றுகோலொன்றைக் கட்டில் சட்டத்தில் சாத்தி வைத்துவிட்டுத் தகப்பனின் அடப்பத்தை எடுத்துக்கொண்டு பண்ணையக்காரர்களின் வீடுகளுக்கும் தோட்டம், காடுகளுக்கும் போய் அவர்களுக்குத் தன்னாலான ஊழியங்களைச் செய்துவந்தான். அவர்களது தாடியைச் சிரைக்கவும் மீசையைத் திருத்தவும் மயிர்வெட்டவும் தயாராகவே இருந்தான் சண்முகம். அவனிடம் தலையைக் கொடுக்கப் பண்ணை யக்காரர்கள் யாரும் துணியாததால் அதை ஈடுகட்டும் பொருட்டுப் பண்ணையக்காரிச்சிகள் இடும் குற்றேவல்களுக்குப் பணிந்து

அவர்களின் கருணையையும் அன்பையும் பெற்றான். அவர்களிட மிருந்து சிறிதளவு பழையசோற்றையோ சோழக்கூழையோ கம்மஞ் சோற்றையோ வாங்கிக் குடித்து வயிற்றை நிரப்பிக்கொண்டு கையோடு எடுத்துச் சென்றிருந்த தூக்குப்போசியில் தகப்பனுக்கும் தாய்க்கும் ஏதாவது வாங்கிக்கொண்டு வீடுவந்துசேர்ந்தான். தகப்பனுக்காக நாடார்கள் கொண்டுவந்து வைத்துவிட்டுப் போயிருக்கும் பனங்கள்ளி லிருந்து கொஞ்சத்தை எடுத்துக் குடித்துவிட்டுத் திண்ணையில் கால்களைப் பரப்பி மல்லார்ந்து கிடப்பவனை பண்ணையக்காரர் களில் யாராவது வந்து அழைப்பார்கள்.

அம்பிளிக்கை மருத்துவமனையிலிருந்து திரும்பிய பிறகு அடப்பத்தைக் கையில் தொடாமல் திண்ணையிலேயே முடங்கிக் கிடந்ததால் முத்தையன் வலசுப்பெரியப்பாவின் பண்ணையக்காரர்கள் சவரம் செய்வதற்கும் எண்ணெய் தேய்த்துவிடுவதற்கும் காருமாமாவை அழைக்கத் தொடங்கியிருந்தனர். கல்யாணம் காட்சி எனப் பிறகு அது தொடர்ந்துகொண்டிருந்தது. பண்ணையக்காரர்களின் நல்லது கெட்டதுகளில் குடிநாவிதனாக முத்தையன்வலசுப் பெரியப்பா ஏற்கவேண்டியிருந்த பொறுப்புகளைத் தவிர்க்க முடியாமல் காரு மாமாவே ஏற்றுக்கொள்ளத் தொடங்கியிருந்தார். கல்யாணம் காட்சி, எழவு இடைஞ்சல் என எல்லாவற்றுக்கும் பொறுப்பேற்றுக் கொண்டி ருந்த காருமாமா முத்தையன்வலசுப்பெரியப்பாவின் பண்ணையக் காரர்களுக்கு முக்கியமானவராக மாறியிருந்தார். ரட்டிணமூர்த்தி கோயிலிலும் முத்துசாமி கோயிலிலும் முடிவாங்கும் முறை வந்த போதும் பெரியப்பாவின் இடத்தை காருமாமாவே நிரப்பினார். அவரது பண்ணையக்காரர்களிடமிருந்து கிடைத்த தவசதானியங் களில் சரிபாதியை அவர்களுக்காக எடுத்து வைத்தாள் பெரியம்மா.

தன் கயிற்றுக்கட்டிலில் கிடந்தபடியே எல்லாவற்றையும் பார்த்துக் கொண்டிருந்தாள் சவுந்திரம்பெரியம்மா. அம்பிளிக்கையிலிருந்து என்ன செய்தி வரப்போகிறதோ என்னும் பதைபதைப்பு அவளை நிம்மதியிழக்கச் செய்திருந்தது. அது புற்றுநோய்க்கட்டியாக இருக்க முடியாது என நம்ப விரும்பினாள். தூர்ந்துகொண்டிருந்த உடல் அவளுக்கு அந்த வாய்ப்பைத் தரவில்லை. அப்படி இருந்துவிட்டால் என்ன செய்வது என யோசிக்க முற்பட்டாள். பெரியப்பாவையும் பிழைப்புத் தேடி அலைந்து திரியும் மூத்த மகன் அம்பிகாபதியண்ண னையும் முதிராத சோளக்கதிர் போன்ற இளைய மகன் சண்மு கத்தையும் குறித்த கவலைகள் அவளை ஓயாமல் வதைத்துக் கொண்டி ருந்தன.

புழுங்கித் தவித்தாள்.

தனது கையறுநிலையைப் பயன்படுத்தி காருமாமாவும் எங்கள் பெரியம்மாவும் தங்களது குடிகளைக் கைப்பற்றிக் கொள்ளத் திட்டம்

திட்டிக்கொண்டிருப்பதாக அவள் கற்பனை செய்துகொண்டாள். புருஷனுக்கும் பிள்ளைகளுக்கும் அதுபற்றிச் சொல்லி அவர்களை எச்சரிக்க முயன்றாள். பிள்ளைகளிடம் அவர்கள் தங்களுக்குக் காலங் காலமாகச் சோறு போட்டுக் கொண்டிருக்கும் குடிமுறைமைகளையும் பண்ணையக்காரர்களையும் காருமாமாவுக்கு விட்டுக்கொடுத்து விடாமலிருக்க வேண்டும் என எச்சரித்துக்கொண்டிருந்தாள் சவுந்திரா பெரியம்மா. மூவரில் யாருமே தான் சொன்னதைப் பொருட்படுத்த வில்லை எனவும், எங்கள் பெரியம்மாவின் மீதும் காருமாமாவின் மீதும் மூவரும் அசைக்க முடியாத நம்பிக்கை வைத்திருப்பதாகவும் நினைத்தவள் எங்கள் பெரியம்மா அவர்களுக்கு ஏதோ மருந்து வைத்து வசப்படுத்திக்கொண்டுவிட்டதாகச் சந்தேகித்தாள். அவர்கள் தனக்கு ஏதாவது செய்வினைகூட வைத்திருக்கலாம் என நினைத்தாள், அதுதான் தனக்கு வயிற்றில் புற்றுநோயைக்கொண்டு வந்து விட்டி ருக்க வேண்டுமெனத் தோன்றியது அவளுக்கு,

அப்போதுதான் உடையாம்பாளையத்தின் பண்ணையக்காரர்கள் முத்தையன்வலசுப் பெரியப்பாவிடமிருந்த குடிகளைத் தற்காலிகமாக வாவது காருமாமாவின் வசம் ஒப்படைக்க வேண்டியதன் அவசி யத்தைப் பற்றி யோசிக்கத் தொடங்கியிருந்தார்கள். தெக்குவளவுப் பண்ணாடி அதுபற்றித் தன்னிடம் யோசனை கேட்டதாக இரண்டு மூன்று நாட்களுக்கு முன் தனக்கு உடம்பு துடைத்துக்கொண்டி ருந்தபோது சண்முகம் சொன்னதை நினைத்துக்கொண்டாள் சவுந்திரம் பெரியம்மா. அதை அவளால் தாங்கிகொள்ளவே முடி யாமல் போயிற்று.

அப்போதுதான் எங்கள் பெரியம்மா பண்ணையக்காரர் ஒருவரது வீட்டிலிருந்து அவளுக்காக வாங்கி வந்திருந்த சிறிதளவு நெல்லஞ் சோற்றையும் கோழிக் குழம்பையும் நான்கைந்து துண்டு வறுத்த கோழிக்கறியையும் ஈயக் குண்டா ஒன்றில் போட்டு அவளுக்காகக் கொண்டு வந்திருந்தாள், கட்டில் குத்துகாலில் உட்காந்துகொண்டு, “இந்தா சவுந்துரு, ஒரு வா தின்னு, நம்பு மேட்டாங்காட்டுப் பெரிய கவுன்ச்சி போட்டுக் குடுத்துட்டாங்கொ” என அவள் முன் வைத்தாள்.

தன் மூர்க்கத்தின் கைகளால் பெரியம்மாவிடமிருந்து அதைப் பறித்தவள் சற்றும் தயங்காமல் உயரே தூக்கி வாசலில் வீசியடித்தாள், தடதடவென உருண்டோடி எங்கள் பெரியம்மாவுக்கு அவமானத்தை ஏற்படுத்திவிட்டுக் குப்புறக் கவிழ்ந்திருந்தது அந்த ஈயக்குண்டா, “தொண்டுக் கண்டாரோலி, பண்றதையும் பண்ணிப்புட்டு எனக்குச் சோறு கொண்டாந்து குடுக்கறியா சோறு? போலே அந்தப் பக்கொ, இனி எம்பட ஊட்டுப் பக்கொ வந்து பாருலெ உன்னப் பேசிக்கறெ” எனப் பெருங்குரலெடுத்துக் கத்தியபடி எழுந்து உட்காரவும் முற்பட்டாள். நோயுற்றிருந்த அவளை எப்படி எதிர்கொள்வது எனத்

தெரியாததால் பெரியம்மா அப்போது பின்வாங்கினாள். கண்களில் நீர் ததும்ப முத்தையன்வலசுப் பெரியப்பாவையும் சண்முகத்தையும் அழைத்து வந்து உருண்டு கிடந்த சோற்றுக்குண்டாவையும் சேறோடிக் கிடந்த குழம்பையும் சிதறிக்கிடந்த பருக்கைகளையும் எறும்புகளால் இழுத்துச்செல்லப்பட்டுக் கொண்டிருந்த இறைச்சித் துணுக்குகளையும் அவர்களுக்குக் காட்டினாள். ஆற்றாமையுடன் அதைப் பார்த்துக் கொண்டிருந்த இருவரும் பெருமூச்செரிந்தபடி திண்ணையை அடைந்து ஆளுக்கொரு திசையில் கால்களைத் தொங்கவிட்டு உட்கார்ந்துகொண்டார்கள். இருவரது கண்களிலிருந்தும் எந்தச் சத்தமுமில்லாமல் பெருகி வழிந்துகொண்டிருந்த கண்ணீரைப் பார்த்ததும் வேறெதுவும் சொல்லத் தோன்றாமல் தன் வீட்டுக்குள் நுழைந்து கதவைத் தாழிட்டுக் கொண்டாள் எங்கள் பெரியம்மா.

கால்களை அகட்டி மல்லார்ந்து படுத்துக்கொண்டு எங்கள் பெரியம்மாவையும் காருமாமாவையும் ராசம்மாஅத்தையையும் அவளது குழந்தைகளையும் மட்டுமல்லாது தனது கயிற்றுக்கட்டிலி லிருந்து வெகு தொலைவிலிருந்த காளியம்மாஅக்காவையும் எங்கள் அம்மாவையும் மெட்ராஸ் சின்னம்மாவையுங்கூட கொடியசொற் களால் தூற்றிக்கொண்டிருந்தாள் சவுந்திரா பெரியம்மா. எல்லோ ரையும் சபித்தாள். எல்லோரும் அடியோடு நாசமாகப் போய்விட வேண்டும் எனத் தனது ஏதோ ஒரு தெய்வத்தை வேண்டிக் கொண்டாள். மற்ற எல்லோரையும்விட காருமாமாவின் மீது அதிக வன்மமும் பழியும் கொண்டிருந்தவளாகத் தென்பட்டாள் சவுந்திரா பெரியம்மா. தங்கள் குடிகளைப் பறித்துக்கொண்ட காருமாமாவின் வம்சத்தைத் தழைக்க விடப்போவதில்லையெனவும் அது பூண்டற்றுப் போவதைப் பார்ப்பதற்காகவே தான் உயிரோடு இருப்பதாகவும் தன்னைப் பார்க்க வந்த ஒவ்வொருவரிடமும் சொல்லிக்கொண்டி ருந்தாள்.

பிறகொரு நண்பகலில் மிகச் சிரமப்பட்டு எழுந்து வாசலைக் கடந்து தெருவை அடைந்து செம்மண்புழுதி படிந்த அந்த மண்ணைக் கைநிறைய அள்ளிக் கொண்டு வந்து மாமாவின் வாசலில் தூற்றினாள்.

ராசம்மாஅத்தை செட்டியோடு ஓடிப்போன தகவல் தனது செவிகளை அடைந்தபோது பெருங்குரலெடுத்துச் சிரித்தாளாம் சவுந்திரா பெரியம்மா. தன் சாபம் பலித்துவிட்டதாகக் குதூகலித்தவள் நம்பவே முடியாமல் தன் கயிற்றுக் கட்டிலிலிருந்து ஊன்றுகோலின் துணையில்லாமல் எழுந்து திடமாக அடிவைத்து நடந்து ஊரின் எல்லையிலிருந்த கருப்பராயன்சன்னதியை அடைந்தாள், எதிரே குத்தி வைக்கப்பட்டிருந்த அவனது வேல்களில் சரஞ்சரமாய்த் தொங்கிக் கொண்டிருந்த பித்தளை மணிகளைக் குலுக்கி எக்காளம் போன்ற தொரு ஓசையை எழுப்பினாளாம், வீச்சரிவாள் தூக்கி நின்ற

கருப்பராயனின் பாதங்களில் நெடுஞ்சாண்கிடையாக விழுந்து வெகுநேரம் வரை கண்ணீர்விட்டு அழுது கொண்டிருந்திருக்கிறாள். அவளது செய்கையைப் பொறுத்துக்கொள்ள முடியாத உடையாம் பாளையத்தின் பண்ணையக்காரிச்சிகளில் சிலர் அவளைக் கண்டித்தார்களாம், சவுந்திரா பெரியம்மா அவர்களைப் பொருட்படுத்த வில்லை, "இனி எனக்கென்னுங்கொ பெரிய கவுண்ச்சி? அந்தக் கருப்பராயெ எம்பக்க இருக்கறே, என்னைய அவெந் தக்காத்தி வெச்சுருப்பே, அந்த வெறாட்டு முண்டயு அவ பொறந்தவனு நாசமாப் போற வரைக்கு நா இங்க, இப்படியேதேங் கெடப்பெ, கூடவே இருந்து பாத்துக்கிட்டிருப்பெ, அது புத்து நோயோ கித்துநோயோ அவனூடு நாசமாப்போற வரைக்கு இந்தச் சீக்கு என்னைய ஒண்ணும் பண்ணிப் புடாது" எனச் சூளுரைத்துவிட்டுத் திரும்பிச் சென்றாளாம் சவுந்திரா பெரியம்மா.

சொன்னது போலவே காருமாமா நாசமாவதைப் தன் கயிற்றுக் கட்டிலிலிருந்து பார்த்துக்கொண்டேதான் இருந்தாள் சவுந்திரா பெரியம்மா.

சவுந்திரா பெரியம்மாவின் சாபம்தான் ராசம்மாஅத்தை செட்டியோடு ஓடிப் போகக் காரணம் என உடையாம்பாளையத்து வாசிகள் நம்பினார்கள். அது தவிர வேறு காரணம் எதுவும் இருப்பதாக யாரும் நினைக்கவில்லை. அதே சமயம் செட்டிக்கும் ராசம்மா அத்தைக்கும் இருந்துவந்த தொடர்புகள் சவுந்திரா பெரியம்மாவுக்கு முன்பே தெரிந்தவையாக இருக்க வேண்டும் என்றாள் எங்கள் பெரியம்மா. அதனால்தான் அவள் காருமாமாவைச் சூழவிருந்த கேடுகளைப் பற்றி அவ்வளவு நிச்சயமாக இருந்தாள். தனது சாபம் பலிக்கும் என்பதில் அவளுக்குத் துளிகூடச் சந்தேகம் ஏற்பட்டி ருக்கவில்லை. அவள் அதை எதிர்பார்த்துக் காத்திருந்தாள், அதைக் கொண்டாட முற்பட்டாள். முத்தையன்வலசுப் பெரியப்பாவும் சண்முகமும் எவ்வளவோ மன்றாடியதைப் பொருட்படுத்தாமல் கொடாப்பிலிருந்த சேவல்குஞ்சு ஒன்றைப் பிடித்து அதைத் தன் கையாலேயே கொன்று பொங்குகளைப் பொசித்துச் சமைத்தாள், ஒருத்தியாகவே தின்று தீர்த்தாள். மீந்ததை அங்கு தென்பட்ட நாய்களுக்குப் போட்டாள்.

ராசம்மா அத்தைக்கும் செட்டிக்கும் இருந்துவந்த தொடர்பைப் பற்றி சவுந்திரா பெரியம்மாவைப் போலவே காருமாமாவும் தெரிந்து தான் வைத்திருந்தார் எனத் தோன்றுகிறது. அத்தை அதுபோன்ற முடிவை எடுக்கவே மாட்டாள் என காருமாமா நம்பியிருந்ததற்கு ஆதாரமில்லை. அத்தை ஓடிப்போனது பற்றிய தகவல் அவரை அதிர்ச்சிக்குள்ளாக்கவில்லை. தன் பண்ணையக்காரர் ஒருவருக்கு முகச்சவரம் செய்துகொண்டிருந்த காருமாமா நிதானமாகவே அதை

எதிர்கொண்டாராம். மூன்றாவது நபரைப் போல் அந்தத் தகவலைக் கேட்டுக்கொண்ட மாமாவுக்குக் கைகள் நடுங்கவில்லை, சவரக்கத்தி நழுவிக் கீழே விழுந்துவிடவில்லை, தன் பண்ணையக்காரரின் முகத்தில் எஞ்சியிருந்த மயிரைச் சிரைத்து, மீசையைத் திருத்தி, கிச்சு மயிரை வழித்து, முகத்தைத் துடைத்து விட்டுவிட்டே எழுந்தாராம். அடப்பத்தை எடுத்துக் கொண்டு வீட்டை நோக்கி நடந்துகொண்டிருந்தபோது எதிரே வந்த அண்டைவீட்டுக்காரர் ஒருவரிடம் கேட்டுத் தனக்கு வந்த தகவல் உண்மையானதுதான் என்பதை உறுதிப்படுத்திக் கொண்டபோதும் பதற்றமற்றவராகவே தென்பட்டாராம். வீட்டை அடைந்து பெரியம்மாவின் புலம்பலையும் கண்ணீரையும் ராசம்மா அத்தையின் மீதான அவளது வசைகளையும் பொருட்படுத்தாமல் அவள் கொடுத்த புளிதண்ணியை வாங்கி இரண்டு மடக்குகள் குடித்துவிட்டுப் பெயர் சொல்லி மகனையும் மகளையும் அழைத்தாராம்.

அவர்களிடமிருந்து பதில் இல்லாமல் போகவே அடப்பத்தைத் திண்ணையில் எறிந்துவிட்டு வீட்டுக்குள் போய்த் தேடினாராம். அவர்கள் அங்கு இல்லாததை அறிந்தபோதுதான் அவர் பதற்றமடையத் தொடங்கியிருக்கிறார்.

பெரியம்மா அப்போது கண்ணீர் வற்றிய முகத்துடன் தென்பட்டாள். காருமாமாவை எதிர்கொள்ளமுடியாமலும் அவருக்கு என்ன சமாதானம் சொல்வது எனத் தீர்மானிக்கமுடியாமலும் திகைத்துப் போய் நின்ற பெரியம்மா மாமாவின் அசைவுகளைத் தொடர்ந்து கண்காணித்துக்கொண்டும் அவரைப் பின்தொடர்ந்து கொண்டும் மௌனமாக இருந்தாளாம். அவளது மௌனத்திலிருந்து எதையும் தெரிந்துகொள்ள முற்படாத மாமா திண்ணையை விட்டிறங்கித் தெருவுக்கு ஓடினாராம். "சுந்துரு, சுந்துரு, அப்பா சுந்துரு டேய், ஈசு, ஈசுக்குட்டீ, ஈசு, ஈஸ்வரீ, எங்கீப்பா இருக்கறீங்க ரண்டு பேருமு?" எனக் கேட்டுக்கொண்டே. தெருமுனைகளிலும் குழந்தைகள் வழக்கமாக விளையாடும் மொட்டைப்பாறையிலும் சாவடியிலும் கல்கட்டிலும் என அவர்கள் அடைக்கலம் கொண்டிருப்பதற்கு வாய்ப்புள்ள எல்லா இடங்களிலும் தேடினாராம்.

குழந்தைகளால் தன்னை விட்டுச் சென்றுவிட முடியும் என்பதையும் ராசம்மா அத்தை அவர்களை அழைத்துச் செல்லத் துணிந்திருப்பாள் என்பதையும் நம்ப மறுத்தார் காருமாமா. தொடர்ந்து அவர்களைப் பெயர் சொல்லி அழைத்துக் கொண்டே ஓடினார்.

பின்தொடர்ந்துகொண்டிருந்த பெரியம்மாவால் அவரது வேகத்துக்கு ஈடுகொடுக்க முடியவில்லை. ஊரெல்லையைத் தாண்டி,

புதர்களாலும் வேலிக்கருவை மரங்களாலும் சூழப்பட்ட பொட்டல் காடுகளுக்குள்ளும் இட்டேறித் தடங்களிலும் புதர்கள் மண்டிய ஒற்றையடித்தடங்களிலும் அவற்றுக்கப்பால் காணாங்கோழிகள் வாசம் செய்யும் ஆம்பராந்துநதியின் நாணல் புதர்களுக்கிடையேயும் சாரைகள் ஊர்ந்து திரியும் கோரைகளுக்குள்ளும் கொடுக்காப்புளி மரங்களின் முட்கள் அடர்ந்த கிளைகளிலும், நாவல்பழ மரங்களிலும் தூர்ந்துகிடந்த தங்கமணி கோயிலின் பின்புற மதிலையொட்டிக் குழந்தைகள் கூட்டாஞ்சோறு ஆக்கி விளையாடும் மணல்படுகையிலும் பாறையிடுக்குகளிலும் தேடிக் களைத்துவிட்டு மருதமரங்களால் சூழப்பட்ட ஆம்பராந்தின் அந்த மடையை அடைந்தாராம் காருமாமா.

நீர் தத்தளித்துக்கிடந்த மடையோரம் மருதமர நிழலில் சிதறிக்கிடந்திருக்கிறது மகள் ஈஸ்வரியின் ஒற்றைக் கொலுசு. மண்டியிட்டு உட்கார்ந்து வெகுநேரம்வரை அதைப் பார்த்துக் கொண்டிருந்தார் காருமாமா. அவரது கண்களிலிருந்து நீர் பெருகத் தொடங்கியிருக்கிறது, அதைத் துடைத்துக் கொள்ளும் வழிதெரியாமல் மகளின் தவறவிடப்பட்ட ஒற்றைக் கொலுசைக் கையிலெடுத்துக் கொண்டார். திடமாகப் பதிந்திருந்த நான்குஜோடிக் காலடித் தடங்களில் ராசம்மா அத்தையினுடையதையும் மகன் சுந்தரத்தி னுடையதையும் மகள் ஈஸ்வரியினுடையதையும் அடையாளம் கண்டுகொண்டார்.. அகன்ற பாதங்களையுடைய செட்டியின் காலடித்தடங்கள் அவற்றை வழி நடத்திக்கொண்டு முன்னால் சென்றிருந்ததைப் பார்த்த காருமாமா சில அடி தூரம்வரை அவற்றைப் பின்தொடர்ந்தார். பிறகு தலைகுப்புறச் சரிந்தார். அப்போதுதான், ஆம்பராந்து ஆற்றின் அந்தப் படுகையில், மருதமரங்களடர்ந்து கிடந்த அந்த மடையின் கோரைப்புதர் மண்டிய கரையோரத்தில்தான் காருமாமாவுக்கு முதன்முதலில் காக்காய்வலிப்பு நோய் வந்ததாகப் பிறகொரு நாள் எங்களுக்குச் சொன்னாள் பெரியம்மா. சரியாக அதே நேரத்தில்தான் அம்பிளிக்கை மருத்துவமனையிலிருந்து சவுந்திராப் பெரியம்மாவின் பரிசோதனை அறிக்கை பற்றிய தகவல் வந்து சேர்ந்தது, ஏறத்தாழ இரண்டாண்டுகளுக்கு முன் தன் தாயின் வயிற்றிலிருந்து வெட்டியெடுக்கப்பட்டிருந்த கட்டி வெறும் கொழுப்புக்கட்டிதான், அதில் புற்றுநோய்க்கான எந்த அறிகுறியும் இல்லை என்னும் தகவலோடு அதே மருதமரநிழலுக்கு வந்து நின்றார் அம்பிகாபதியண்ணன்.

17

அத்தை செட்டியோடு ஓடிப் போன தகவலை இரண்டு மூன்று நாட்களுக்குப் பிறகு நேரில் வந்து சொல்லிவிட்டுப் போனார் அம்பிகாபதியண்ணன். எங்களுக்கும் காளியம்மா அக்காவுக்கும் தகவலை சொல்லச் சொல்லி எங்கள் பெரியம்மா அவரை அனுப்பி வைத்திருந்தாள்.

அவர் வந்தபோது அப்பா பள்ளிக்குப் புறப்பட்டுக்கொண்டிருந்தார். அப்போது தான் சாப்பிட்டுவிட்டு எழுந்தவருக்குக் கை துடைப்பதற்கான துண்டு ஒன்றைக் கொடுத்துவிட்டு நிமிர்ந்தபோது வாசலிலிருந்து அம்பிகாபதியண்ணனின் குரல் கேட்டு வெளியே வந்தாள் அம்மா, கைகளைத் துடைத்துக் கொண்டே அப்பா எட்டிப் பார்த்தார், “வாப்பா, ஏது திடீர்னு? நல்ல சேதிதான? ஊர்ல அல்லாரு சௌக்கியந்தான?” என இருவரும் ஒரே குரலில் கேட்டார்கள், அவரை உட்காரச் சொல்லிவிட்டுத் தண்ணீர் கொண்டுவந்து கொடுத்தாள் அம்மா, வீட்டுப்பாடம் எழுதிக்கொண்டிருந்த நான் எனது நோட்டுப் புத்தகங்களை அப்படியே வைத்துவிட்டுப் பாயொன்றை எடுத்து உதறித் திண்ணையில் விரித்தேன், “என்னடா இன்னைக்குப் பள்ளிக்கோடம் போவுலியா?” எனக்கேட்டுக் கொண்டே உட்கார்ந்த அம்பிகாபதியண்ணனிடம், “நல்ல சேதிதானப்பா?” என மீண்டுமொரு முறை கேட்டாள் அம்மா, அப்போது தென்பட்ட அம்மாவின் இறுகிய முகத்தைப் பார்த்தபோது அவளுக்கும்கூட அது அதிர்ச்சியூட்டும் தகவலாய் இருந்திருக்க முடியாது எனவும் அதுபோன்ற தகவலுடன் உடையாம்பாளையத்திலிருந்து யாராவது வருவார்கள் என எதிர்பார்த்துக் கொண்டிருந்திருக்க வேண்டுமெனவும் இப்போது தோன்றுகிறது.

நேரம் கடந்திருந்ததால், “செரீப்பா, டைமாச்சு, நா கௌம்பறேன், இரு, சாயந்தரமா வாறெ, இருப்பியல்லொ? ரண்டு நாளைக்கு இருந்துட்டுப் போ” எனச் சட்டையை உடுத்திக்கொண்டு பித்தான் களைப் போட்டபடியும் கை மடிப்புகளைச் சரி செய்தபடியும் சொல்லிக்கொண்டிருந்தார் அப்பா, “இல்லீங் சித்தப்பா, நா ஒடனே

கெளம்போணு, தாரபொரம் போகோணு, கடைல வேற ஆள் ஒருத்துருமில்ல” எனப் பதிலளித்துக்கொண்டிருந்தபோது எங்களை விட நான்கைந்து வயது மட்டுமே மூத்தவரான அம்பிகாபதியண்ணன் அப்பாவைப் போலவும் காருமாமாவைப் போலவும் முதிர்ந்தவராகத் தென்பட்டார். “செரி, இருந்து சாப்புட்டுட்டுப் போ, நா முடிஞ்சா மத்தியானமா வர்றேன்” எனச் சொல்லிவிட்டுக் கிளம்பினார் அப்பா. போகும்போது அம்மாவை அழைத்து, “அவன சாப்புட்டுட்டுப் போவச் சொல்லு” என்றார்.

அப்பாவின் செருப்புச்சத்தம் தேய்ந்து மறைந்த மறுகணமே, “ஒரு கெட்ட சமாச்சாரமுங்க சின்னம்மா” என்றார் அண்ணன். திடுக்கிட்டுப் போனவளைப் போல் தென்பட்ட அம்மா எதையும் கேட்க முற்படுவதற்கு முன்பாகவே, “அத்த போயிருச்சு, அந்தச் செட்டி கூட்டிக்கிட்டுப் போயிட்டே” என்றார், அதைச் சொன்னபோது அம்பிகாபதியண்ணனின் குரலில் வருத்தம் இழையோடவில்லை, “என்னப்பா சொல்றே? தாரு? ராசம்மாளா? அதெப்பொ?” என அடுக்கடுக்கான கேள்விகளை எழுப்பிக்கொண்டே, “செரி வா, உள்ள வந்து உக்காரு” என அம்பிகாபதியண்ணனுக்காகத் திண்ணையில் விரிக்கப்பட்டிருந்த பாயை அரைகுறையாகச் சுருட்டி உள்ளே கொண்டுபோய் சிமெண்ட் தரையில் விரித்தாள் அம்மா, பதற்றத்துடன் வெளியே வந்தவள் புறக்கதவைச் சாத்தித் தாளிட்டாள், “எப்பப்பா?” எனக் கேட்டுக்கொண்டே எதிரே தரையில் கால்களை மடித்து உட்கார்ந்தாள். “ரண்டு மூணு நாளாச்சுங் சின்னம்மா, ஞாயித்துக் கெழமக் காத்தால சந்தைக்குப் போறாப்பல கெளம்பிப் போயிருக்குது” என்றவர் குரலைச் சற்று தாழ்த்திக்கொண்டார், தயக்கத்துடன் என்னைப் பார்த்தார், அவர்கள் பேசியதைக் கேட்டுக்கொண்டே நான் புத்தகங்களைப் பைக்குள் திணித்துக்கொண்டிருந்தேன், அக்கா அப்போது குளியலறையில் இருந்தாள், தம்பியும் தங்கையும் முன்னதாகவே புறப்பட்டுப் போயிருந்தார்கள், “இன்னொ ஏ நீட்டி நெளிச்சுக்கிட்டிருக்கறே? நேரமாச்சு, கெளம்பு, பெல்லடிக்கறதுக்கு முன்னால போய்ச்சேரு, லேட்டாப் போனீனா எட்வின் சாரு வெளாசிப்புடுவாரு” என அம்மா என்னை விரட்டியதால் அத்தையைப் பற்றி அம்பிகாபதியண்ணன் கொண்டுவந்திருந்த செய்தியை முழுமையாக அறிந்துகொள்ளாமல் புறப்பட்டுப் போனேன்.

பள்ளியிலிருந்து திரும்பியபோது அம்பிகாபதியண்ணனைக் காணோம், அம்மா இயல்பாக நடமாடிக்கொண்டிருந்தாள். அவ்வப்போது இறுகுவதும் தளர்வதும் எனத் தத்தளித்துக்கொண்டிருந்த அம்மாவின் முகம் நிலைமையின் தீவிரத்துக்குச் சாட்சியமாய்த் தோன்றியது. கவலை தோய்ந்த முகத்துடன் திண்ணையில் சம்மணமிட்டு உட்கார்ந்திருந்தார் அப்பா. உடையாம்பாளையத்துக்குப் புறப்பட்டுப்போவதைப் பற்றியும் அந்தச் சிக்கலை எப்படி எதிர்

கொள்வது என்பதைப்பற்றியும் இருவரும் ஆலோசித்துக்கொண்டி ருந்தார்கள். அவ்வப்போது என் காதில் பட்டு விலகிச்சென்று கொண்டிருந்த அவர்களது உரையாடல்களிலிருந்து ராசம்மா அத்தை சுந்தரத்தையும் ஈஸ்வரியையும் தன்னுடன் அழைத்துச்சென்றிருப்பது பற்றிய தகவலையும் மற்ற விஷயங்களைவிட அதுதான் எல்லோ ருக்கும் பதற்றத்தை ஏற்படுத்தியிருப்பதையும் அறிந்துகொள்ள முடிந்தது. என்னைவிட அக்கா சற்றுக் கூடுதலான தகவல்களைத் தெரிந்து வைத்திருந்தாள். செட்டியைப் பற்றியும் அவனோடு அத்தைக்கிருந்த தொடர்புகளைப் பற்றியுங்கூட அவள் அறிந்திருந்தாள். அதைப்பற்றி அவள் சொன்னவற்றை என்னால் முழுமையாகப் புரிந்துகொள்ள முடியவில்லை, இதையெல்லாம் அவள் எப்படித் தெரிந்துகொண்டிருப்பாள் எனவும் யார் அவளுக்குச் சொல்லியிருப் பார்கள் எனவும் யோசித்துக்கொண்டிருந்தேன். மற்ற எல்லோரையும் போலவே அத்தை சுந்தரத்தையும் ஈஸ்வரியையும் அழைத்துச்சென்றி ருந்ததைப் பற்றியே அவளும் கவலைப்பட்டாள்.

அவர்கள் இருவரையும் இனிப் பார்க்கவே முடியாமல்கூடப் போய்விடலாம் என்றாள் அக்கா. நானுங்கூட அதைப்பற்றிய கவலைகளில் மூழ்க விரும்பினேன். அவர்கள் இருவருடனும் பழகிய நாட்களை நினைவுகூர முயன்றேன்.

அப்போதைய எங்களின் விடுமுறை நாட்கள் விளையாட்டு களால் நிரம்பியிருந்தன. பள்ளிகளுக்கு விடுமுறை அறிவிக்கப்பட்ட மறுநாளே எங்களை உடையாம்பாளையத்துக்கு அழைத்துச் சென்று விடுவாள் அம்மா. இரண்டு மூன்று நாட்கள்வரை எங்களோடு இருந்துவிட்டுத் திரும்பிவிடுவாள். மெட்ராசிலிருந்து ராஜியும் சுப்பிரமணியும் வந்திருப்பார்கள். காளியம்மா அக்கா சுமதியையும் கணேசனையும் கொண்டுவந்து விட்டுவிட்டுப் போயிருப்பாள். பெண்கள் ஓட்டாஞ்சில்லு ஆடுவார்கள், கண்ணாமூச்சி விளை யாடுவார்கள், நானும் சுந்தரமும் கணேசனும் சுப்பிரமணியும் கில்லி, கோழிக்குண்டு, முதலான ஆண்களுக்குரிய விளையாட்டுகளில் திளைத்திருப்போம். திருடன் போலீஸ் விளையாட்டு எங்களுக்குப் பிடித்தமான விளையாட்டுகளில் ஒன்றாக அப்போது இருந்தது. எங்களில் மூன்றுபேர் போலீஸ்காரர்கள், ஒரேயொரு திருடன், போலீசாக நடிப்பதைவிடத் திருடனாக நடிப்பது கடினம். மூன்று தடியன்களின் கண்களில் மண்ணைத் தூவிவிட்டுத் தப்பியோட வேண்டும். சுந்தரம் திருடனாக இருப்பதையே விரும்புவான். அவனுக்கு உடையாம்பாளையத்தின் சந்துபொந்துகளும் புதர்களும் குட்டிச்சுவர்களும் அத்துபடியானவையாயிருந்ததால் கண்மூடிக் கண்திறப்பதற்குள் ஓடி எங்காவது ஒளிந்துகொள்வான். குண்டாந் தடியைத் தூக்கிக்கொண்டு நாங்கள் தேடியலைவோம். கோழிக்குண்டு களைக் கையாள்வதில் சுப்பிரமணி கில்லாடியாக இருந்தான்.

அவர்கள் வசித்துவந்த மெட்ராசில் மிகப் புகழ்பெற்ற விளையாட்டு அது என்பதால் அந்த அனுபவம் அவனுக்குக் கைகொடுத்திருந்தது. நான் கில்லிவிளையாட்டில் சூரன்.

நாங்கள் எல்லோரும் பங்குபெறும் விளையாட்டுகளாக இருந்தவை கூட்டாஞ் சோறும் தாயக்கரமும். ஊரின் எல்லையில் இருந்த தங்கமணியம்மன் கோயிலின் சிதைந்த மதில்களுக்குப் பின்புறமிருந்த காட்டாமணக்குச் செடிகளின் மறைவில் கூட்டாஞ் சோறு ஆக்கித் தின்போம். அதற்கு அரிசியும் பருப்பும் புளியும் உப்பும் எண்ணெயும் கடுகும் தேவைப்படும் என்பதால் கட்டாயம் உடையாம் பாளையத்தின் எங்கள் வயதொத்த மற்றவர்களுடன் கூட்டணி வைத்துக்கொள்ள வேண்டியிருக்கும். கவுண்டர், பண்டாரம், நாடார் வீடுகளைச் சேர்ந்த எங்கள் கூட்டாளிகள் அரிசியும் பருப்பும் எண்ணெயும் எடுத்துக்கொண்டு வருவார்கள். நாங்கள் எங்கள் பெரியம்மாவுக்கும் ராசம்மா அத்தைக்கும் தெரியாமல் உப்பு, புளி, மிளகாய், கடுகு முதலான பொருட்களை எடுத்துக்கொண்டு வந்து விடுவோம். சமைப்பதற்குத் தேவையான சட்டி, பானைகளைக் கோயிலின் அடர்ந்த புதர்களுக்குள் மறைத்துவைத்திருப்போம். மறை விடங்களை அவ்வப்போது மாற்றிக்கொண்டே இருப்பதால் கோடை காலம் முடியும் வரை அவை அங்கு பத்திரமாக இருந்துகொண்டி ருக்கும். சுப்பைகளைச் சேகரித்துக் கொண்டு வந்து கொடுத்தால் அக்காவும் ராஜியும் ஈஸ்வரியும் மூன்று கல்லடுப்பு ஒன்றைக் கூட்டிச் சுவையாகச் சமைத்து வைத்துவிடுவார்கள். இளையவர்களான சுமதிக்கும் தங்கை தவமணிக்கும் செல்விக்கும் பரிமாறும் பொறுப்பு. ஆண்களாகிய நாங்கள் ஆளுக்கொரு பூவரச இலையை விரித்து உட்கார்ந்துகொண்டு, “சோறு கொண்டா, கொழம்பு கொண்டா, கொஞ்சொ ரசத்த ஊத்து, இதென்ன கொழம்புல உப்பே இல்ல, ரசத்த வாயிலயே வெக்க முடீலெ, அத்தன புளிப்பு” என அதிகாரம் செய்து கொண்டிருப்போம். அந்த விளையாட்டு தந்த களிப்பிலிருந்துதான் அப்பா அம்மா விளையாட்டின் மீது எங்களுக்கு ஆர்வம் ஏற்பட்டது.

அது மிக ரகசியமான விளையாட்டு.

பெரியம்மாவுக்கோ அத்தைக்கோ காருமாமாவுக்கோ ஊரின் மற்ற யாருக்குமோ தெரியாமல் அந்நியர்கள் யாரோடும் கூட்டணி வைக்காமல் ஆம்பராந்தின் அந்த மடைக்குப் போய்விடுவோம். மருதமர நிழலில் ஆளுக்கொரு மணல்வீட்டைக் கட்டி காசரளிப் பூக்களால் கோலமிட்டு அவற்றில் குடியேறிவிடுவோம். மொத்தம் மூன்று ஜோடி அப்பாஅம்மாக்கள். நானும் என் மாமன் மகள் ஈஸ்வரியும் சுப்பிரமணியும் காளியம்மா அக்காவின் மகள் சுமதியும் சுந்தரமும் அக்காவும், அல்லது அவனும் மெட்ராஸ் சின்னம்மாவின் மகள் ராஜியும். கணேசன், என் தம்பி, தங்கைகள், செல்வி ஆகிய மற்ற எல்லோரும் அந்த மணல்வீடுகளின் குழந்தைகள். வேறு யாருக்கும் முன்பாக நான் பள்ளி ஆசிரியராகிவிடுவேன்.

என் மணல்வீட்டின் அப்பா கஸ்பாபேட்டை பஞ்சாயத்து யூனியன் நடுநிலைப் பள்ளியின் தலைமை ஆசிரியர், அவருக்குப் பொறுப்புகள் அதிகம், அவரால் குழந்தைகளைச் சமாளிக்கவே முடியவில்லை, அவர்களிடமிருந்து ஓயாமல் புகார்கள் வந்து குவிந்தவண்ணமிருக்கின்றன, மூன்றாம்வகுப்புக்குப் பாடம் எடுக்கும் எலிசபெத்டீச்சர் நீண்ட விடுப்பில் சென்றுவிட்டதால் குழந்தைகள் ஒருவரோடொருவர் தொடர்ந்து சண்டையிட்டுக்கொண்டிருக் கிறார்கள், "சார் ரண்டாப்பு தர்மலிங்கம் எம்பெஞ்சலத் திருடிக் கிட்டானுங் சார்", "இவ என்னக் கிள்ளி வெக்கறாளுங்க சார்", "சார் எனக்கு வயித்துவலி தாங்க முடீலீங் சார்" இப்படி, இப்படி. பள்ளி நேரம் முடிந்து திருத்துவதற்காக ஒரு நூறு கட்டுரை நோட்டுகளைச் சுமந்துகொண்டு வீடு திரும்புகிறார் எங்கள் மணல்வீட்டின் அப்பா, இரண்டாம் வகுப்புப் படிக்கும் மகன் கணேசன் அன்று பள்ளிக் கூடத்துக்கு மட்டம் போட்டிருக்கிறான், அப்பா கோபம் கொள்கிறார், பிரம்பைக் கையிலெடுத்துக்கொள்கிறார், "அப்பா வேண்டாங்கப்பா, விட்ருங்கப்பா, நாளைல இருந்து ஒழுங்கா ஸ்கூலுக்கு வந்துடறனுங் கப்பா, அப்பா, ஐயோ அம்மா இந்த அப்பாகிட்டருந்து என்னக் காப்பாத்து", அப்பா பிரம்பைக் கீழே போட்டுவிட்டு கணேசனின் அம்மாவை அழைக்கிறார், "ஈசு, ஈசு, யேய் ஈசா எங்கலே போய்த் தொலஞ்சே?" ஈசு எழுத்துவாசனை அறியாத கிராமத்து அம்மா, "ஏனுங்கோ, இதா வந்துட்டனுங்கோ" என முந்தானையால் கையைத் துடைத்துக்கொண்டே சமையலறையிலிருந்து ஓடிவருகிறாள், காரு மாமாவின் ஒரே மகளான ஈஸ்வரிக்கு விளையாட்டிலும் ஈஸ்வரி யென்றே பெயர்.

ஒவ்வொருவரும் அவரவரது மணல்வீடுகளின் அப்பா, அம்மாக் களுக்கு அவரவரது சொந்தப் பெயர்களையே சூட்டிக் கொள்கிறோம்.

சுந்தரம் முதலில் தன் வீட்டின் அப்பா ஒரு குடிநாவிதன் என அடப்பத்தை எடுத்துத் தோளில் மாட்டிக்கொண்டான், ஆறாம் வகுப்புப் படித்துக்கொண்டிருந்த அந்த மணல்வீட்டின் அம்மாவான எங்கள் அக்காவுக்கு அது பிடிக்கவில்லை, தன் வீட்டின் அப்பாவும் பள்ளி ஆசிரியராகவே இருக்க வேண்டும் என வலியுறுத்தினாள். ஆனால் அந்த அப்பாவுக்கு வாத்தியார் வேலை பிடிக்கவில்லை, "போக்கத்தவனுக்குப் போலீஸ் வேல, வக்கத்தவனுக்கு வாத்தியார் வேல" எனக் கேலி செய்தான் சுந்தரம். எனவே அவர்களது மணல்வீட்டின் அப்பா வேறு வேலை தேடவேண்டியிருந்தது, பவர்லூம் நெசவாளி, லேத்பட்டறை ஓனர், எண்ணெய் வியாபாரி, பஸ் கண்டக்டர் என சுந்தரம் தேர்ந்தெடுத்த எந்த வேலையும் அக்காவுக்குப் பிடிக்கவில்லை, கடைசியில் தங்கள் மணல் வீட்டின் அப்பா ஒரு சினிமா நடிகனாக இருந்தால் அம்மா அதை ஒப்புக் கொள்வாளா எனக் கேட்டான் சுந்தரம், அம்மா யோசித்தாள், "சரி,

ஆனா எம்ஜியார் மாதிரியா? சிவாஜி மாதிரியா?", சுந்தரம் அதற்கு உடனடியாகப் பதிலளித்தான், "எம்ஜியார், மக்கள் திலகம் எம்ஜியார் மாதிரி"

மெட்ராஸ் சின்னம்மாவின் மகன் சுப்பிரமணியத்தின் மணல் வீட்டு அப்பா பிஅன்ட் சி மில்லில் வேலை பார்க்கிறார், போதாத சம்பளம், அவர்கள் லைன் வீடு ஒன்றில் வாடகைக்குக் குடியிருக் கிறார்கள், தண்ணீர் பிரச்சினை வாட்டியெடுக்கிறது, கடன் தொல்லை வேறு, அந்த வீட்டின் அம்மா நாள்தோறும் அப்பாவுடன் சண்டை யிட்டுக்கொண்டிருக்கிறாள், அப்பாவால் அவளை எதிர்கொள்ள முடியவில்லை, அவள் தன் பிறந்தகத்துக்குப் போய்விடப்போவதாக மிரட்டுகிறாள், அப்பா கெஞ்சுகிறார், "சுமதி, இத பாரு, நாஞ்சொல்றதக் கேளு" எனத் திரும்பத்திரும்ப மன்றாடுகிறார். விளையாட்டு சுமதிக்குக் கொஞ்சம்கூடப் பிடிக்கவில்லை, அழிச்சாம்புளிச்சாம் போட்டு தன் மணல்வீட்டை அவள் கலைத்துப் போடுகிறாள், சுப்பிரமணி அப்பா இப்போது எலக்ட்ரிக் கடை ஓனர், இப்போது அவர்கள் ஒரு புதிய வீட்டைக் கட்டிக்கொள்கிறார்கள், மூன்றடுக்குகள் கொண்ட மாடி வீடு, சொந்தமாக ஒரு வெஸ்பா ஸ்கூட்டர் வைத்திருக்கிறார்கள், அம்மா கழுத்து நிறைய நகை போட்டிருக்கிறாள், அப்பா சுப்பிரமணி யின் மணிக்கட்டில் பேவர்லூபா கைக்கடிகாரம். பேசும்போது கைகளை உயர்த்திக்காட்டி அந்த பேவர்லூபாவை எல்லோருக்கும் காட்டுகிறார், அவர்கள் சினிமாவுக்குப் போகிறார்கள், கோயில், குளம் என்று சுற்றித் திரிகிறார்கள், அவர்களது ஆஸ்திக்கு தலைநாளில் ஆண்பிள்ளை பிறந்திருக்கிறது, ஆசைக்கு பெண்குழந்தையொன்றைப் பெற்றுக்கொள்வது என முடிவெடுத்திருக்கிறார்கள். சண்முகம்தான் அந்த மணல்வீட்டின் பெற்றோருக்குச் செல்லப்பிள்ளை. சந்தோஷ மான குடும்பம், மற்றவர்களுக்கு எடுத்துக்காட்டான அப்பாவும் அம்மாவும்.

பொழுதிறங்கும் வரை ஆம்பராந்தின் அந்த உலர்ந்த படுகையில் கட்டிவைத்த மணல்வீடுகளில் களித்துக்கிடந்த அப்பாக்களும் அம்மாக்களும் ஒட்டியிருந்த மணல்துகள்களை உதறிவிட்டு வீட்டை அடைந்தால் அவர்களைக் கண்டு கொள்ள அங்கே யாருமில்லை. எல்லோரும் அதற்குள்ளாகவே வீட்டு வேலைகளை முடித்துக் கொண்டு தாயக்கரம் ஆட உட்கார்ந்துவிட்டார்கள்.

முத்தையன்வலசுப் பெரியப்பாவின் வீட்டுக் காரைவாசலில் குயவன் வரைந்து வைத்துவிட்டுப்போன தாயக்கரத்தைச் சூழ்ந்து கெக்கலக்கெ போட்டுக்கொண்டிருக்கிறார்கள் உடையாம்பாளையத்து நாவிதக்குடிப் பெரியவர்கள். அது அவர்களுக்கான அப்பா, அம்மா விளையாட்டு. நான்கு மலைகளையுடைய தாயக்கட்டத்தில் மலைக்கு இருவராக மொத்தம் எட்டு ஆட்டக்காரர்கள். காருமாமாவும் அத்தையும் ஓர் இணை, முத்தையன்வலசுப் பெரியப்பாவும் சவுந்திராப்

பெரியம்மாளும் திருமங்கலத்து அத்தையும் அரவக்குறிச்சியில் சேவிங்கடை வைத்திருக்கும் அவளது கணவரும் என வாழ்வில் இணை சேர்ந்திருப்பவர்கள் விளையாட்டிலும் இணைந்திருக் கிறார்கள். நான்காவது மலைக்கு இணை இல்லை, வெள்ளைச் சேலைக்காரியான பெரியம்மா, அம்பிகாபதியண்ணன், சண்முகம், அல்லது சுந்தராடிவலசுப் பெரியம்மாவின் இரண்டு மகன்களில் யாராவதொருவர் என அப்போதைக்கு யார் கிடைக்கிறார்களோ அவர்களைச் சேர்த்துக்கொள்கிறாள். தலைக்கு ஓரணா வீதம் வெற்றி பெறும் அணிக்கு ஆட்டமொன்றுக்கு நாலாணா கிடைக்கும். விடிய விடிய உருண்டுகொண்டிருக்கும் இரு சிறு உலோகத்துண்டுகளின் ‘க்ளிங்க்ளிங்’ என்னும் இடையறாத ஓசை,

தாயம் போடு பாக்கலா, ஒரேயொரு தாயம்

தாயங்கைல ஒரு ஆறு போடு பாக்கலா, ஆறு

கழுத முண்ட ரண்டு போடச்சொன்னா நாலப் போட்டு வெக்கறா

ஒரு பன்னெண்டு

பன்னெண்டுங்கைல ஒரு தாயம்

தாயம்

இன்னொரு தாயம் போடுங் மாமா

உங்கள வெட்டாக்கூழ்க் குடிக்க வெக்கறமா இல்லையான்னு பாருங்க மாப்ள

ஒரே ஒரு மூணு போடு பழுத்த எடுத்துக்கிட்டு நாலணாவக் கொண்டுக்கிட்டு ஓடியே போயறலா

ஐய்ய்ய்...கேட்டாப்பல மூணு

எடு காச

க்ளிங்க்ளிங்க்ளிங்

வெற்றியின் எக்காளம்

தோல்வியின் புலம்பல்

க்ளிங்க்ளிங்க்ளிங்

ஒவ்வொருவருக்கும் ஒரு பட்டப்பெயர் சூட்டி எல்லோரையும் கேலி செய்துகொண்டிருக்கிறார் திருமங்கலத்து அத்தையின் கணவர்.

நாங்கள் வந்து நின்றதைக் கவனிக்க ஆளில்லை, நாங்கள் சற்று நேரம் அவர்களுடைய ஆட்டத்தை வேடிக்கை பார்த்துக்கொண்டி ருப்போம். பிறகு காருமாமாவின் வீட்டுத் திண்ணையில் சுண்ணாம் பால் ஒரு கட்டத்தை வரைந்துவைத்துக்கொண்டு விதவிதமான தாயக்கட்டைகளைச் சேகரித்து வைத்திருக்கும் காருமாமாவின்

டிரங்குப்பெட்டியிலிருந்து இரும்பு அல்லது கருங்காலி மரத்துண்டு களாலான ஒரு ஜோடி தாயக்கட்டைகளை எடுத்துக் கொண்டு வந்து உட்கார்ந்துவிடுவோம். அப்பா அம்மா விளையாட்டில் சேர்ந்திருந்த இணைகளே தாயக்கரத்திலும் தொடரும். நான்–ஈஸ்வரி, அக்கா–சுந்தரம், சுப்பிரமணியும் – சுமதியும் தவிர நான்காவது இணைக்கு கணேசனும்–தங்கை தவமணியும்.

தாயம்

தாயங்கைல ஒரு ஆறு

ஆறுங்கைல ஒரு பன்னெண்டு

இப்ப ஒரு ரண்டு, ஒரேயொரு ரண்டு, தாயே அங்காத்தாக் கண்ணத்தொற, ஒரு ரண்டக் குடு, ஒரேயொரு ரண்டு.

ஆட்டத்தினிடையே பீடி குடிப்பதற்காக வாசலுக்கு வந்து நிற்கும் திருமங்கலத்து அத்தையின் கணவர் பீடியை இழுத்துக்கொண்டே எங்கள் ஆட்டத்தை வேடிக்கை பார்க்கிறார். தாயக்கரத்தில் இணை சேர்பவர்களுக்கு வாழ்க்கையில் இணைசேரும் யோகம் கிடைக்கு மெனச் சொல்லிவிட்டு, “பாத்துக்கிட்டே இருங்கொ, நாளைக்கு ஈசாதே உனக்குப் பொண்டாட்டியா வரப்போறா, சுந்து தங்கமணியக் கட்டிக்கப்போறே, சுப்பரமணிக்கு நம்பு சுமதிதேம் பொண்டாட்டி, மாமம்புள்ள அத்தபையன்னு ஒவ்வொருத்தரு ஆளப் பாத்துத்தேஞ் சேந்துருக்கறீங்களாட்ட இருக்குது போங்கொ” எனச் சொல்லிவிட்டுப் பெருங்குரலெடுத்துச் சிரித்துவிட்டுப் போகிறார் திருமங்கலத்து அத்தையின் கணவர். நாங்கள் வெட்கப்படுகிறோம். சிரித்துக்கிடக் கிறோம்.

காலையில் “நாசுவனூடு போடற சத்தொ காதப்பொளக்குது, வெடிய வெடிய அவுனுக போடற ஓலக்கமென்னொ? ஆட்டமென்ன? பாட்டமென்ன? சித்த கண்ணசர உடறானுகளா?” எனப் பேசிச் சிரிக்கிறார்கள் உடையாம்பாளையத்தின் பண்ணையக்காரிச்சிகள்.

அப்பாவும் அம்மாவும் செட்டியோடு ஓடிப்போய்விட்ட அத்தையையும் காரு மாமாவையும் நினைத்துக் கவலைப்பட்டுக் கொண்டிருந்தபோது நாங்கள் சுந்தரத்தையும் ஈஸ்வரியையும் நினைத்துக்கொண்டோம், இனி ஒருபோதும் அவர்களைக் காணவே முடியாது என்பது நம்பமுடியாததாக இருந்தபோதும் நாங்கள் ஆம்பராந்தின் அந்தப் படுகையில் கூட்டாஞ்சோறு ஆக்கி விளை யாடியதையும் மணல்வீடு கட்டிக் குடியேறியதையும் தாயக்கரம் ஆடித் திளைத்துக்கிடந்த நாட்களையும் நினைத்துக்கொண்டோம்.

18

வேம்படிதாளத்திலிருந்து திரும்பி வந்த மாமா குடிமுறைமைகளை முற்றாகக் கைவிட்டிருந்தார். குட்டிச்சுவர்களுடனும் கைவிடப்பட்ட தெருக்களுடனும் தூர்ந்து கிடந்த ஊருக்கு நாவிதனே தேவைப்படவில்லை. இருந்த ஆறேழு பண்ணையக்காரர்களுக்குச் சவரம்செய்தும் மயிர்வெட்டியும் பிழைத்துக்கொண்டிருந்தார் முத்தையன்வலசுப்பெரியப்பா. புற்றுநோய் பற்றிய அச்சத்திலிருந்து விடுபட்டிருந்த சவுந்திரா பெரியம்மா பலவீனமான உடம்புடன் பொங்குபொங்கென்று நடமாடிக்கொண்டிருந்தாள். எங்கள் பெரியம்மாவும் காருமாமாவும் தங்கள் குடிகளைக் கைப்பற்றிக் கொண்டு விடுவார்கள் என்னும் கற்பனையிலிருந்து விடுபட்டிருந்த தால் அவர்கள் மீதான வன்மத்தையும் பழியையும் கைவிட்டிருந்தாள் அவள்.

அவல்பூந்துறையில் சலூன்கடை வைத்து அதில் கிடைத்த சொற்ப வருமானத்தைக்கொண்டு மனைவியையும் ஆணும்பெண்ணுமான இரண்டு குழந்தைகளையும் காப்பாற்றுவதற்குத் திணறிக் கொண்டிருந்தார் அம்பிகாபதியண்ணன். தாய் தகப்பனைப் பார்ப்பதற்காக ஆடிக்கொருமுறை அமாவாசைக்கொருமுறையென உடையாம்பாளையத்துக்கு வந்துபோய்க்கொண்டிருந்தார் அவர். ஒவ்வொருமுறையும் என்னகாரணத்தாலோ சவுந்திரா பெரியம்மாவுக்கும் அம்பிகாபதியண்ணனுக்கும் சண்டை வந்துகொண்டிருந்தது. காலங்காலமாகச் சோறுபோட்டுக்கொண்டிருந்த குடிமுறைமைகளைக் கைவிட்டுவிட்டு பெண்டாட்டியின் சொல்பேச்சுக் கேட்டு அவள் பின்னால் திரிந்துகொண்டிருந்ததாக மகனைக் குற்றம் சாட்டினாள் சவுந்திரா பெரியம்மா, “ஈசு கெட்டவனே, துப்புக்கெட்டவனே, சோத்துக்கு விதியில்லாம ஒரம்பறையானூட்ல போயிக் கோந்துக்கிட்டு அவுளுக்குப் பொச்சுக் கழூவியுட்டுக்கிட்டிருக்கறவெ இங்கெதுக்கடா வாறே?” என அண்டவிடாமல் அவரை விரட்டியடித்துக் கொண்டிருந்தாள். எப்போதாவது கோபப்பட்டு ஒரு வார்த்தை, இரண்டு

வார்த்தையெனத் தாய்க்குப் பதிலளித்துவிட்டு காருமாமாவின் வீட்டுத் திண்ணையில் உட்கார்ந்துகொள்வார் அம்பிகாபதியண்ணன், முத்தையன்வலசில் பவர்லூம்தறி ஓட்டிக்கொண்டிருந்த தம்பி சண்முகம் வரும்வரை எங்கள் பெரியம்மாவுடனோ காருமாமா வுடனோ ஏதாவது பேசிக்கொண்டிருப்பார். சண்முகம் வந்தவுடன் ஒரு பார்வை பார்த்துவிட்டு அவனிடம் அநேகமாக எதுவுமே பேசாமல் விடைபெற்றுக் கொண்டு போய்விடுவார் அம்பிகாபதி யண்ணன்.

மாமா முடங்கிக் கிடந்தார். காக்காய்வலிப்பு நோயின் பிடியி லிருந்து விடுபடுவதற்கான வழிமுறைகளைப் பற்றிய கற்பனைகளில் மூழ்கியிருந்தார். பெரியம்மாவின் துணையோடு கோயில் கோயிலாக அலைந்து கயிறுகளையும் எந்திரங்களையும் தாயத்துகளையும் கொண்டுவந்து கழுத்து, கைகள், மணிக்கட்டுகள் என எல்லா இடங்களிலும் ஒன்றின்மேல் ஒன்றாகச் சுற்றி வைத்துக்கொண்டி ருந்தார், நோய் குணமாகிவிட்டால் அடசல் போடுவதாகவும் கிடாய் வெட்டுவதாகவும் பன்னிரண்டு அமாவாசைகளுக்குத் தொடர்ந்து மாமாவை அழைத்துக்கொண்டு வருவதாகவும் வலுப்பூரம்மனுக்குச் சத்தியம் செய்துகொடுத்திருந்தாள் பெரியம்மா. அதற்குப் பிறகு நோயின்தாக்கம் குறைந்து வருவதாக இருவருமே நம்பத்தொடங்கி னார்கள். வலுப்பூரம்மனுக்காகவே வளர்த்துவந்த நான்கைந்து சேவல்களை ஒவ்வொன்றாகக் கொண்டுபோய் முப்பது, நாற்பது மைல் தொலைவிலிருக்கும் வலுப்பூரம்மன் கோயிலில் அடசல் போட்டு விட்டு வந்தார்கள். என்ன வேலை கிடந்தாலும் அதைப் பொருட்படுத் தாமல் அமாவாசைகள்தோறும் அங்கு போய் வந்தார்கள்.

எப்போதும் இரும்பாலான இரண்டு தொறப்புக்குச்சிகளை இடுப்பில் செருகி வைத்திருந்தாள் பெரியம்மா. மாமாவின் அரணாக் கயிற்றிலும் அதே போல் ஒரு தொறப்புக்குச்சி, காலில் இரும்பாலான வளையம், கோயிலில் நேர்ந்து விடப்பட்டிருக்கும் வலிப்புநோயாளி களைப் பார்க்கும் ஒவ்வொருமுறையும் சில காலம் காருமாமாவை அங்கு கொண்டுபோய் விட்டுவிட்டு வருவதைப் பற்றி யோசித்தாள் பெரியம்மா. அதன் மூலம் அவரால் வலிப்பு நோயிலிருந்து முற்றாக விடுபட்டுவிட முடியுமானால் அதைச் செய்வதில் தவறில்லை என நினைத்தாள். கோயிலைச் சுற்றி அடர்ந்திருக்கும் ஊஞ்சமரக் காட்டுக்குள் ஏழெட்டு வலிப்புநோயாளிகள் தன்னரசநாடாய்ச் சுற்றிக்கொண்டிருந்தார்கள். இரண்டு மூன்று பேருக்குக் கால்களில் விலங்கு மாட்டப்பட்டிருந்தது. அடர்ந்த தாடியுடனும் சிவந்த கண்களுடனும் இழுத்து இழுத்து நடந்து திரிந்த அவர்களைப் பார்த்தவுடன் பெரியம்மா மனதை மாற்றிக்கொண்டாள், "ஐயோ இங்க கொண்டாந்து அவன உட்டுப்புட்டுப் போயி நிம்மதியாச் சோறு

திங்க முடிமா? என்ன ஆனாலுஞ்செரி அவெ எங்கோடவே இருந்துட்டுப் போறே, நா உசுரோட இருக்கற வரைக்கும் பாத்துக்கறெ, அப்பற விதியில உள்ளபடி ஆவுட்டு" என அதைப்பற்றிக் கேட்ட ஒவ்வொருவருக்கும் சொல்லிக்கொண்டிருந்தாள் பெரியம்மா.

விதியில் என்ன இருந்தது என்பதை யாராலும் அறிந்துகொள்ள முடிந்திருக்கவில்லை.

ராசம்மா அத்தையையும் குழந்தைகளையும் மீட்டுக்கொண்டு வந்துவிட வேண்டுமென எல்லோருமே விரும்பினார்கள். வாய்ப்புக் கிடைத்தபோதெல்லாம் பெரியம்மாவும் அம்மாவும் ஊர்ஊராக அலைந்து அவர்கள் தட்டுப்படுகிறார்களா எனத் தேடினார்கள். ஊருக்கு வந்திருந்த ஒவ்வொரு முறையும் மெட்ராஸ் சின்னம்மா அவர்களுடன் சேர்ந்துகொண்டாள். கள்ளிமந்தையத்துக்குப் போய் செட்டியின் வீட்டைக் கண்டுபிடித்து அவனது வயதான தாயிடமும் அண்ணனிடமும் பேசி அவமானப்பட்டுத் திரும்பியவர்கள், வெள்ள கோவில், தாராபுரம், பழநி, அரவக்குறிச்சி என எங்கெங்கெல்லாம் அவர்கள் தென்பட வாய்ப்பிருக்கிறதெனக் கருதினார்களோ அங்கெல் லாம் போய்த் தேடினார்கள். ஒருமுறை அப்பா அவர்களுக்குத் துணையாகப் போனார், மற்றொரு சந்தர்ப்பத்தில் அம்பிகாபதி யண்ணனை அழைத்துக் கொண்டு போனார்கள்.

குழந்தைகளை நினைத்தே எல்லோரும் கவலைப்பட்டார்கள். எப்போதும் தனது நெஞ்சிலேயே கிடந்த மகள் ஈஸ்வரியைப் பற்றிய கொடுங்கனவுகளால் சூழப்பட்டிருந்த காருமாமா மற்ற எல்லோரும் நம்பிக்கையிழந்துவிட்ட போதும் தன் போக்கில் அவர்களைத் தேடியலைந்தார். தென்பட்ட ஒவ்வொருவரிடமும் ராசம்மா அத்தையைப் பற்றியும் குழந்தைகளைப் பற்றியும் அவர்களது அடையாளங்களைச் சொல்லிக் கேட்டுப் பார்த்தார். பாளம் பாளமாக வெடித்துப்போன குதிகால்களின் வலியைப் பொருட்படுத்தாமல் பசியையும் தாகத்தையும் மறந்து தளர்ந்து ஒடுங்கும் வரையும் கண்கள் பூத்துப்போகும்வரையும் தேடிக்களைத்தார். சோறுதண்ணீரில்லாமலும் முடங்குவதற்கு ஓரிடமில்லாமலும் வெயிலிலும் மழையிலும் ஏறத்தாழ மூன்று நான்கு மாதங்கள் வரை அலைந்து திரிந்து விட்டு ஊர் திரும்பியவரை ஏனென்று கேட்க ஆளில்லை.

இரண்டு மாதங்களுக்கு முன் ரத்தஅழுத்த நோய்க்கு சிகிச்சை எடுத்துக்கொள்வதற்காக கருங்கல்பாளையம் மகள் வீட்டுக்குப் போயிருந்த பெரியம்மா அப்போதுவரை திரும்பியிருக்கவில்லை,

வீடு புழுதியடித்துக் கிடந்தது, புதர் மண்டிய வாசலைக் கடந்து மூன்று மாதங்களாகப் பூட்டப்பட்டுக் கிடந்த வீட்டைத் திறந்தபோது கதவுகள் கிரீச்சிட்டன, கூரையிலிருந்து நொறுங்கி விழுந்திருந்த மட்கிய

பனையோலைச் சிதறல்களை மிதித்துக்கொண்டு பூச்சிக்கூடுகளாலும் பல்லிகளாலும் அரணைகளாலும் சூழப்பட்டிருந்த தன்வீட்டுக்குள் நுழைந்தார் காருமாமா. குலைந்து கிடந்த அத்தையின் சேலையைக் கறையான்களால் தின்றிருந்தன, அறுந்து தொங்கியிருந்த கட்டில் கயிற்றைப் பற்றிப் படரத்தொடங்கியிருந்தது ஒரு நப்பாலைக்கொடி. மாமாவின் வருகையை எதிர்பார்த்து இரண்டு மாதங்களுக்கு முன் பெரியம்மா கிளறிவைத்துவிட்டுப் போயிருந்த களிச்சட்டியில் இறந்த புழுக்களின் உடல்கள், வீடு முழுவதும் மயானத்தின் தீய்ந்த வாடை, அப்போதுதான், யாருமற்ற அந்த வீட்டில் தன்னந்தனியாக நின்று கொண்டிருந்தபோதுதான் தனக்கு என்ன நேர்ந்திருக்கிறது என்பதை யும் தான் முற்றிலுமாகக் கைவிடப்பட்டுவிட்டதையும் உணர்ந்து கொண்டார் மாமா.

வெகுநேரம்வரை தன் வெற்றுக் கண்களால் வீட்டின் தனிமை யைப் பார்த்துக்கொண்டிருந்த மாமா அப்போது, அந்தத் தருணத்தில் தூர்ந்துகிடந்த அந்த வீட்டில் தன்னைக் காக்காய் வலிப்புநோய் தாக்கப்போவதாகவும் சரிந்து அந்தப் புழுதிக்குள் தலைகுப்புற விழப்போவதாகவும் கற்பனை செய்துகொண்டார்.

உடல் வெட்டியிழுக்கிறது, வாயிலிருந்து நுரை பொங்குகிறது, யாரையாவது உதவிக்கு அழைக்க முற்படுகிறார், வார்த்தைகள் குளறுகின்றன, சுழல மறுக்கும் நாக்கு பற்களுக்கிடையே சிக்கிக்கொள் கிறது, வெட்டுண்ட நாவிலிருந்து ரத்தம் பீறிடுகிறது, தொண்டைக் குழியிலிருந்து பழுப்புநிறத்தில் பெருகிவழியும் நீர் வீட்டைச் சூழ்கிறது, நம்பவே முடியாமல் பெருகி, சுவர் வரை உயர்கிறது, அதை மூழ்கடிக் கிறது, கூரையைத் தொட்டு அதைப் பிய்த்துத்தள்ளிவிட்டு வெளியேறி வாசலை அடைகிறது, பொடக்காணியைத் தாண்டி, கானல் அலை யடிக்கும் பொட்டலைத் தாண்டி புதர்கள் மண்டிய ஒற்றையடிப் பாதைகளின் வழியாகப் பெருக்கெடுத்து ஆம்பராந்தின் அந்தப் படுகையை அடைகிறது, ஒரு சொட்டு நீர் இல்லாமல் வறண்டு கிடக்கிறது மடை, ஒரு இலை கூட இல்லாமல் மொட்டையாக இருக்கிறது அந்த மருதமரம். மாமாவின் குடலிலிருந்து பெருகிய நீர் வேட்கையுடன் பாய்ந்து மடைக்குள் இறங்கி அதை நிரப்புகிறது, தண்ணீரை எதிர்பார்த்து உயிரைக் கையில்பிடித்துக்கொண்டு கிடந்த வாளை ஒன்று நம்பமுடியாமல் பார்க்கிறது, அதனுள் தன்னை மூழ்கடித்துக்கொள்கிறது, கொழகொழப்பான அந்தத் திரவத்துக்குள் மூழ்கி, மேலெழும்பி வாலைச் சுழற்றி விளையாடிக் களிக்கிறது அந்த வாளை.

அப்போது மாமாவை காக்காய் வலிப்பு நோய் தாக்கவில்லை. அவர் அவ்வீட்டிலிருந்து நிதானமாக வெளியே வந்தார். எதுவுமே நடந்துவிடாததைப் போல முத்தையன்வலசுப்பெரியப்பாவின் வீட்டை

அடைந்து, வாசலில் ஈர்க்குச்சி உரித்துக்கொண்டிருந்த சவுந்திரா பெரியம்மாவின் ஆச்சரியத்தைப் பொருட்படுத்தாமல் அவளிடம் எதுவும் சொல்லாமல் அங்கிருந்த விளக்குமாறு ஒன்றைக் கையிலெடுத்துக் கொண்டார், யாருடைய உதவியுமில்லாமல் அந்த வீட்டைச் சுத்தம் செய்யத்தொடங்கினார். குவிந்துகிடந்த குப்பைகளைக் கூட்டிப் பெருக்கினார், சுவர்களிலும் கூரையிலும் படர்ந்திருந்த பூச்சிக்கூடுகளை அகற்றி வாசலில் படர்ந்திருந்த செடி செத்தைகளைக் கொத்தி, பொடக்காணியில் பாசிபிடித்துக்கிடந்த பானைகளைக் கழுவி வெகு சீக்கிரத்தில் பழையநிலைக்குக் கொண்டு வந்தார் காருமாமா. குடங்களை எடுத்துக்கொண்டு போய் சேந்துகிணற்றிலிருந்து தண்ணீர் கொண்டு வந்து அண்டாவையும் பானைகளையும் நிரப்பினார். அடுக்கு மொடாக்களில் ராசி, கம்பு, சோளம், அரிசி எனப் போதுமான தவசதானியங்கள் இருந்தன. அடுப்பைப் பற்ற வைத்து கால்படி அரிசியைப் போட்டுச் சோறாக்கினார், தட்டப்பயிறு கடைந்தார், ரசம் வைத்தார். சாப்பிட உட்காரும்போது எதிர்த் திண்ணையில் கால்களைத் தொங்கவிட்டு உட்கார்ந்திருந்த முத்தையன்வலசுப் பெரியப்பாவைப் பார்த்தார், புன்னகைத்தார், “கையக் கழுவிக்கிட்டு வாங்க மச்சே, ஒரு வா சோறுங்கலா” என அழைத்தார். மறுநாள் அதிகாலையிலேயே அழுக்கேறிக்கிடந்த துணிகளையும் போர்வைகளையும் மூட்டையாகக் கட்டியெடுத்துக்கொண்டு ஆம்பராந்தின் நீர்ததும்பிக் கிடக்கும் அந்த மடைக்குப் போனார் மாமா, எல்லாவற்றையும் துவைத்து உலர்த்தி, தலைக்கு அரப்புத் தேய்த்து அலசிக் குளித்துவிட்டு மத்தியானம் துப்புரவாக வீடு திரும்பினார்.

ஆச்சரியமாக வீட்டில் எங்கள் பெரியம்மா இருந்தாள்.

சுடசுடக் களிக்கிளறி, ரக்கிரி கடைந்து வைத்துக்கொண்டு மாமாவுக்காகக் காத்திருந்தாள்.

19

வெள்ளைச்சேலை உடுத்திய ஒரு குடிநாசுவத்தியும் நோயுற்றி ருக்கும் அவளது சகோதரனும், ஆம்பராந்துக்கரையின் கைவிடப்பட்ட ஒரு ஊரும். காரு மாமாவுக்குப் பெரியம்மா துணை, பெரியம் மாவுக்குக் காருமாமா துணை. அப்படித்தான் இருந்தது அவர்களு டைய விதி.

காருமாமா குடிசெய்வதைக் கைவிட்டிருந்தது போலவே பெரியம்மாவும் பிள்ளைப்பேறு பார்ப்பதைக் கைவிட்டிருந்தாள். இருவருக்கும் அனாதைப் பணம் வந்துகொண்டிருந்தது. தூர்ந்து கொண்டிருந்த ஊரில் எஞ்சியிருந்த பண்ணையக்காரர்களுக்குச் சவரம் செய்துகொண்டும் மயிர் வெட்டிக்கொண்டும் பிழைப்பை ஓட்டிக் கொண்டிருந்த முத்தையன்வலசுப் பெரியப்பாவுக்கு எந்தத் தொந்தர வும் தராமல் தங்களது சிறிய மண் வீட்டில் வாழ்வதற்கு அதற்கு மேல் எதுவும் அவர்களுக்குத் தேவைப்பட்டிருக்கவில்லை. இரண்டு மூன்று வெள்ளாடுகளையும் சேவல்களும் வெடைகளுமென ஏழெட்டுக் கோழிகளையும் வளர்த்து வந்தாள் பெரியம்மா. காலையில் எழுந்ததும் முதல் வேலையாகக் கொடாப்பைத் திறந்து கோழிகளை மேய்ச் சலுக்குத் துரத்தி விட்டுவிட்டுக் கொஞ்சம் பழையசோறு குடித்து விட்டுத் தூக்குப்போசியில் இரண்டு களிஉருண்டைகளைத் தோண்டிப் போட்டுக்கொண்டு வேலிக்கால்களின் வழியாகவும் இட்டேறிகளின் வழியாகவும் தனது ஆடுகளை ஓட்டிக்கொண்டு போவாள் பெரியம்மா.

ஆம்பராந்தின் வறண்ட நிலங்களில் தென்படும் உலர்ந்த புல்வெளிகளில் அவற்றை மேயவிடுவாள். காலடியில் கிடக்கும் புதர் களைப் பிராண்டி எதையாவது கரண்டுகொண்டிருக்கும் அந்த ஆடுகளுக்குத் தன் சல்லைக்கத்தியைக் கொண்டு வேலாங்காய் உலுக்கி வைப்பாள், வேலிகளில் படர்ந்துகிடக்கும் கொடிகளில் எதையாவது உருவிவைப்பாள், தன் பார்வையிலிருந்து விலகும் ஆடுகளை அழைக்கும், பெரியம்மாவின் 'கூவே கூவே, வா கூவே' என்னும் சத்தம் வறண்ட அந்நிலத்தின் துயரப்பாடலாக உடையாம்பாளையத்தின்

ஆளரவமற்ற தெருக்களில் பகல்பொழுது முழுவதும் எதிரொலித்துக் கொண்டிருக்கும்.

அவற்றைக் கேட்டுக்கொண்டே ஆடுகள் வளரும், இணைசேரும், கருவுறும், ‘ம்ம்மே ம்மமே’ என அடிவயிற்றிலிருந்து குரலெழுப்பிக் கொண்டு அப் பொட்டல்வெளியில் பயிர், பச்சை தேடி அலையும். சூலுற்ற ஆடுகளுக்குத் தரத் தீவனங்களைத் தேடி ஆம்பராந்துக் கரையெங்கும் அலைந்து திரிவார் காருமாமா. சல்லைக் கத்தியைத் தோளில் சாத்திக்கொண்டு நாச்சிபாளையத்தைத் தாண்டி, மூலத்துறையைத் தாண்டி, மயில்ரங்கத்தைத் தாண்டி பெரமியம் வரையும் சங்கரண்டாம்பாளையம் வரையும் சுற்றியலைந்து வேலிகளில் படர்ந்திருக்கும் கோவைக்கொடி, சவுரிகொடி, சூரிக்கொடி, பிரண்டைக்கொடிகளையும் இழுவான்களையும் புளிச்சான்களையும் நீர்பசையுள்ள மடையோரங்களிலிருந்து அருகு, கொழுக்கட்டி,கோரை, நாணல் புற்களையும் மருதமரங்கள், புளியமரங்கள், வாகைமரங்களி லிருந்து அவற்றின் கொப்புகளையும் மணலுக்குள் புதைந்திருக்கும் கிழங்குகளையும் சேகரித்து தலைச்சுமையாகக் கட்டியெடுத்துக் கொண்டு பொழுதிறங்கும்போது வீடு வந்து சேர்வார். அவருடைய பண்ணையக்காரர்கள் தங்கள் தொண்டுப்பட்டிகளிலிருந்து கடலைக் கொடிகளையும் ராகித்தாள்களையும் சிறிதளவு கம்பு, சோளத் தட்டுகளையும் வைக்கோல்களையும் அவர்களுடைய நாவிதனின் ஆடுகளுக்காகத் தந்துகொண்டிருந்தார்கள்.

கருவுற்றிருந்த தன் பண்ணையக்காரிச்சிகளைப் பராமரித்தது போலவே சொக்குப்பிடிக்காமலும் வயிற்றுப்போக்கு ஏற்படாமலும் உடல் இளைக்காமலும் சூலுற்றிருக்கும் தனது ஆடுகளைக் கண்ணும் கருத்துமாகப் பார்த்துக் கொண்டிருப்பாள் உடையாம்பாளையத்தின் அந்தக் குடிநாசுவத்தி. தன் கயிற்றுக்கட்டிலின் குத்துக்காலில் கட்டி வைத்துக்கொண்டு இரவும் பகலும் அவற்றை விட்டுப் பிரியாதிருப் பாள். தேவைப்படும்போது அவை அவளை அழைக்கும். அபயம் கோரும், அவளது முதுகை உரசிக்கொண்டு கிடக்கும், சிரசை முட்டியும் ஓடிப்பிடித்தும் அவளோடு விளையாடும், கண்ணாமூச்சி ஆடிக்கொண்டிருக்கும், பெரியம்மா அவற்றின் உச்சியை வருடுவாள், முதுகைத் தடவிக் கொடுப்பாள், ஒவ்வொன்றுக்கும் ஒரு பெயரைச் சூட்டி அழைப்பாள்.

தன் ஆடுகளோடு பேசுவதற்காக அவற்றின் மொழியைக் கற்று வைத்திருந்தாள் பெரியம்மா.

அவை ஈனும்போது தவித்துப்போவாள், திணறிக்கொண்டிருக்கும் குட்டியை வெளியே இழுத்துப்போடுவாள், நிணத்தைத் துடைத்து விடுவாள், நஞ்சுக் கொடியை அகற்றுவாள், மிருதுவான கேசங் களுடனும் பிஞ்சுக்கால்களுடனும் தத்திக்கொண்டிருக்கும் குட்டி களை மடியில் இருத்திக்கொள்வாள். நெஞ்சோடணைத்துக் கட்டிலில்

கிடத்திக்கொள்வாள், பண்ணையக்காரிச்சிகள் ஊற்றித்தரும் பாலில் ஒரு சொட்டுக்கூடத் தனக்காக வைத்துக் கொள்ளாமல் அவற்றுக்குப் புகட்டிவிடுவாள். அவை துள்ளித்திரிவதை, வளர்வதை, சதைப்பிடித்து முதிர்வதை ஏதாவதொரு சந்தைக்கு அவற்றைக் கொண்டு செல்லும் வரை, ஆட்டு வியாபாரிகள் வந்து விலை பேசிப் பிடித்துக்கொண்டு செல்லும்வரை கண்கள் ததும்பப் பார்த்துக்கொண்டிருப்பாள் எங்கள் பெரியம்மா.

கோழிகள் வளர்ந்தவுடன் அவற்றைப் பிடித்துச் சாக்குப்பைக்குள் திணித்து ஈரத்துணியைப் போர்த்தி எடுத்துக்கொண்டு கருங்கல் பாளையம் மகள் வீட்டுக்கும் கஸ்பாப்பேட்டைக்கும் வந்து செல்வாள் பெரியம்மா. அதிகபட்சம் இரண்டுநாட்களுக்கு மேல் இருக்க மாட்டாள். இரண்டு நாட்களும் அம்மாவும் அவளும் காருமாமாவைப் பற்றியும் அவரைப் பீடித்திருந்த காக்காய்வலிப்பு நோயைப் பற்றியும் இன்னஇடம் எனத் தெரியாமல் போய்விட்ட அத்தையைப் பற்றியும் சுந்தரத்தைப் பற்றியும் ஈஸ்வரியைப் பற்றியும் எதையாவது பேசிக் கொண்டிருப்பார்கள். எப்போதாவது அப்பிச்சி, அம்மாயிபற்றிப் பேசுகிறார்கள், ரங்கபாளையத்தைப் பற்றியும் அங்கே கழிந்த தங்கள் பால்யத்தைப் பற்றியும் முன்னூறு மைல்களுக்கப்பால் இருக்கும் மெட்ராஸ் சின்னம்மாவைப் பற்றியும் கைவிட்டுப்போன உறவுகளைப் பற்றியும் விடியவிடியப் பேசித் தீர்க்கிறார்கள். அவர்களுக்குத் தொந்தரவு தராமல் திண்ணையில் பாயை விரித்துப் படுத்துக் கொள்கிறார் அப்பா. அம்மாவும் பெரியம்மாவும் பேசிக்கொள்பவற்றி லிருந்து எங்களுக்குச் சில சொற்கள் காதில் விழுகின்றன. அவற்றைக் கேட்டுக்கொண்டே நாங்கள் தூங்கிவிடுகிறோம். அதற்குப் பிறகு எங்களுக்குப் போர்த்திவிட்டுவிட்டு எங்களில் யாரையாவது இழுத்துப் பக்கத்தில் இருத்திக்கொண்டு தூங்கி விடுகிறார்கள், நள்ளிரவுக்கு மேல் அவர்களது குறட்டைச் சத்தம் கேட்கிறது. பகல் பொழுதுகளில் எங்களிடம் எதையாவது கேட்கிறாள் பெரியம்மா, எங்களுக்கு எதையாவது சொல்கிறாள், சிகையைக் கோதிவிடுகிறாள், கன்னத்தை வருடுகிறாள், “அவெஞ் சோறில்லாமக் கெடப்பே” எனத் திரும்பத் திரும்ப காருமாமாவை நினைத்துக்கொள்கிறாள், ஆடுகளை விற்றுக் கிடைத்த பணத்திலிருந்து சில தாள்களை எடுத்து அம்மாவிடம் தந்துவிட்டுப் புறப்பட்டுவிடுகிறாள்.

சில சமயங்களில் காருமாமா அவளுடன் வருகிறார். தான் விதைத்து வளர்த்த பனங்கிழங்குகளைச் சுட்டுக் கத்தைகளாகக் கட்டியெடுத்துக்கொண்டு வருகிறார். அவர் சுமந்துகொண்டுவரும் பைகளில் கடலைக்காய்களும் சோளமும் கம்பு, ராகி, தட்டப்பயிறு போன்ற தவசதானியங்களின் சிறுசிறு மூட்டைகளும் இருக்கின்றன. ஒவ்வொன்றாக எடுத்து அம்மாவிடம் தருகிறார்.

எங்களுக்காகவே மாமா பனங்கொட்டைகளைச் சேகரித்துக் கொண்டிருந்ததாகச் சொன்னாள் பெரியம்மா.

சித்திரை, வைகாசிகளில் அதிகாலையிலேயே எழுந்து காடு காடாய் அலைந்து சாக்குப்பைகளில் நிரப்பிக்கொண்டு வந்து குவித்து வைத்துக்கொள்கிறார் மாமா, ஆனி, ஆடி மாதங்களில் பாத்தி பிடித்து விதைக்கிறார், அவை முளைத்து, வளர்ந்து பீலி மேலெழும்போது தோண்டியெடுத்துச் சுட்டு வைத்துக்கொள்கிறார். எங்களுக்காகவே கடலைக்காய் பிடுங்கவும் கம்மங்கருது கொய்யவும் தட்டக்காய் பறிக்கவும் காடு காடாய் அலைந்துகொண்டிருந்தார் காருமாமா, சேர்த்து வைத்தவற்றைச் சமமாகப் பங்கிட்டு முடிந்து எடுத்துக் கொண்டு பேட்டைக்கும் அங்கிருந்து கருங்கல்பாளையத்திற்கும் என ஒரு சுற்றுச் சுற்றிவிட்டு ஊர் திரும்பும் மாமாவுக்கு வேறெதுவும் தேவைப்படாதது போல் தோன்றியது. அங்கிருக்கும் இரண்டு மூன்று நாட்களும் திண்ணையை விட்டு அகலவே மாட்டார், “நல்லாருக் கறீங்களா? நேரநேரத்துக்குச் சோறுங்கறீங்களா? அன்னாடு பள்ளிக் கோடத்துக்குப் போறீங்களா?” என்பன போன்ற பதில் தேவைப்படாத சில கேள்விகளுக்கு மேல் யாரிடமும் எதுவும் பேசுவதில்லை. அப்பாவைச் சந்திக்க நேரும்போது அவரது முகத்தில் சங்கடத்தின் திரை விழுந்துவிடுகிறது, யாருமற்ற நேரங்களில் ராசம்மா அத்தையைப் பற்றியோ குழந்தைகளைப் பற்றியோ ஏதாவது கேட்க முற்படுவாள் அம்மா, “ராசம்மாளப் பத்தி எதாச்சுத் தகவலுண்டுமாண்ணா? கொளந்தைகளப் பத்தி ஆராச்சு எதாச்சு சொன்னாங்களா? பயெ பெருசாயிப்பே, புள்ள வயுசுக்கு வந்துருப்பா, எங்க எப்பிடியிருக்கு துகளோ காணா, அந்தப்பாவி அதுகள என்ன பண்ணிவெச்சுருக் கறான்னுந் தெரீலெ, இன்னொரு மட்டம்போயி தெக்கவடக்க தேடிப்பாத்துப்புட்டு வரலாமாண்ணா? சொல்லு, எங்க போயித் தேடலாமுன்னு சொல்லு, நா இந்த நிமிஷம்பொறப்பட்டு நிக்கறெ, இவியப்பன வேண்ணாலுங் கூட்டிக்கிட்டுப் போலா, இல்ல பழுனாள வரச்சொல்லலா, வான்னு ஒரு லெட்டரெழுதிப்போட்டா மக்காநாளே ரயிலேறிருவா, சொல்லு, இப்பிடி மூஞ்சிய மூஞ்சியப் பாத்துக்கிட்டு எத்தன நாளைக்கு இருக்கறது? நாளைக்கு உனக்குன்னு ஆருமில்லாமப் போயிருவாங்கண்ணா, அந்தப் புள்ள பயனையச்சுந் தேடிக் கொண்டாந்து வெச்சுக்கலா, எதோ ஒண்ணப்பண்ணி அதுகள வளத்தியுட்டா நாளைக்கு நம்முளுக்கு ஆவு, கெடைல கிடைல உழுந்துக்கிட்டா என்னண்ணா பண்றது? ஆரு உன்னையப் பாத்துக்குவா? சொல்லு” என வாய்ப்புக் கிடைத்த போதெல்லாம் மன்றாடிக்கொண்டிருந்தாள் அம்மா. மாமா எல்லாவற்றையும் கேட்டுக்கொண்டிருப்பார், குனிந்து தரையைப் பார்த்துக்கொண்டி ருப்பார், அவ்வப்போது பார்வை உயர்ந்து தாழும், கண்கள் சிவந்து ததும்பும். சிதறும் நீரை உருமாலையை அவிழ்த்து உதறித் துடைத்துக் கொண்டு எழுந்து போய்விடுவார் எங்கள் காருமாமா.

20

ரத்தஅழுத்த நோய்க்கான அறிகுறிகள் தென்படத் தொடங்கிய போது பெரியம்மா அதைப் பெரிதாகக் கருதவில்லை, தலைச்சுற்றலையும் வாந்தியையும் அவ்வப்போது மயக்கம் சூழ்வதையும் முதுமையின் அறிகுறிகளாகவே கருதினாள். கட்டுத் தளர்ந்துகொண்டிருக்கிறது, மூட்டுகளில் தீராத வலி. ஊர்சேரி போவதைக் குறைத்துக்கொண் டாள். முன்புபோல் நல்லது கெட்டதுகளில் பங்கேற்பதற்காகத் தொலைதூரங்களுக்குச் செல்லமுடியவில்லை, தான் போகமுடியாத போது தன் சார்பாக மொய் வைத்துவிடும்படி காளியம்மா அக்காவைக் கேட்டுக்கொண்டிருந்தாள் பெரியம்மா.

மொய்முறைகளில் வெகு கவனமாக இருந்து வந்தவள் பெரியம்மா. யாரிடமிருந்தும் ஒரு சொல் வந்துவிடக்கூடாது என்பாள். விருந்து விஷேசங்களின்போது தனக்கு வந்த மொய்ப் பணம் பற்றிய கணக்குகளைக் குறித்து வைத்துக்கொள்வதற்காக நோட்டுப்புத்தகம் ஒன்றை வைத்திருந்தாள் பெரியம்மா. காளியம்மா அக்காவுக்கும் அம்மாவுக்கும் மெட்ராஸ் சின்னம்மாவுக்கும் தெரட்டிச்சீர், கல்யாணம், பிள்ளைகளின் காதுகுத்து, எழுதிங்கள் முதலான எல்லா விஷேசங்களுக்கும் பெரியம்மாவும் காருமாமாவுமே பொறுப்பேற்றிருந் தார்கள். அவற்றுக்காக வந்திருந்த மொய் விவரங்களைத் தனித்தனிப் பக்கங்களில் குறித்து வைத்திருந்தாள் பெரியம்மா. மொய் வாங்கு பவர்கள் சொல்லும் கணக்கு விபரங்களைத் துல்லியமாக மனதில் இருத்தி வைத்துக்கொள்வாள். ஏதாவதொரு அழைப்பு வரும்போது கணக்குப் பார்த்து வைத்துக்கொண்டே போவாள். ஒரு ரூபாய் வைத்திருந்தவர்களுக்கு குறைந்த பட்சம் ஒன்றரை ரூபாயாவது வைக்க வேண்டும், சில சமயங்களில் இரண்டு அல்லது மூன்று ரூபாய்.

நாட்கள் செல்லச்செல்ல மொய்ப்பணத்தின் மதிப்பு உயர்ந்து கொண்டே போனது. பத்து ரூபாய், இருபது ரூபாய் என உயர்ந்து ஐம்பது ரூபாய்க்கு வந்துநின்றிருந்தது. ஐம்பது ரூபாய் வைத்திருந்த வர்களுக்கு நூறு ரூபாய் வைக்க வேண்டியிருந்தது. அந்தக் கடனைக்

கழிப்பதற்காகவேனும் வந்த அழைப்புகளுக்கு மதிப்புக் கொடுத்துப் போனாள். இல்லையென்றால், "வெச்ச மொய்யத் திருப்பி வெக்க முடியாதவளுகெல்லா நாயம்பேச வந்துட்டாளுக, நாயொ" என எப்போதாவது யாராவது குத்திக்காட்டிவிட இடம் தந்துவிடக் கூடாது என்பதில் அவ்வளவு எச்சரிக்கையாக இருந்தாள். முழங்கால் வலி அதிகரிக்கத் தொடங்கியபோது முன்போல் இரண்டு மூன்று மைல் வரை நடந்து போய்ப் பேருந்துகளைப் பிடிக்க முடியவில்லை. அப்போது ஊரிலிருந்து செல்பவர்கள் யாரிடமாவது மொய்ப் பணத்தைக் கொடுத்தனுப்புவதை வழக்கமாக்கிக்கொண்டிருந்தாள். தான் பங்கேற்கும் விஷேசங்களில் தன் அம்மாவுக்காக மொய் வைத்துக்கொண்டிருந்தாள் காளியம்மாஅக்கா. "அம்மா வருலியா?" என யாராவது கேட்கும்போது அவளது உடல்நிலையைக் காரணம் காட்டுவாள், "மாமனத் தனியா உட்டுட்டு வரமுடூறதில்ல" என்பாள். அப்போது யாராலும் குறைசொல்லிக்கொண்டிருக்க முடியாது. மொய் விவகாரத்தை அப்படி ஓரளவு சமாளித்துவிட முடிந்திருந்த போதும் துக்க நிகழ்வுகளில் பங்கேற்பதைப் பெரியம்மாவால் முற்றாகக் கைவிட முடிந்திருக்கவில்லை. துக்க நிகழ்வுகளுக்குப் போகாவிட்டால் உறவின் வேர்கள் அறுந்துவிடுகின்றன என்பதால் எப்பாடுபட்டாவது போய் ஒருமூச்சு அழுது தீர்த்துவிட்டு வந்துவிடுவாள். முன்புபோல் அல்லாமல் எங்கிருந்தாவது இழவுசெய்தி வரும்போது ஊர்க்காரர்கள் ஒன்று சேர்ந்து லாரியையோ டிராக்டரையோ பிடித்துக் கொண்டு போய், போன வேகத்தில் திரும்பிவந்துவிடுகிறார்கள். அவற்றில் பெரியம்மாவுக்கும் இடம் கிடைத்து விடுகிறது. உடல் ஒத்துழைக்காத போதும் எல்லாத் துக்கநிகழ்வுகளுக்கும் போய் வந்துவிடுகிறாள் பெரியம்மா. தாய், பிள்ளை என வரும்போது மட்டும் காருமாமாவை அழைத்துச் செல்லவேண்டியிருந்தது.

சுந்தராடிவலசுப் பெரியம்மாவின் சாவுக்குப் பெரியம்மா போகவில்லை. முன்பே தீர்மானித்திருந்தபடி அம்மாவும் மெட்ராஸ் சின்னம்மாவுங்கூட வரவில்லை. காருமாமா தவித்துப்போனார், சுந்தராடிவலசிலிருந்து இழவு செய்தி கொண்டுவந்திருந்த ஆள் முதலில் மாமாவுக்கே அதைச்சொல்ல விரும்பினார், வீட்டை அடைந்து திண்ணையில் தன் கயிற்றுக்கட்டிலில் கால்களைத் தொங்கவிட்டு உட்கார்ந்திருந்த காருமாமா செய்தி காதில் விழுந்தவுடன் எழுந்தார், எப்போது, எப்படி என வந்திருந்த ஆளிடம் கேட்டவர் சவத்தை எப்போது எடுப்பார்கள், எப்போது காடுகொண்டுபோய்ச் சேர்ப்பார்கள், புதைக்கப் போகிறார்களா? எரிக்கப் போகிறார்களா? என விளக்கமாகக் கேட்டுத் தெரிந்துகொண்டார். ஏழெட்டு மாதங்களுக்கு மேல் கிடை கிடந்த சுந்தராடிவலசுப் பெரியம்மாவின் சடலத்தை உடனடியாகக் காடுகொண்டு போய்ச் சேர்த்துவிட

வேண்டுமென்பதே எல்லோருடைய விருப்பமாகவும் இருந்ததாக அவர் சொன்னதைக் கேட்ட காருமாமா மறுயோசனையில்லாமல் புறப்பட ஆயத்தமானார். அப்போது பெரியம்மா வீட்டிலில்லை, பண்ணையக் காரிச்சியின் அழைப்பின் பேரில் தெக்குவளவுக்குப் போயிருந்தாள். வேட்டி, துண்டை மாற்றிக்கொண்டு மாமா அவளுக்காகப் பொறுமை யின்றிக் காத்திருந்தார்.

சுந்தராடிவலசுப்பெரியம்மாவின் மரணச் செய்தியைக் கேட்டதும் தாமதிக்காமல் சவுந்திரா பெரியம்மாவை அழைத்துக் கொண்டு புறப் பட்டிருந்த முத்தையன்வலசுப் பெரியப்பா தயாராக நின்றுகொண்டி ருந்த மாமாவிடம், “மாப்ள கௌம்பீட்டீங்களா? அக்காள எங்க?” எனப் பட்டும்படாமல் கேட்டுவிட்டுப் போனார். திரும்பிவந்த பெரியம்மாவுக்குத் தகவலைச் சொல்லிவிட்டு அவளுடைய பதிலுக் காகக் காத்திருந்தார். எந்த பதிலும் சொல்லாமல் எவ்வித உணர்ச்சி யையும் காட்டிக்கொள்ளாமல் தன் பாட்டுக்கு வீட்டுக்குள் நுழைந்து கதவைத் தாளிட்டுக்கொண்ட பெரியம்மாவிடம் பேச வேறொன்றும் இல்லாததால் தன் கயிற்றுக்கட்டிலுக்குத் திரும்பினார் மாமா. தலை முறைகளாக நீடித்து வந்திருந்த உறவின் வேர் அறுந்துவிட்டதை உணர்ந்த காருமாமாவின் கண்களிலிருந்து மாலைமாலையாய் நீர்பெருகிக் கொண்டிருந்ததைப் பார்த்தாகப் பிறகொரு நாள் எனக்குச் சொன்னான் சண்முகம்,

“ஒண்ணுக்குள்ள ஒண்ணாக் கெடந்தவங்களுக்குள்ள அப்பிடி யென்ன பகைன்னு எனக்குப் புரியவேயில்ல” என்ற சண்முகம் தன் அம்மாவின் சாவுக்குப் பெரியம்மாவோ அம்மாவோ மெட்ராஸ் சின்னம்மாவோ வராதபோதும் காருமாமா வந்து நின்றதாகச் சொன் னான், “பச்சத்தண்ணி கோடக் குடிக்காம அப்பிடித் தேம்பித்தேம்பி அழுதுக்கிட்டு நின்னாங்கொ மாமெ, செய்ய வேண்டிய சீரெல்லா குத்தங்கொறையில்லாமச் செய்யறாங்களான்னு ஒவ்வொண்ணையும் பாத்து யோசனை சொல்லிக்கிட்டிருந்தவரு காடு வரைக்குக்கூடவே வந்து, அம்மா எரிஞ்சு சாம்பலாப் போவவரைக்கு பக்கத்துலயே உக்காந்திருந்தாரு” என்றான்.

சவுந்திரா பெரியம்மா செத்தபோது எங்கள் பெரியம்மா கருங்கல் பாளையம் காளியம்மா அக்கா வீட்டில் இருந்தாள். ரத்தஅழுத்த நோய்க்குச் சிகிச்சை எடுத்துக்கொள்வதற்காகப் போவதும் வருவது மாக இருந்தவள் பிறகு அங்கேயே இருந்துவிட்டாள்.

மாமாவைத் தனியாக விட்டுவிட்டு வந்துவிட்ட கவலைகளி லிருந்தும் குற்ற உணர்வுகளிலிருந்தும் மீளமுடியாமல் போகும்போது உடையாம்பாளையத்துக்குப் போய்க் குப்பையடித்துக் கிடக்கும் வீட்டைப் பெருக்கிச் சுத்தம் செய்வதும் வாசலுக்குச் சாணி தெளிப்பதும் மாமாவின் உடைகளைத் துவைத்துப் போடுவதுமாக

இரண்டுநாட்கள் இருப்பாள். அண்டை வீடுகளுக்குப் போய்த் தனக்கு நெருக்கமாக இருந்துகொண்டிருந்தவர்களோடு கொஞ்ச நேரம் பேசிக்கொண்டிருப்பாள். நாச்சிவலசுக்கோ மூலத்துறைக்கோ ஒரு நடை போய்விட்டு வருவாள். அங்கு அவளை வரவேற்பதற்கும் அவளிடம் எதையாவது பகிர்ந்துகொள்வதற்கும் யாராவது இருந்தார்கள்.

தனக்கும் மாமாவுக்கும் தபால்காரர் கொண்டுவரும் அனாதைப் பணத்தை எதிர்பார்த்துப் பொறுமையின்றிக் காத்திருப்பாள். மாதமொருமுறையாவது அவள் உடையாம்பாளையத்துக்கு வந்து செல்ல அதுதான் காரணமாயிருந்தது. தபால்காரரின் மிதிவண்டியிலிருந்து ஒலிக்கும் மணிச்சத்தத்தைக் கேட்டவுடன் தெருமுனைவரை சென்று அவரை வரவேற்று அழைத்துவந்து திண்ணையில் உட்கார வைத்து அவர் கொண்டுவந்திருக்கும் பணவிடைத்தாளில் தன்னுடைய கைரேகையை வைப்பாள், மாமாவின் கைரேகையைப் பெற்றுத் தருவாள். தன் சார்பாகவும் மாமாவின் சார்பாகவும் தலா பத்துரூபாய் வீதம் அவருக்கு இருபது ரூபாயைக் கொடுத்தனுப்புவாள். ஈரோட்டிலிருந்து மாமாவுக்காக வாங்கிவந்திருந்த பொருட்களுக்கான பணத்தை பைசா சுத்தமாகக் கணக்கிட்டு எடுத்துக்கொண்டு மீதியைப் மாமாவிடம் தந்துவிட்டு அப்போதே புறப்பட்டுப் போய்விடுவாள்.

சில சமயங்களில் அவள் வந்து சேர்ந்த அதே நாளில் கூட தபால் காரர் வந்துவிடுவார், அப்போது பெரியம்மாவால் தன் வீட்டைக் கூட்டிப் பெருக்குவதைத் தவிர வேறெதுவும் செய்ய முடியாமல் போய்விடும்.

ஈரோட்டில் அவளுக்கு நல்ல மருத்துவர்கள் இருந்தார்கள், கவனித்துக் கொள்ள பேத்தியும் அவளது கணவரும் இருந்தார்கள். பேரன் இருந்தான். மருத்துவமனைக்கு அழைத்துச் செல்ல காளியம்மா அக்காவின் வீட்டில் இரண்டு இருசக்கர வாகனங்கள் இருந்தன. பாட்டுக்கேட்பதற்கு டிரான்சிஸ்டர் இருந்தது, பேரனிடம் இருந்த டேப்ரெக்கார்டரிலிருந்து காலத்தின் நினைவுகளை மீட்டும் பாடல்களைக் கேட்கப் பெரியம்மாவுக்கு முடிந்தது. சில நாட்களுக்கு முன்பு தான் காளியம்மா அக்காவின் கணவர் தொலைக்காட்சிப் பெட்டி ஒன்றை வாங்கியிருந்தார். நடுக்கூடத்தில் மேசையொன்றின் மீது ஒரு செல்லப்பிராணியைப் போல் கால்களை மடக்கி உட்கார்ந்திருந்த அந்தக் கறுப்புவெள்ளைத் தொலைக்காட்சிப்பெட்டியை அதிசயமாகப் பார்த்துக் கொண்டிருந்தாள் பெரியம்மா. தன்னைப் போல் யாருமற்றவர்களுடன் பேசுவதற்கு அதற்குள் எண்ணற்ற மனிதர்கள் இருந்ததைப் பார்த்தாள் பெரியம்மா, கனவில் பேசுவதைப் போல அவர்கள் அவளுடன் பேசினார்கள், பாடினார்கள், ஆடினார்கள், காடுகளுக்கும் மலைகளுக்கும் ஆறுகளுக்கும் குளங்களுக்கும் அவளை அழைத்துச்

சென்றது அந்தச் சிறிய பெட்டி. அதன் வழியாகவே அவள் முதன் முதலாக கடலைப் பார்த்தாள், அதன் வழியாகவே அவளால் புலி, சிங்கங்களையும் மான், மயில்களையும் யானைகளையும் ஒட்டகங்களையும் பார்க்க முடிந்திருந்தது. அந்தச் சிறிய தொலைக்காட்சிப் பெட்டியின் தோள்களைப் பற்றிக்கொண்டு ஏழு கடல்களைத் தாண்டி, மலைகளைத் தாண்டிப் போய் நாடு நகரங்களைப் பார்த்தாள் பெரியம்மா, அந்த அதிசயங்களிலிருந்தும் அது உருவாக்கித்தந்த பரவசங்களிலிருந்தும் விடுவித்துக் கொண்டு அவளால் உடையாம் பாளையத்துக்குத் திரும்பிச்செல்ல முடியவில்லை.

அப்போதுதான் யாருமே அற்றவராகவும் கைவிடப்பட்டவராகவும் தன்னைக் கருதிக்கொள்ளத்தொடங்கியிருந்தார் காருமாமா.

21

ராசம்மா அத்தையையும் குழந்தைகளையும் தேடிக்கண்டு பிடிக்கும் முயற்சியில் ஈடுபட்டிருந்த காருமாமாவுக்கு அவர்கள் பழநியில் இருப்பதாக நம்பகமான தகவல்கள் கிடைத்திருந்தன. பழநிமலை அடிவாரத்தில் முடிகாணிக்கை செலுத்துமிடத்தில் அவள் தென்பட்ட தாகத் தன் குழந்தைகளுக்கு மொட்டையடித்துக்கொண்டு வந்திருந்த மயில்ரங்கத்துவாசியொருவர் சொல்லியிருந்ததால் பேருந்தை விட்டு இறங்கியதும் நேராக அங்கு சென்றார். அங்கிருந்த நாவிதர்களில் உறவினர்கள் யாராவது தென்படுகிறார்களா எனத் தேடியிருக்கிறார். அந்த அதிகாலையிலேயே அங்கு பெருங்கூட்டம் திரண்டிருந்தது. மொட்டை போடுவதற்காகக் குழந்தைகளை அழைத்துக்கொண்டு வந்திருந்தவர்கள் தலைகளை வேகமாக மழித்துக்கொண்டிருந்த நாவிதர்களைச் சூழ்ந்து தங்கள் முறையை எதிர்பார்த்துக் காத்திருந் தார்கள், எல்லோருமே அப்பெருங்கூட்டத்தில் தவறவிட்டுவிடாம லிருக்க வேண்டுமெனத் தங்கள் குழந்தைகளை இறுகப்பற்றியிருந் தார்கள், மிரண்டுகிடந்த குழந்தைகள் பெருங்குரலெடுத்துக் கத்திக் கொண்டிருந்தன. தங்களைப் பற்றியிருந்த கைகளிலிருந்து விடுவித்துக் கொண்டு தப்பிச்செல்லவும் முயன்றன, “நம்பு சின்னக்கவண்டருக்குச் சீக்கிர அடிச்சுட்டு அனுப்பினீனாத் தேவுல, இந்தக் கூட்டத்துல வெச்சுச் சமாளிக்க முடீலெ” எனத் தேவஸ்தானத்தால் தங்களுக்கென ஒதுக்கப்பட்டிருந்த நாவிதனைக் கேட்டுக்கொண்டிருந்தார்கள். மேலே மலையுச்சியிலிருந்தும் அடிவாரத்திலிருந்தும் படிக்கட்டுகளிலிருந்தும் பழநியின் மற்ற எல்லாத் தெருக்களிலிருந்தும் சந்துபொந்துகளிலி ருந்தும் ஓயாது ஒலித்துக்கொண்டிருந்த, ‘அரகரஅரகர அரகர அரோகரா’ச் சத்தங்கள் குழந்தைகளின் அழுகுரல்களைக் குறுக்கிலும் நெடுக்கிலும் கடந்து சென்றுகொண்டிருந்தன.

கூடத்தில் எழுபது எண்பது நாவிதர்கள் தென்பட்டார்கள், அந்த எண்ணிக்கை இன்னும் அதிகமாக தொன்னூறு, நூறு, நூற்றைம்பது அல்லது இருநூறுவரை கூட இருக்கலாம் என நினைத்தார் காருமாமா. எல்லோரும் இயந்திரங்களைப் போல் தென்பட்டார்கள்.

எந்தச் சத்தத்தையும் காதில் போட்டுக்கொள்ளாமல் தாய்மாமன்களின் மடியில் திமிறிக்கொண்டிருந்த மண்டைகளை மூர்க்கமாகப் பற்றிக் கிண்ணத்திலிருந்த நீரைத்தெளித்து சடைப்பிடித்துக்கிடந்த மயிரை ஓர் அரக்கு அரக்கிக் கத்தியைச் சுழலவிட்டுக் கண்மூடிக் கண்திறப்ப தற்குள் மழித்தெறிந்துவிட்டு அடுத்த மண்டையைப் பற்றிக் கொள்ளத் தயாரானார்கள்.

மழித்தெடுக்கப்பட்ட முடிக்கற்றைகளைச் சேகரிப்பதற்கு அந்தக் கூடத்தில் பத்துப்பன்னிரண்டு வயதுடைய ஏராளமான சிறுவர்களும் சிறுமிகளும் இருந்தார்கள். விளக்குமாற்றைக் கையில் வைத்துக் கொண்டிருந்த நடுத்தர வயதைக்கடந்த பெண்களில் சிலர் மயிர் கூட்டிக்கொண்டிருந்தார்கள், சிலர் தண்ணீர் கொண்டுவந்து நாவிதர்களின் கிண்ணங்களை நிரப்பிக்கொண்டிருந்தார்கள், கூடத்தின் ஒரு மூலையில் சந்தனத்தைக் குழைத்து வைத்துக்கொண்டிருந்த சில பெண்கள் மழிக்கப்பட்ட ஒவ்வொரு மண்டைக்கும் பூசிவிட்டுவிட்டுக் கிடைத்த சில்லறைக் காசுகளை வாங்கித் தங்கள் சுருக்குப் பைகளுக்குள் திணித்துக் கொண்டிருந்தார்கள்.

அவர்களுக்குள் ஒருத்தியாக ராசம்மா அத்தை அங்கு தென்படக் கூடும் என நினைத்தார் காருமாமா.

சூழ்ந்திருந்திருந்த அப்பெரும் கூட்டத்தை ஊடுருவிக்கொண்டு நுழைந்து தென்பட்ட ஒவ்வொருவரையும் கூர்ந்துபார்த்து அடை யாளம் காண முயன்றார். வருடங்கள் கடந்திருந்ததால் அத்தையின் தோற்றத்தை நினைவுகூரத் திணறினார், மிகச்சிரமப்பட்டு யோசித்த போது அவரது மனதில் அசைந்து கொண்டிருந்த வருடங்களுக்கு முந்தைய அவளது தோற்றங்களில் சில நினைவுக்கு வந்தன. மகன் சுந்தரமும் மகள் ஈஸ்வரியும் வளர்ந்து ஆளாகியிருப்பார்கள் என நினைத்தார். சுந்தரத்துக்கு பதினாறு, பதினேழு வயது பூர்த்தியாகியி ருக்கலாம், அப்படியானால் அவன் அங்கே கத்தியும் கல்லுமாக உட்கார்ந்து கொண்டு யாருடைய மண்டையையாவது மழித்துக் கொண்டிருக்கலாம். ஈஸ்வரி மயிர்கூட்டுபவளாகவோ தண்ணீர் ஊற்றுபவளாகவோ மழிக்கப்பட்ட மண்டைகளுக்குச் சந்தனம் தடவி விடுபவளாகவோ இருக்கலாம், கிடைக்கும் சில்லறையை வாங்கிச் சுருக்குப்பையில் முடிந்துகொள்ளக்கூடும்.

எவ்வளவு முயன்றும் அவர்களது அப்போதைய தோற்றத்தை மாமாவால் கற்பனைசெய்ய முடியவில்லை, பால்யத்தின் சித்திரங் களைத் தவிர வேறெதுவும் தோன்றவில்லை. ஒவ்வொருவரையும் கூர்ந்து பார்த்துக்கொண்டு நின்றார் மாமா, ஆற்றாமையுடன் பெருமூச் செறிந்தார், நீர்கசியத் தொடங்கியிருந்த கண்களை உருமாலையால் துடைத்துக்கொண்டார், தொடர்ந்து வழிந்து கொண்டிருந்த வியர்வை முகத்தையும் அடர்ந்திருந்த தாடியையும் மீசையையும் கடந்து முதுகை

நனைக்கத் தொடங்கியிருந்தது. அதுபற்றி யோசிக்கத் தோன்றாமல் அந்தக் கூட்டத்தினிடையே அலைந்து கொண்டிருந்தார்.

மாமாவின் தோற்றமும் பார்வையும் நாவிதர்கள் சிலருக்குச் சந்தேகத்தை ஏற்படுத்தியிருக்கிறது. மயிரை மழித்துக்கொண்டே அவரைக் கண்காணிக்கத் தொடங்கியிருந்தார்கள். பதற்றமடைந்திருந்த இளம் நாவிதனொருவன் தன் கத்தியை அடப்பத்துக்குள் செருகி வைத்துவிட்டு எழுந்து வந்தான், திடகாத்திரமான தோற்றம்கொண்டவனாயிருந்த அவனை எங்கோ பார்த்திருக்கிறோமே என நினைத்த மாமா அவனைக் கூர்ந்து பார்க்கத் தொடங்கியிருக்கிறார். அந்தப் பார்வை அவனது சந்தேகத்துக்கு வலுவூட்டியிருக்கிறது, அவனுக்கு ஆத்திரம் பெருகியது. அதற்கு மேல் யோசிக்கத்தோன்றாமல் அவரைப் பற்றியிழுத்துக்கொண்டு கூடத்தின் பின்புறம் சிறுநீர்கழிப்பதற்காக ஒதுக்கப்பட்டிருந்த புதர்கள் சூழ்ந்த காலியிடத்துக்குக் கொண்டு சென்றான். கூடத்திலிருந்த மேலும் ஒரு நாவிதனும் மயிர்கூட்டும் பெண்கள் இருவரும் அவர்களைப் பின்தொடர்ந்து வந்திருந்தனர். மனப்பிறழ்வுக்குள்ளானவராகவோ திருடனாகவோ பைத்திய காரனாகவோ மாமா அவர்களுக்குத் தென்பட்டார், அவர்களில் ஒருவன் எடுத்த எடுப்பில் அவர் மீது கைநீட்டினான்.

பெண்களில் ஒருத்தி, "ஆருடா நீயி? எதுக்குடா இங்க பொம்பள புள்ளைக இருக்கற எடத்துல வந்து சுத்திக்கிட்டிருக்கறே?" எனக் காருமாமாவின் முடியைக் கொத்தாகப் பற்றி உலுக்கியிருக்கிறாள். அந்த இளைஞன் கொடுத்த ஒற்றை அடியில் மாமாவின் உதடுகளிலிருந்து ரத்தம் கசிந்திருக்கிறது. எந்த எதிர்ப்பும் காட்டாமல் சரிந்து கீழே உட்கார்ந்த மாமா தன் சாம்பல் பூத்த கண்களால் எல்லோரையும் பார்த்திருக்கிறார், பெருகும் கண்ணீரைத் துடைத்துக் கொள்ளக்கூடத் தோன்றாமல் தன்னைப்பற்றியும் ராசம்மா அத்தையைப் பற்றியும் குழந்தைகளைப் பற்றியும் செட்டியைப் பற்றியும் தான் அங்கு வந்ததற்கான காரணங்களைப் பற்றியும் ஒரு கதை போல விவரித்திருக் கிறார்.

கேட்டுக்கொண்டிருந்தபோதே எல்லோரும் பதற்றமடையத் தொடங்கியிருக்கிறார்கள். அவர்களது கண்களில் நீர் மல்கியிருந்தது. அவரை அடித்த அந்த நாவித இளைஞன் திரும்பத்திரும்ப அவரிடம் மன்னிப்புக்கேட்டுக்கொண்டான். பிறகு மற்றவர்களை அனுப்பி வைத்துவிட்டு மாமாவை அழைத்துக்கொண்டு ராசம்மா அத்தையை யும் குழந்தைகளையும் தேடி மலையடிவாரம் முழுக்க அலைந்து திரிந்தான். எந்தத் துப்பும் கிடைக்காமல் போனதால் தான் குடியி ருந்துவந்த காரைப்பூச்சற்ற சிறியவீட்டுக்கு மாமாவை அழைத்துச் சென்றான். அவனது மனைவி அவர் மீது பரிவுகாட்டினாள். குளிக்கவைத்து, சாப்பாடு பரிமாறிச் சிறிது நேரம் ஓய்வெடுத்துக்

கொள்ள வலியுறுத்தினான் அந்த இளைஞன். தன் வேட்டிகளில் ஒன்றைக் கொடுத்து உடுத்திக்கொள்ளச் சொன்னவன் செலவுக்குக் கொஞ்சம் சில்லறைக் காசுகளையும் கொடுத்து எல்லாவற்றையும் மறந்துவிட்டு நேராக ஊர் போய்ச் சேரும்படியும் கடைசிக் காலங் களை ஓரளவுக்கேனும் நிம்மதியாகக் கழிக்க வழிசெய்துகொள்ளும் படியும் சொல்லி அவரை அனுப்பி வைத்துவிட்டு அடப்பத்தை எடுத்துக் கொண்டு முடிகாணிக்கை செலுத்தும் கூடத்தை நோக்கி அவசரஅவசரமாக ஓடி மறைந்தான்.

முற்றாகச் சிதறிப்போனவராகப் பேருந்துநிலையத்தை நோக்கி நடந்து கொண்டிருந்தார் மாமா. தென்பட்ட எல்லாத் தெருக்களிலும் அலைந்து திரிந்து கொண்டிருந்த பெரும் கூட்டத்தைப் பார்த்த மாமா அதற்குள் அத்தையோ சுந்தரமோ ஈஸ்வரியோ தென்படமாட்டார் களா என ஏங்கித் தவித்தார். மலையுச்சியிலிருந்து ஒலித்துக்கொண்டி ருந்த முருகனின் மணிச்சத்தத்தையும் பக்தர்கள் எழுப்பிய அரகரா முழக்கத்தையும் கேட்ட மாமாவுக்கு நம்பிக்கையின் சிறு கீற்றுத் தென்படத்தொடங்கியது. மாமா அதை மீட்டெடுத்துக்கொள்ள விரும்பினார். பக்கவாட்டிலும் எதிரிலும் தன்னைக் கடந்துசென்ற மனிதர்களைப் பார்த்த மாமா அவர்கள் தன்னைப்போலவே கைவிடப் பட்டவர்களாகவோ யாருமற்றவர்களாகவோ இருக்கக்கூடும் என நினைத்தார். தன் வேலோடும் மயிலோடும் வெறும் கோவணத்துடன் அந்த மலையின் உச்சியில் நின்றுகொண்டிருக்கும் முருகன் அவர் களைக் கண் கொண்டு பார்க்கிறான், அவர்களது துயரங்களைக் கேட்கிறான், அவர்களுக்கு இரங்குகிறான். தன்பாதங்களைக் கண்ணீரால் நனைப்பவர்களை கந்தன் மீட்டெடுக்கிறான் என நினைத்தார் மாமா.

வெகுதொலைவுகளிலிருந்து புறப்பட்டு விரதமிருந்து, காவடி தூக்கித் தீர்த்தக்குடங்களைச் சுமந்துகொண்டு வெயிலையும் மழையையும் பொருட்படுத்தாமல் காடுகளையும் மலைகளையும் கடந்து கற்களும்முட்களும் நிரம்பிய ஒற்றையடிப்பாதைகளின் வழியே 'அரகராஅரகரா' என அரற்றிக்கொண்டே பசியோடும்பட்டினி யோடும் வந்து முருகப்பெருமானின் அந்தச் சன்னதியை அடைகிறார் கள். அவனது பாதங்களில் நெடுஞ்சாண்கிடையாக விழுந்து தங்கள் துயரங்களைச் சொல்லிக் கதறுகிறார்கள், கண்ணீர் வடிக்கிறார்கள், 'காப்பாற்று' எனக் கன்னத்தில் போட்டுக்கொள்கிறார்கள். மனைவி மக்கள் பேரில் அர்ச்சனை செய்கிறார்கள், வேண்டுதல் வைக்கிறார்கள்.

அரகராஅரகராஅரகரா அரோகரா

பழநிமல முருகனுக்கு அரோகரா

கந்தனுக்கு அரோகரா

வெற்றிவேல் முருகனுக்கு அரோகரா

அரகரஅரகரஅரகர அரோகரா

எதிர்ப்புறம் திரும்பி உருமாலையை அவிழ்த்து இடுப்பில் சுற்றிக்கொண்டு முருகனின் சன்னதியை நோக்கி நடந்தார் காருமாமா.

ஆள் நடமாட்டமற்றுக் கிடந்தது முருகனின் மலையடிவாரம்.

படிக்கட்டுகளிலோ வேறு எங்குமே ஒரு ஈ, காக்காய் தென்படவில்லை. அரோகராச் சத்தம் எங்கிருந்து வந்தது எனவும் தெரியவில்லை. பக்தர்களோ பூசாரிகளோ துவராடை உடுத்திய பரதேசிகளோ அல்லது பிச்சைக்காரர்களோ யாரும் இன்றி வெறிச்சோடிக் கிடந்த படிக்கட்டுகளில் தாவி ஏறினார் மாமா. உயரே முருகனின் கோபுரக்கலசத்தில் பட்டுத் தெறித்துக்கொண்டிருந்தது காலைச் சூரியனின் பொன்னிற ஒளி. மாமா பரவசத்தில் மூழ்கினார். யாருமற்ற அத்தருணத்தில் முருகனின் தரிசனம் பரிபூரணமாய்க் கிடைக்கும் என நினைத்தார். யாருடையக் குறுக்கீடுமற்று அவனைத் தரிசிக்க வேண்டும், அவனிடம் தன் துயரங்களைச் சொல்லி முறையிட வேண்டும். ராசம்மாளின் பேரிலும் குழந்தைகளின் பேரிலும் முருகப்பெருமானுக்கு அர்ச்சனை செய்ய வேண்டும், அவர்களைத் தன்னிடம் கொண்டுவந்து சேர்ப்பிக்க வேண்டி அவனது பாதங்களைத் தொழ வேண்டும், கண்ணீர் சிந்த வேண்டும்,

'அப்பனே முருகா எங்கொழந்தைகளக் கூட்டியாந்து எங்கிட்டயே உட்ரப்பா, எங்குடும்பத்தக் கொண்டாந்து சேத்திரு'

'பாவொ ராசம்மா, அவளையுங் காப்பாத்து'

'எம்பெத்துப் பொறப்புகளக் காப்பாத்து'

'அப்பனே ஞானபண்டிதா, ஆரு என்ன பாவத்தப்பண்ணீருந்தாலு மன்னிச்சு ஏத்துக்கப்பா'

பிரகாரம் காலியாகக் கிடந்தது. அதைப்பற்றி யோசித்துக் கொண்டே அங்கிருந்த குழாய்நீரைப் பிடித்து முகம், கைகால்களைக் கழுவிக்கொண்டார். பிரகாரத்தைச் சுற்றி வந்து பார்த்தபோது கருவறையில் முருகனின் யாருமற்ற சிறு உருவம். பூசாரிகள் யாராவது தென்படுகிறார்களா எனத் தேடினார் மாமா. அங்கிருந்த வெண்கல மணியை அடித்து ஒலியெழுப்பினார். கணீர் கணீர் எனத் தெறித்த மணிச்சத்தத்துக்கு யாரிடமிருந்தும் பதில் இல்லை. நெடுஞ்சாண் கிடையாக விழுந்து கண்ணீர் விட்டார் மாமா. கண்களை மூடிக் கொண்டார். மூடிய கண்களுக்குள் முருகனின் உருவம். வேலோடும் மயிலோடும் அவரை நோக்கி வருகிறான் முருகன். அவனது கண்களில் அருள். உதடுகளில் கருணையின் விரிந்த புன்னகை. தன்னை மறந்து வெகுநேரம் புரண்டு கிடந்தார் மாமா. பழநியாண்டவனின் பரிபூரண

அருள் கிடைத்துவிட்டது தனக்கு, பீடித்திருந்த சாபங்களிலிருந்து விடுதலை, சூழ்ந்திருந்த துன்பங்கள் இனி இல்லை. ராசம்மாவையும் குழந்தைகளையும் தேடிப்பிடித்துக் கொண்டு வந்து சேர்த்து விடுவான் முருகன். இங்கே அவன் கொலுகொண்டிருக்கும் இந்தச் சன்னதி யிலேயே அவர்களைக் காணமுடியும். எல்லோரையும் அழைத்துக் கொண்டு பொழுதிறங்குவதற்குள் வீடுபோய்ச் சேர்ந்துவிடலாம். யாரு மற்ற வீடு என இனி யாராலும் அதைச் சொல்ல முடியாது. யாரு மற்றவன் எனத் தன்னை அழைக்க முடியாது என நினைத்தார் மாமா. அதைப்பற்றிய கற்பனைகளில் நினைவுகளைத் துறந்து மூழ்கினார்.

வெகுநேரம் கழித்து யாரோ தன்னைத் தட்டி எழுப்புவதை உணர்ந்தார் மாமா. அவரால் எழ முடியவில்லை. உடலில் தாள முடியாத வலி.

ஆறுமுகம் என அந்த முருகக்கடவுளின் பெயரையே தாய் அவருக்குச் சூட்டியிருந்தாள். அதுதான் பிறகு அவரது பண்ணையக் காரர்களுக்கு காருப்பையன் எனவும் காரே எனவும் மாறிற்று. மற்றவர்கள் காரு என அழைத்தார்கள். நாங்கள் காருமாமா என எங்கள் மாமாவை அழைத்தோம். அப்போது, ஆறுமுகக்கடவுளின் அந்தச் சன்னதியில் தலைகுப்புறக் கிடந்த போது மாமா அதை நினைத்துக்கொண்டார்.

மிகச் சிரமப்பட்டுக் கண்களைத் திறந்தார்.

எதிரே பெருகிநின்ற கூட்டம் தெரிந்தது. மஞ்சள் நிற அரை யாடையுடுத்திய அவனது பக்தர்கள். எங்கும் அரோகராச் சத்தம். தீபாராதனைத் தட்டங்களுடன் தென்படும் காவி உடுத்திய அர்ச்சகர்கள். கூப்பியகரங்களுடன் முருகனைத் தரிசிக்கக் கண்களில் நீர்மல்கக் காத்துக்கொண்டிருக்கும் ஆண்களும் பெண்களும் குழந்தை களும் முதியவர்களும் யாருமற்ற மற்ற மனிதர்களும்.

எங்கிருந்து அவ்வளவு பேர் அவ்வளவு சீக்கிரத்தில் வந்து சேர்ந்திருக்க முடியும் என ஆச்சரியப்பட்டார் மாமா. யாரோ சிலர் தன்னைச் சூழ்ந்திருந்ததையும் யாரோ ஒரு சிறுமி தன் முகத்தில் தண்ணீரை விசிறியடித்துக் கொண்டிருந்ததையும் அப்போது பார்த் தார்.

22

எதிரெதிராக உள்ள இரண்டு திண்ணைகளில் ஒன்றில் காரு மாமா, மற்றொன்றில் முத்தையன்வலசுப் பெரியப்பா. உடையாம் பாளையத்தின் யாருமற்ற வீடுகளில் யாருமற்ற இரண்டு நாவிதர்கள். இருவருமே அவரவரது கயிற்றுக் கட்டில்களில் முடங்கிக் கிடந் தார்கள். பேச்சுவார்த்தை அற்றுப்போனவர்களாகவும் ஒருவர் முகத்தில் ஒருவர் விழித்துக்கொள்ள முடியாதவர்களாகவும் இருந் தார்கள் இருவரும்.

சில சமயங்களில் கால்களைத் தொங்கவிட்டு உட்கார்ந்து கொண்டு கிழக்கே திருமங்கலம் போகும் இட்டேறியில் மேய்ந்து கொண்டிருக்கும் செம்மறி ஆடுகளையும் வெள்ளாடுகளையும் சீமைப்பசுக்களையும் அவற்றின் முதுகில் சவாரி செய்யும் காகங் களையும் பார்த்துக்கொண்டிருப்பார் காருமாமா. அவற்றோடு ஏதாவது பேச முற்படுவார், உதடுகளைக் குவித்து ஏதாவதொரு சத்தத்தை எழுப்பி அவற்றை அழைப்பார், எதையாவது மேய்ந்து கொண்டே கிழக்கு நோக்கி நகர்ந்து மறையும் அவற்றின் உருவங்களை அவை திரும்பி அதே இடத்துக்கு வந்து சேரும்வரையிலும் தேடிக் கொண்டிருப்பதைத் தவிர செய்வதற்கு வேறெதுவும் இல்லாதவராக இருந்தார் காருமாமா.

முன்பு மாமாவோடு பேசிக்கொண்டிருப்பதற்காகக் குப்பண ஆசாரியும் ராமமூப்பனும் மாதாரிவளவைச் சேர்ந்த இஞ்சினானும் நாள்தோறும் வந்துபோய்க் கொண்டிருந்தார்கள். குப்பணஆசாரியும் இஞ்சினானும் ஆறேழு மாதங்களுக்கு முன்பு ஒருவர் பின் ஒருவராகப் போய்ச்சேர்ந்திருந்தார்கள். ராமமூப்பன் கள் மரம் ஏறுவதற்காக இடம்பெயர்ந்து போயிருந்த தன் மகன்களுடன் கடைசிக்காலங்களைக் கழிப்பதற்காக கேரளாவுக்கோ வேறு எங்கோ போய் விட்டார். மாமாவை வதைத்துக்கொண்டிருந்த காக்காய்வலிப்பு நோய் அப்போது அடிக்கடி வரத்தொடங்கியிருந்தது. அநேகமாக வாரத்திற் கொரு முறை. பெரியம்மா தந்துவிட்டுப் போயிருந்த இரும்பாலான

தொரப்புக்குச்சியொன்றை எப்போதும் தன் தலைமாட்டில் வைத்துக் கொண்டிருந்தார் மாமா, வலிப்பு வரும்போது அவரால் அதைத் தேடியெடுக்கமுடியாமல் போய்விடுகிறது. அதுபோன்ற தருணங்களில் நினைவின் இழைகள் முற்றாக அறுந்துபோய்விடுகின்றன. கை, கால்கள் வெட்டியிழுப்பதையோ வாயிலிருந்து கோழை வடிவதையோ வீறிட்டுக் கத்துவதையோ பார்ப்பதற்கு அநேகமாக யாரும் இருப்ப தில்லை,

பேச்சுவார்த்தையற்றவராக எதிரே இருந்த முத்தையன்வலசுப் பெரியப்பா அப்போது வீட்டிலிருந்தால் அந்தச் சத்தத்தைக் கேட்டு வந்துவிடுவார், அந்தச் சாவிக்கொத்தைத் தேடியெடுத்து பிடிப்பற்ற அவரது உள்ளங்கையில் திணித்து மடக்கிப் பிடித்துக்கொள்வார், சொம்பு நிறையத் தண்ணீர் கொண்டு வந்து முகத்தில் தெளிப்பார், குடிக்கவும் தருவார். சிதறி வழிந்திருந்த கோழையைத் துடைத்து கால்களை நீட்டி மல்லார்த்திப் படுக்கவைத்துத் தலையணை யொன்றை முட்டுக்கொடுத்துவிட்டுப் பற்றியிருந்த அந்தத் தொரப்புக் குச்சியை விடுவித்துப் பழையபடி அவரது தலைமாட்டில் பத்திரப் படுத்திவிட்டுப் போய் விடுவார். வெகுநாட்கள் வரை மாமா அதைப்பற்றி அறிந்திருக்கவில்லை. வலிப்பின் தாக்கம் நீங்கி நினைவு மீளும்போது தனக்கு வலிப்பு வந்ததை நினைவுகூர முற்படுவார் மாமா, உள்ளங்கையை விரித்து சாவிக்கொத்து இருக்கிறதா எனத் தேடுவார், அது வைத்தது வைத்த இடத்தில் அப்படியே கிடக்கும், கன்னங்களில் கோழையின் ஈரம் தென்படாது, மாமா குழம்பிப்போவார், உண்மை யிலேயே வலிப்பு வந்ததா இல்லை அப்படிக் கற்பனை செய்து கொண்டோமா என யோசிக்க முற்படுவார்.

எதிரே முத்தையன்வலசுப் பெரியப்பா தன் கயிற்றுக்கட்டிலில் மல்லார்ந்து படுத்துக்கொண்டு டிரான்சிஸ்டரில் பாட்டுக்கேட்டுக் கொண்டிருப்பார், யாருமற்றவராய் உடையாம்பாளையத்தின் அந்த வீட்டில் வசித்துக்கொண்டிருக்கும் தன் தகப்பனுக்காக மகன் அம்பிகாபதி வாங்கிகொடுத்திருந்த டிரான்சிஸ்டர் அது. அதன் பட்டன்களைத் திருகித் திரையிசைப்பாடல்களை கேட்பதற்குக் கற்று வைத்திருந்தார் பெரியப்பா. அவருக்குப் பிடித்தமானவை பழைய பாடல்கள்தாம், டி.எம்.சௌந்தரராஜன், பி.சுசிலா, ஏ.எம்.ராஜா. ஜிக்கி, பி.பி.ஸ்ரீனிவாஸ், கண்டசாலா போன்றோரது பெயர்களைத் தெளிவாக உச்சரிக்குமளவுக்கு அவருக்கு அதில் தேர்ச்சி இருந்தது. அவை இடம்பெற்றிருந்த திரைப்படங்களில் சிலவற்றை முன்பு அவர் பலமுறை பார்த்திருந்தார். உடலின் கட்டுத் தளராமலிருந்த நாட்களில் தன் மிதிவண்டியை எடுத்துக் கொண்டு ஏழெட்டு மைல் தொலைவு கொண்ட தாராபுரம் சித்ரா திரையரங்கிற்கோ வெள்ளகோவில் கார்மேகம் தியேட்டருக்கோ போய் இரண்டாம் ஆட்டம் பார்த்து

விட்டு வருவார். டிரான்சிஸ்டரில் அந்தப் பாடல்களைக் கேட்கும் போது அவரது நினைவின் புழுதி மண்டிய திரைச்சீலைகளில் அந்தக் காட்சிகள் அச்சுஅசலாக ஒளிரத் தொடங்கிவிடும்.

காருமாமாவுக்கும் அதுவேதான் நேர்ந்துகொண்டிருந்தது.

தன் டிரான்சிஸ்டரிலிருந்து முத்தையன்வலசுப் பெரியப்பா ஒலிக்கச் செய்யும் பாடல்களின் துணையோடு சூழ்ந்திருந்த தனிமை யிலிருந்து தன்னை விடுவித்துக்கொள்ள முயன்றார் காருமாமா. தூர்ந்து போன காலத்தின் நினைவுகளை அவற்றின் புதைகுழிகளி லிருந்து அவை அவரை மீட்டெடுக்க முற்பட்டிருந்தன. அகல் விளக்கின் ஒளியைப் போன்ற பால்யத்தின் மங்கலான நினைவுக ளையும் இளமைக்காலத்தின் ததும்பல்களையும் நினைவுகூர முயன்றார் காருமாமா. அத்தையைப் பற்றிய நினைவுகள் சூழ்ந்தபோது அவை தந்த கசப்பை உதறமுடியாமல் திணறினார், தத்தளித்தார். கசப்பை மீறி அவளோடு கூடிக்களித்திருந்த தருணங்களை நினைக்க முயன்றார்,

முத்தையன்வலசுப் பெரியப்பாவின் டிரான்சிஸ்டரிலிருந்து ஒலித்துக் கொண்டிருக்கும் பாடல்களில் சில அவரைத் துயரத்தின் பள்ளத்தாக்குகளுக்குள் மூழ்கடிக்க முற்படும். அவை இடம்பெற்றிருந்த திரைப்படங்களை அவர் தன் வாழ்வின் வெவ்வேறு தருணங்களில் பார்த்திருந்தார். அவற்றில் இடம்பெற்றிருந்த காட்சிகள் ஒவ்வொன்றாக அவரது மனத்திரையில் ஒளிரத் தொடங்கியிருந்தன. மாமா தூக்கத்தைக் கைவிட்டார். பதற்றத்துடன் எழுந்து கட்டில்சட்டத்தில் கால்களைத் தொங்கவிட்டு உட்கார்ந்துகொண்டார். பரவசம் அவரை ஆட்கொள்ளத் தொடங்கியிருந்தது. அவர் தன்னை சிவாஜியைப் போலவும் எம்ஜிஆரைப் போலவும் நாயகனாகக் கற்பனை செய்து கொண்டார். குரலெடுத்துப் பாடவும் முற்பட்டார். டிரான்சிஸ்டரில் ஒலித்துக்கொண்டிருந்த குரலோடு தன்னைப் பிணைத்துக்கொள்ள விரும்பினார். சோகத்தை மீட்டும் ஓர் இசை தன்னைக் கண்ணீர் சிந்தவைக்க முற்பட்டபோது அவர் கண்ணீர் சிந்தினார்.

சில தருணங்களில் முத்தையன்வலசுப் பெரியப்பாவின் அந்த டிரான்சிஸ்டர் வாயை இறுக மூடிக்கொள்ளும். மின்கலங்களின் சக்தி தீர்ந்துபோகும்போதும் ஏதாவது வேலையாக பெரியப்பா வெளியே சென்றுவிடும்போதும் அது மௌனமாகிவிடும். அப்போது மாமா தவித்துப் போவார், அவர் திரும்பிவரும் வரை, மின்கலத்தை மாற்றும்வரை பொறுமையற்றவராக நடமாடிக்கொண்டிருப்பார் மாமா, அவருடனான உறவைப் புதுப்பித்துக்கொள்வதற்கான வழி வகைகளைப் பற்றி அப்போது யோசிப்பார், யாரிடமாவது கொஞ்சம் பணத்தைக்கொடுத்து இரண்டு மின்கலங்களை வாங்கி வந்து அவரிடம் தந்து மீண்டும் அதைப் பேசச்செய்யலாம் என்றுகூட நினைப்பார்.

மாமாவின் நடத்தையில் ஏற்பட்டு வந்த மாற்றங்களைத் தொடர்ந்து கண்காணித்துக்கொண்டிருந்தார் பெரியப்பா. தனது டிரான்சிஸ்டாரிலிருந்து ஒலிக்கும் பாடல்கள் மாமாவின் தனிமையை விரட்டுவதற்கு உதவுவதை அவர் புரிந்து வைத்திருந்தார், அதிலிருந்து மாமாவுக்குப் பிடித்த பழைய பாடல்களை ஒலிக்கச் செய்துகொண்டிருந்த பெரியப்பா, துயரச்சுவை கொண்ட பாடல்களைக் கேட்க நேரும்போது மாமாவின் கண்கள் ததும்புவதையும் அவரது மனம் சிதறுவதையும் கவனித்தார், அப்போது நிலையத்தை மாற்றினார். களிப்பும் கொண்டாட்டங்களும் நிரம்பிய பாடல்களைத் தேடி அவற்றை ஒலிக்கச் செய்தார். அப்போது ஒலியைக் கூட்டி வைத்தார். பாடல்களைவிடத் திரைச்சித்திரங்களைக் கேட்பதில் இருவருமே அதிக ஆர்வம் கொண்டிருந்தார்கள். பாசமலர் போன்ற துயரம் ததும்பும் கதைக்களம் கொண்ட படங்களின் ஒலிச்சித்திரங்களை மாமா விரும்பிக் கேட்டார், அவற்றுடன் தனது துயரங்களைப் பகிர்ந்துகொள்ளும் முனைப்பு அவருக்கு இருந்தது. முத்தையன் வலசுப் பெரியப்பா நகைச்சுவையை ரசிப்பவராக இருந்தார். நகைச் சுவை ததும்பும் பாடல்களும் கதை வசனங்களும் ஒலிபரப்பப்படும் போது வாய்விட்டுச் சிரிக்கவும் தாளம்போடவும் முற்பட்டார் பெரியப்பா.

ஒரு நாள் அவருடைய டிரான்சிஸ்டாரில் காதலிக்க நேரமில்லை படத்தின் ஒலிச்சித்திரம் ஒலிபரப்பாகிக் கொண்டிருந்தது. கோடை யின் ஒரு நண்பகல், இரண்டு மூன்று நாட்களாகவே அதுபற்றிய அறிவிப்புகள் வந்துகொண்டிருந்ததால் மாமா பரபரப்படைந் திருந்தார், அந்தப் படத்தை மாமா குறைந்தபட்சம் பத்து முறையாவது பார்த்திருந்தாராம். புத்தம்புதிய ரிலீஸ்படமாக தாராபுரம் சித்ரா திரையரங்கில் முதல்முறையாக அந்தப் படத்தைப் பார்த்திருந்த மாமா மறுமுறை ராசம்மாஅத்தையை அழைத்துச்சென்றாராம். பிறகு வெள்ளகோவில் கார்மேகம் தியேட்டரில் தெக்குவளவுப் பண்ணாடி யுடன் ஒருமுறையும் என அந்தப் படத்தைப் பார்த்திருந்த மாமா வாய்ப்புக்கிடைத்த போதெல்லாம் பார்த்திருக்கிறார்.

யாருமற்றவராய்த் திண்ணையில் மல்லார்ந்து படுத்துக்கொண்டு முத்தையன்வலசுப் பெரியப்பாவின் டிரான்சிஸ்டாரிலிருந்து ஒலித்துக் கொண்டிருந்த அந்தப்படத்தின் ஒலிச்சித்திரத்தைக் கேட்டுக்கொண்டி ருந்த போது மாமாவுக்கு ராசம்மாஅத்தையுடன் அதைப் பார்த்திருந்த தருணங்கள் நினைவுக்கு வந்திருந்தன, திரையரங்கில் அவளைத் தன் வலதுபாரிசத்தில் உட்கார வைத்துக்கொண்டதை, அவளது உடல் வெட்கத்தால் நடுங்கத் தொடங்கியிருந்ததை, அவளது சருமத்திலிருந்து கிழங்குமஞ்சளின் வாசனை வீசிக்கொண்டிருந்ததை நினைத்துக் கொண்டார் மாமா. அப்போது அவர் தன்னை அந்தப் படத்தின் நாயகனாகக் கற்பனை செய்துகொண்டிருந்தார்.

உடையாம்பாளையத்தின் கைவிடப்பட்ட அந்த வீட்டில் அப்போது அநேகமாக தன் வாழ்வின் கடைசிக்காலங்களில் இருந்த அந்த மனிதருக்குச் சிறிதளவு ஆறுதலைத் தந்துகொண்டிருந்த அந்தக் கற்பனை திடீரென முறிந்துபோனது. அப்போது அவருக்குத் தேவைப்பட்ட கருணையை மறுத்து மௌனத்தில் உறைந்தது அந்த டிரான்சிஸ்டர், அதன் மின்கலங்கள் தம் சக்தியை இழந்திருந்தன. மாமா தவித்துப் போனார், அதிக நேரம் காத்திருக்க விரும்பாத வராகத் திண்ணையை விட்டிறங்கி ஓடக்கற்கள் இறைந்துகிடந்த வாசலில் குறுக்கும் நெடுக்குமாக அலைந்தார், பிறகு எந்தத் தயக்கமும் இல்லாமல் பெரியப்பாவின் வீட்டுத் திண்ணையில் ஏறினார். தன் கயிற்றுக் கட்டிலில் கண்களைமூடிப் படுத்திருந்த பெரியப்பா தனது டிரான்சிஸ்டரின் சத்தம் அடங்கியபோதே எழுந்து பட்டன்களைத் திருகி அதைப் பேசவைக்க முயன்றுகொண்டிருந்தார். அதன் மண்டையையும் முதுகையும் தட்டிப்பார்த்தார். எதிரே தனது செய்கைகளைக் கூர்ந்து பார்த்துக்கொண்டிருந்த காருமாமாவைப் பொருட்படுத்தாமல் மின்கலங்களைக் கழற்றிப் பார்த்தார், அவற்றின் தலைப்பகுதிகளை தன் நுனி நாக்கில் தடவிப் பார்த்துவிட்டு உதடுகளைப் பிதுக்கினார், "செல்லுப் போயிருச்சுங் மாப்ள" என்றார், "இனி அவ்வளவுதே, வெள்ளகோயக்கிள்ளகோய, மூலனூர்கீலனூர் தாராபொரங்கீராபொரம் போயி ரண்டு செல்லு வாங்கியாத்தே ஆச்சு" என்றார்.

மாமா மூர்க்கமாக இருந்தார், சற்றும் யோசிக்காமல் முத்தையன் வலசுப் பெரியப்பாவின் கைகளிலிருந்து தம் சக்தியை இழந்திருந்த அந்த இரு மின்கலங்களையும் பறித்துக்கொண்டார், "நெசமாவே செல்லுத் தீந்து போச்சா? இல்ல நா அதக் கேட்டுக்கிட்டிருக்கறது பொறுக்காமக் கழட்டிப் போட்டுட்டீங்களா?" எனக் கேட்டுக் கொண்டே நுனிநாக்கில் வைத்து உயிர் இருக்கின்றனவா என அவற்றைச் சோதித்துப் பார்த்தார். எதிர்பாராத அந்தத் தாக்குதலால் நிலைகுலைந்து போயிருந்தார் பெரியப்பா,

"இதென்னுங்க மாப்ள இப்பிடிக் கேக்கறீங்கொ, செல்லுத் தீந்துபோச்சு, ஆப்பாயிருச்சு, நீங்க கேக்கக்கூடாதுன்னு என்ன இருக்குது?" என அவர் சொன்ன பதில் மாமாவைச் சமாதானப் படுத்தவில்லை, மாமா அவரைக் கசப்பாகப் பார்த்தார், முகத்தில் மண்டியிருந்த தாடிக்குள் புதைந்து போயிருந்த உதடுகள் துடித்துக் கொண்டிருந்தன, "செல்லு தீந்து போவும்னு உங்குளுக்குத் தெரியாதாக்கு? மொதல்லயே ரண்டண்ணத்த வாங்கி வெச்சுருக்க மாண்டீங்களாக்கு? உங்குளுக்கு அதுக்குத் துப்பில்லாமப் போயிருச் சாக்கு? என்ன ஒரு செல்லு ஒரு ரூவா இருக்குமா? ரண்டு செல்லுக்கு ரண்டு ரூவா? நெசமா அது உங்குகிட்ட இல்லெ? இவத்திக்கிருக்கற

நாய்க்கமலசுக்குப் போயி வாங்கியார முடியாமப் போயிருச்சு உங்குளுக்கு?” என மீண்டும் அதே கேள்வியைக் கேட்டார்,

பெரியப்பாவுக்குக் கோபம்,

“அங்க வெத்தல பாக்கு இருக்கு, பொவைலக் குச்சியிருக்கு, பேட்ரிச் செல்லு இருக்குதாக்கு? கோடந்தூரு கீது போனா வாங்கியாரலா, அங்க அந்தப் பண்டாரத்தய்யெங்கீது வெச்சுருந்தாலு வெச்சுருப்பாங்கொ, நாள மக்காநாப் போனா வாங்கியாறெ, அத வாங்கறதுக்கு விதியில்லாம என்னொ? அப்பிடி அவுசரம்னா நீங்கதே போயி ரண்டு செல்லு வாங்கியாங்களே பாக்கலா, போட்டு உடறெ, அதுல என்னருக்குது” எனப் பேச்சைத் துண்டித்துக் கொண்டு எழுந்தார்.

மறுயோசனையில்லாமல் கிளம்பினார் மாமா.

தனது டிரங்பெட்டியிலிருந்து சில ரூபாய்த்தாள்களையும் கொஞ்சம் சில்லறைகளையும் எடுத்து அண்டர்வேர் பாக்கெட்டுக்குள் திணித்துக்கொண்டு நடந்தார். தாளமுடியாத வெயில், மாமா அதைப் பொருட்படுத்தவில்லை. வியர்த்துவழியும் உடலுடன் கோடந்தூரை அடைந்தபோது இருள் கவியத்தொடங்கியிருந்தது. பெரியப்பா சொன்னது போல் பண்டாரத்தய்யன் கடையில் கொஞ்சம் வெற்றிலைச்சருகுகளும் சிறிதளவு பாக்கும் புகையிலைத் துண்டுகளும் இருந்தன, பீடி, சுருட்டுகளும் இரண்டணா மிக்சர் பாக்கெட்டுகளும் கமர்கட்டுகளும் இருந்தன, மின்கலங்கள் இல்லை. “ஒண்ணு ரண்டுகோட இல்லீங்களாங்கய்யா? இருந்தாப் பாருங்களே, கொஞ்ச அவசரொ” என மன்றாடிய மாமாவின் மீது பரிதாபப்பட்டு வீட்டுக் குள்ளிருந்து இரண்டு பழைய மின்கலங்களை எடுத்துக்கொண்டு வந்து மாமாவிடம் தந்தார், “பேட்டரி லைட்டுக்குப் போட்டு வெச்சுருந்துது, உசுரு போயிக்கெடக்குது, பேட்டரிலைட்டுக்கு இப்ப என்ன செலவு? அதுதே பட்டப்பகலாட்ட நெலா வெளிச்சங்கெடக்குது” என அவர் சொல்லிக்கொண்டிருந்ததைப் பொருட்படுத்தாமல் வெள்ளகோவிலை நோக்கி நடக்கத்தொடங்கியிருந்தார் மாமா. தென்பட்ட இட்டேறி களையும் ஒற்றையடித்தடங்களையும் பற்றிக்கொண்டு கள்ளமடை, குருக்கத்தி வழியாகச் சரியான பாதையைத் தேர்ந்தெடுத்தே நடந்தார் மாமா. வெள்ளகோவிலை அடைந்த போது நேரம் நள்ளிரவைக் கடந்திருந்தது. துயிலில் மூழ்கியிருந்த ஊரில் நாய்கள் ஓயாது குரைத்துக் கொண்டிருந்தன, குடலைச் சுருட்டும் பசி, மாமா அதைப்பொருட்படுத்தாமல் வீரக்குமாரசுவாமி கோயிலை அடைந் தார். அங்கே படுத்துக்கிடந்த பரதேசிகளுக்கிடையே வேட்டியை இழுத்துப் போர்த்திக்கொண்டு சரிந்தவர் காலையில் எழுந்து கோயிலையொட்டியிருந்த குளத்திலிறங்கி முகம், கை, கால்களைக்

கழுவிக்கொள்ளத் தோன்றாமல், பசியை உணராமல் கடை கடையாய் அலைந்து திரிந்து இரண்டு புத்தம்புதிய மின்கலங்களை வாங்கிக் கையில் பிடித்துக்கொண்டார், அந்த நேரத்தில் வெள்ளகோவி லிலிருந்து செம்மடை வழியாக மயில்ரங்கத்துக்குப் போகும் பேருந்து ஒன்று புறப்பட்டு நின்றுகொண்டிருந்தது, மாமா அதைக் கவனிக்க வில்லை, மீண்டும் குருக்கத்தி, கள்ளமடை வழியாக அப்போதும் சரியான பாதையையே தேர்ந்தெடுத்து நடந்து உடையாம்பாளை யத்தை வந்தடைந்திருந்தார் மாமா.

இருள் மீண்டும் கவியத்தொடங்கியிருந்தது.

தன் கயிற்றுக்கட்டிலில் கண்களை மூடி மல்லார்ந்து அதே கோலத்தில் கிடந்த முத்தையன்வலசுப்பெரியப்பாவின் முன் அந்த மின்கலங்களை வைத்தார், "இந்தாங்க மாப்ள பேட்டரி, இதப்போட்டு மறுக்கா அந்தப் படத்தப்போடுங்க" எனப் பெருமிதம் தாளாதவராய்ச் சொல்லிவிட்டுத் தலைகுப்புறச் சரிந்தார்.

23

பணப்பட்டுவாடா செய்வதற்காக உடையாம்பாளையத்துக்கு வந்திருந்த தபால்காரரின் உதவியோடு கருங்கல்பாளையத்திலிருந்த பெரியம்மாவுக்கு அஞ்சலட்டையொன்றை எழுதி அனுப்பி வைத்திருந்தார் முத்தையன்வலசுப் பெரியப்பா, மாமாவின் நிலை குறித்து மிகச் சுருக்கமாகச் சொல்லியிருந்தவர் மனப்பிறழ்வுக்குள்ளாகியிருக்கும் அவரைச் சமாளிப்பது பெரும்பாடாக இருப்பதாகவும் உடனடியாகப் புறப்பட்டு வருமாறும் பெரியம்மாவை மன்றாடிக் கேட்டுக்கொண்டிருந்தார், முகவரி சரியாக எழுதப்பட்டிருந்தும் ஒரு வாரத்தில் திரும்பிவந்துவிட்டது அந்தக் கடிதம். அதே வாசகங்களை மற்றொரு புதிய அஞ்சலட்டையில் எழுதி அப்போது நாங்கள் குடியிருந்து வந்த லோகநாதபுரம் முகவரிக்கு அனுப்பி வைத்தார் பெரியப்பா.

தாமதமின்றி வந்து சேர்ந்திருந்த அந்தக் கடிதத்தைப் பொருட்படுத்தும் நிலையில் அப்போது நாங்கள் இல்லை.

அப்பா இறந்து ஆறுமாதங்கள் கடந்த பின்னும் எங்களுக்குச் சேர வேண்டிய பணப்பயன்கள் வந்து சேராததால் குடும்ப ஓய்வூதியக் கருத்துருக்களையும் இறப்புப் பணிக்கொடைத் தொகைக்கான விண்ணப்பத்தையும் அளித்துவிட்டு கருணை அடிப்படையில் எனக்கு வேலை வாய்ப்புக் கோரி அப்பா கடைசியாகப் பணிபுரிந்திருந்த பள்ளிக்கும் சம்பந்தப்பட்ட கல்வி அலுவலகங்களுக்கும் தலைமைக் கணக்கு அலுவலகத்திற்கும் ஆவணங்களைச் சுமந்து கொண்டு மாறிமாறி அலைந்துகொண்டிருந்தேன் நான். இணைப்பு ஆவணங்களைத் திரட்டுவது மற்ற எல்லாவற்றையும் விடப் பெரிய சவாலாக இருந்தது. வறுமையில் வாடும் எங்கள் குடும்பம் உண்மையிலேயே வறுமையில் வாடுகிறது எனவும் எவ்விதமான அசையும், அசையாச் சொத்துக்களும் இல்லாத எங்களுக்கு உண்மையிலேயே அவை இல்லை எனவும் சான்றளிப்பதற்கு அதிகாரம் பெற்றிருந்த வருவாய்த் துறை அதிகாரிகளைத் திரும்பத் திரும்பச் சந்திக்க வேண்டியிருந்தது.

அப்போது நாங்கள் குடியிருந்து வந்த லோகநாதபுரத்தின் பதினொரு ரூபாய் லைனில் கடைக்கோடியில் இருந்த வீடு தன் கொள்ளளவைவிட இருமடங்கு அதிகமான உறுப்பினர்களுடன் திணறிக்கொண்டிருந்தது. அப்பாவின் மரணம் ஏற்படுத்தியிருந்த வெறுமையில் மூழ்கியிருந்த அம்மா, மணமாகாத இரண்டு தங்கைகள், பள்ளிப்படிப்பைப் பாதியிலேயே நிறுத்திவிட்ட தம்பி தவிர எல்லோருக்கும் மூத்தவளான தங்கமணி அக்காவின் குடும்பமும் எங்களோடு அதே வீட்டில் இருந்துகொண்டிருந்தது. நானும் தம்பி மனோகரனும் இரண்டாவது தங்கை தவமணியும் லோகண்ணனின் சாயப்பட்டறையில் வேலை செய்துகொண்டிருந்தோம். கடைசித் தங்கை சிவகாமி அருகிலிருந்த நகராட்சி மேல்நிலைப்பள்ளியில் பத்தாம் வகுப்புப் படித்துக்கொண்டிருந்தாள்.

நாளொன்றுக்கு ஐந்து ரூபாய் சம்பளத்தில் காலை எட்டு மணி முதல் மாலை ஆறு மணி வரை லோகண்ணனின் பட்டறையில் மெழுகுக்கட்டை அடித்துக் கொண்டிருந்தேன், துணிகளுக்குச் சாயமேற்றினேன், தேவைப்பட்ட போது தொட்டிப்பீஸ் அலசினேன், தம்பிக்குப் பெரும்பாலும் சாயத்தொட்டியில் வேலை, நாளொன்றுக்கு மூன்றரை ரூபாய் கூலி, தங்கை தவமணிக்கு நாளொன்றுக்கு இரண்டரை ரூபாய் கூலி. மெழுகுக்கோப்பையைக் கொண்டு போய்ச் சேர்ப்பதும் பீஸ் காயப்போடுவதும் அவளது வேலை. மூன்று மாதங்களுக்குப் பிறகு அவளும் சாயத்தொட்டிக்கு அனுப்பப்பட்டு கூலியில் ஐம்பது பைசாவை உயர்த்தி வாங்கிக்கொண்டாள், அப்பா சாவதற்கு முன்புவரை சூரம்பட்டியில் வசித்துவந்த அக்கா, அப்போது பால்காரராக இருந்த மாமாவையும் மூன்று வயதுடைய அவளுடைய ஆண் குழந்தையையும் அழைத்துக்கொண்டு லோகநாதபுரத்துக்கு வந்து அங்கேயே தங்கிவிட்டாள், பால் எடுக்கும் வேலையை விட்டுவிட்டு வேறுஏதாவது வேலையைத் தேடிக் கொள்ள விரும்பிய அக்காவின் கணவரால் வேறு எந்த வேலையையும் தேடிக்கொள்ள முடியவில்லை.

வீட்டிலிருந்த ஒன்பது வயிறுகளும் எங்களுடைய ஆறு முதிராத கைகளை நம்பியிருந்தன. சாயப்பட்டறையில் வேலை செய்வதற்கு என்னைவிடத் தம்பியும் தங்கையுமே அதிகம் திணறிக்கொண்டிருந்தார்கள், சாயமேற்றுவதற்கும் சாயப்பட்டறைத் தொழிலாளர்கள் தற்கொலை செய்துகொள்வதற்கும் பயன்பட்டுக்கொண்டிருந்த ரசாயனக்கலவைகளான காஸ்டிக்கும் நைட்ரேட்டும் அவர்களது கைகளை எரித்துப் புண்ணாக்கியிருந்தன, தலைமுதல் கால்வரை தெறித்திருக்கும் ஆரஞ்சு, மஞ்சள், மெஜந்தா முதலான ரசாயனங்களின் வெவ்வேறு நிறங்களைப் பொருட்படுத்த வேண்டியதில்லையெனினும் காஸ்டிக்கால் புண்ணாக்கப்பட்ட கைகளிலிருந்து பெருகும் வலியை எளிதில் கடந்து சென்றுவிட முடியாது. எரிச்சல் தாள

முடியாமல் இருவரும் திணறிக்கொண்டிருந்தார்கள், ஒவ்வோர் இரவிலும் அவர்களது கைகளுக்குத் தேங்காயெண்ணெயைப் பூசி விடுவாள் அம்மா, அப்போது அவளது கண்கள் கலங்கும், “எங்கொளந்தைகள இப்படி கைகழுவியுட்டுட்டு நீங்க நிம்மதியாப் போய்ச் சேந்துட்டீங்களே பாப்பாத்தி” என அப்பாவை நினைத்து மருகிக்கொண்டிருந்தாள்.

பல ஆண்டுகளுக்குப் பிறகு தன் ஒரே மகனின் திருமண அழைப்பிதழைக் கொடுப்பதற்காக மனைவியுடன் வெள்ளகோவில் வந்திருந்த தம்பி அதை நினைத்துக்கொண்டான், “காஸ்டிக்னு ஒரு மருந்து, தொட்டில அதக் கரச்சு வெச்சுருப்பாங்கொ, துணிகள அதுல முக்கிக் கரந்தெடுக்கணும், கையாலயே அலசணும், பிழியணும், எனக்கும் தவாளுக்கும் கையெல்லா கொப்பளம் போட்டுரு, சாப்புட முடியாது, ரொம்ப நாளைக்கு எங்களால அதையெல்லா மறக்க முடீல, இப்பக்கூட அந்தக் கொப்புளங்கள் இருந்துக்கிட்டிருக்கறாப்பல இருக்கும், அப்பப்ப கைய விரிச்சுப் பாத்துக்குவேன்” என அவை இன்னும் ஆறாமல் இருந்துகொண்டிருப்பதுபோல் கைகளை விரித்துப் பார்த்துக்கொண்டான், அப்போது அவனது கண்கள் கலங்கின. இரண்டு நாட்களுக்குப் பிறகு வெங்கரையாம்பாளையத்திற்குப் போய் தங்கை தவமணியைச் சந்தித்தபோது தம்பியின் அப்போதைய சக சாயப்பட்டறைத் தொழிலாளியான அவளுக்கு அதைச் சொன்னேன்,

அவள் திகைத்துப் போனாள், அவளது கண்களிலிருந்து கண்ணீர் வரவில்லை, சிரித்தாள், “இன்னமா அதையெல்லா நெனச்சுக் கிட்டிருக்கறான்? எத்தன வருஷமாச்சு?” என வியந்தாள். அவளுக்கு லோகநாதபுரமும் லோகண்ணனின் சாயப்பட்டறையும் சாயத்தொட்டி களும் காஸ்டிக்கும் நினைவுக்கு வராதது குறித்த ஆச்சரியத்தில் மூழ்கியிருந்தபோது எழுந்து கிணற்றடிக்குப் போனாள் தங்கை. ஏதோ காரணத்திற்காக அவளைத் தேடிக்கொண்டு போனபோது வேறு யாரும் கவனித்துவிடப் போகிறார்களோ என்னும் எச்சரிக்கையுடன் அங்கிருந்த பூவரச மரத்திற்குக் கீழே கருங்கல்லொன்றின் மீது உட்கார்ந்து கொண்டு தன் இரு கைகளையும் விரித்துப் பார்த்துக் கொண்டிருந்ததைப் பார்த்தேன்.

லோகநாதபுரத்தைப் பற்றி நினைக்கும் ஒவ்வொரு முறையும் அவர்களுக்கு நைட்ரேட்டும் காஸ்டிக்கும் நினைவு வந்துகொண்டி ருந்ததைப் போலவே எங்களுக்குக் காருமாமா நினைவுக்கு வந்து கொண்டிருந்தார்.

கைவிடப்பட்ட மனிதர்களுக்கு அடைக்கலம் தந்துகொண்டிருந்த அதன் நூறு வீடுகளையும் அதில் வசித்துவந்த பலருக்குத் தான் நடத்தி வந்த சாயப்பட்டறைகளின் வழியாகப் பிழைப்புக்கு வழியேற்படுத்திக்

கொடுத்திருந்த லோகண்ணனையும் நைட்ரேட்டைத் தின்று செத்துப் போன லோகநாதபுரத்தின் பேரழகியாகத் திகழ்ந்துவந்த ராணியக் காவையும் எனக்கு முதல் முத்தத்தைத் தந்துவிட்டு ரயிலில் அடிபட்டுச் செத்துப்போன சரோவையும் பாதிரியராக மாறி லோகநாதபுர வாசிகளுக்கு இயேசுவின் நாமத்தை ஜெபிக்கக் கற்றுக்கொடுத்த கலர் மாஸ்டர் பர்ணபாஸ் அண்ணனையும் கலைஞர் கருணாநிதிக்காக உயிரைக்கொடுக்கச் சித்தமாக இருந்த தங்கராசு டெய்லரையும் ஓய்வுபெறுவதற்குச் சில மாதங்களே இருந்த நிலையில் செத்துப்போக விரும்பியவரும் அதன் மூலம் அம்மாவுக்கு ஓய்வூதியமும் எனக்கு அரசுப் பணியும் கிடைக்க வழி செய்தவருமான அப்பாவையும் நினைத்துக்கொள்வது போலவே காருமாமாவையும் நினைத்துக் கொள்கிறேன்.

24

முத்தையன்வலசுப் பெரியப்பாவிடமிருந்து காலையிலேயே வந்து சேர்ந்திருந்த கடிதத்தை சாயப்பட்டறையிலிருந்து நாங்கள் திரும்பிவந்து சேர்வதற்கு முன்பாகவே பலமுறை அம்மாவுக்குப் படித்துக்காண்பித் திருந்தாள் அக்கா, நாங்கள் வீட்டுக்குள் நுழைந்தபோது ஓயாமல் கண்ணீர் உகுத்துக் கொண்டும் புலம்பிக்கொண்டுமிருந்த அம்மா, எங்களைப் பார்த்தவுடன் அந்த அஞ்சலட்டையை ஒரு பதாகையைப் போல உயர்த்திக் காட்டினாள், "உங்கு மாமெ என்ன கதிக்கு ஆளாவி யிருக்கறான்னு பாருங்க" என்றாள். அம்மாவைச் சிதறடிப்பதற்குப் போதுமான எளிய வாக்கியங்களைக் கொண்ட அந்த அஞ்சலட் டையை அம்மாவுக்காகவும் என் சாயப்பட்டறை சகாக்களான தம்பிக்காகவும் தங்கைக்காகவும் இரண்டு முறை வாசித்துக் காண்பித் தேன். அம்மா கண்களை இறுக மூடிக்கொண்டாள், இமைகளுக்குள் கண்ணீர் தத்தளித்துக்கொண்டிருந்தது.

அப்போதே புறப்பட்டு உடையாம்பாளையத்துக்குப் போய் மாமாவைக் கையோடு அழைத்துக்கொண்டு வந்துவிட வேண்டுமென் றாள். யாருமற்ற வீட்டில் யாருமற்றவராகப் பரிதவித்துக்கொண்டி ருக்கும் தன் அண்ணனை அவர் உயிரோடிருக்கும் காலம்வரை தன்னுடன் வைத்துக்கொள்ள வேண்டுமென விரும்பினாள் அம்மா. அப்போது நேரம் கடந்துவிட்டதால் அதிகாலையிலேயே புறப்படுவ தற்குத் தயாராகும்படி என்னைக் கேட்டுக்கொண்டாள்.

உறக்கமற்ற அந்த இரவை மாமாவின் சிதறடிக்கப்பட்ட வாழ் வைப்பற்றி அதுவரை நாங்கள் அறிந்திராத பலவற்றை எங்களுக்குச் சொல்வதற்குப் பயன்படுத்திக்கொண்டாள், தன்னிடமிருந்த எளிய துயர்மிகு சொற்களைக் கொண்டு மாமாவின் பேருரு பற்றிய சித்திரத்தை எங்களுக்கு வரைந்து காட்ட முயன்றாள்.

"அவெ வாங்கிவந்த வரமப்பிடி" என்றாள்,

"அந்தச் சீக்கு அவனக் கொன்னுபுடு" என்றாள்,

“முத்தையமலசு மச்சே எழுதீருக்கறதப் பாத்தா அவெ இனி நம்பநாளைக்குத் தாங்கமாண்டான்னுதேம் படுது’ என்றாள்,

“புத்தி பேதலிச்சுப் போன மாதிரியல்ல தெரியுது” எனப் பெருமூச்செரிந்தாள்,

சாப்பிட்ட பிறகு தன் கயிற்றுக்கட்டிலில் கால்களைத் தொங்க விட்டுக்கொண்டு உட்கார்ந்தவள் மாமா கைவிடப்பட்ட கதையைத் தன் நினைவுகளிலிருந்து மீட்டெடுத்து எங்களுக்குச் சொல்லத் தொடங்கினாள். தேர்ந்த கதைசொல்லியைப் போல தொடங்கி, இறுதிவரை அதன் தீவிரம் குன்றாமல் சொல்லிச் சென்றாள், “உங்கப் புச்சிக்கு முடியாமப் போனப்ப உங்கு மாமனுக்கு பதனஞ்சு வயுசு கோட இருக்காது, கொழந்தப் பயெ, அப்ப எனக்கு அஞ்சாறு வயசிருக்கு, உங்கு சின்னாயாளுக்கு மூணோ நாலோ, அப்பனுக்குப் பிறத்தியா எங்கு ரண்டு பேருத்தையும் தோள்ள தூக்கி வெச்சு சொமந்தே உங்கு மாமெ, சொமக்கறளவுக்கு அப்ப அவந்தோள்ள வலுவுமில்ல, எளங்குருத்து, இருந்தாலுஞ் சொமந்தே உங்கு மாமெ, காரு மாமெ” என்றாள்,

“அவள ஒரு தோள்ள, என்னைய ஒரு தோள்ள” எனத் தன் இரண்டு தோள்களையும் உயர்த்திக்காட்டினாள்.

“எங்களக் காப்பாத்தறதுக்கு வம்பாடு பட்டுக்கிட்டுத் திரிஞ்சே” என்றாள், “நல்ல சோறு தின்றுப்பானா? நல்ல துணிமணிதேங் கட்டீருப்பானா? எங்கள உட்டுப்புட்டு ஒரு நோம்பி நொடி, எழவெடஞ்சன்னு எங்கயாவுது போயிச் சுத்திப்புட்டு வந்துருப் பானா?” என ஆற்றாமையோடு காலத்தின் இருள் சூழ்ந்தவெளி களுக்குள் நடமாட முற்பட்டாள் அம்மா, “உங்கத்தையக் கட்டிக்கிட்டு வந்ததுக்கப்பறொங்கோட அவெ எங்களத்தேம் பெருசுன்னு நெனச்சே, எனக்கு இப்பக் கண்ணாலமே வேண்டா, தங்கச்சிக ரண்டு பேருத்தையுந் தாட்டியுட்டுப்புட்டு அப்பறமா ஒரு பாடிபரதேசியப் பாத்துக் கட்டிக்கறேன்னே, அம்மாயி கெடைல உழுவாம இருந்து ருந்தா அவெ அந்தக் கல்யாணத்தப் பண்ணீருக்கவே மாண்டே, என்ன பண்றது? விதி, ராசம்மாளக் கொண்டாந்து அவந் தலைல கட்டிப் புடுச்சு, அங்க ரங்கபாளையத்துல இருக்கறவரைக்கு அவுளு நல்லாத்தே இருந்தா, ஒடையாம்பாளையத்து வந்து சேந்ததுக்குப்பறமுங்கோட அவ புத்தி நல்லாத்தே இருந்துது, உங்கு மாமனாட்டவே அவுளு எங்கள நல்லாதேம் பாத்துக்கிட்டிருந்தா” என்றவள், “எங்கு ரண்டு பேருத்தையு மூலைல போடறதுக்கு அவெ கொஞ்சத்த பாடாபட்டே?” என அதைப் பற்றிய நினைவுகளில் மூழ்கிச் சில கணங்கள் பேசா திருந்தாள், “உங்கப்பா வந்து என்னையப் பொண்ணுப் பாத்துட்டுப் போன நாளைல இருந்து வெங்கரையாம்பாளையத்துக்குக் கூட்டிக் கிட்டுப் போவ வரைக்கு சித்தநேரங் கண்ணு வெச்சு மூடாம கால்ல

சக்கரத்தக் கட்டிக்கிட்டு அலஞ்சே உங்கு மாமெ” என்றாள், “ரண்டாந்தாரமுங்கறதுனால நகை, நட்டெல்லா ஒண்ணு வேண்டீ தில்ல, கல்யாணச் செலவயல்லாங்கோட நாங்களே பாத்துக்கறொ, நீங்க உங்கு பொறந்தவள எங்கூட்டுக்குத் தாட்டியுட்டீங்குனாப் போதும்னு அத்தன சொன்னாரு உங்கப்பாரு, ஆத்தாதே தோடு, மூக்குத்தியாச்சு போட்டனுப்பு காரு, படிச்சு வேலைல இருக்கற மாப்பளயக் கட்டிக்கிட்டு வெறுங்கழுத்தோட கொண்டாந்துட்டுட்டுப் போனாங்கன்னு சனொ உங்களத்தேம் பேசு, பாத்துச் செய்யப்பான்னு பேசுச்சு உங்காத்தா, மக்கா நாளைல இருந்து அவெ அலஞ்சே, ஊடூடா, காடுகாடா தோட்டந்தோட்டமா அலஞ்சே, சாமி, எசமாங்களே, கடவளே, ஆத்தா எம்பொறந்தவளுக்குத் தேவைய வெச்சுருக்கறனுங்கொ எசமாங்களே மாப்பள வாத்தியாரு, அந்தப் பகவே கண்ணுமுழிச்சுட்டானுங்க ஆண்டவனே, நாமெல்லாம் பாத்து மனசு வெக்கோணுமுங்காத்தா அப்பிடீன்னு பண்ணையக்காரங்கொ, பண்ணையக்காரிச்சீன்னு எம்பொறந்தவெ புடிக்காத காலுன்னு ஒண்ணு ஒடையாம்பாளையத்துல இல்ல, கையக்காலப் புடுச்சு, பண்ணாத ஊழியம் பண்ணி, கேக்காத பேச்சக் கேட்டுக்கிட்டு கெஞ்சிக்கூத்தாடி, பிச்சையெடுத்து உங்காத்தா கேட்டாப்பல ஒரு பவுனுக்கு மூணு பவுனாச் சேத்திக் கொண்டாந்தே உங்கு மாமெ, கா பவுன்ல தோடு, அரைக்காப் பவுன்ல மூக்குத்தி, அர, அரப் பவுன்ல ரண்டு கைக்கு ரண்டு வளையொ, பண்ணைக்காரமூட்டுப் புள்ளை களுக்குக் கோட அத்தனயப் போட்ருப்பாங்களான்னு தெரீலெ” என மூச்சுவிடாமல் பேசிக்கொண்டிருந்தவள் நினைவுகளை மீட்டெடுத்துக் கொள்வதற்கான அவகாசத்தை எடுத்துக்கொள்ள விரும்பியது போல் சற்று நேரம் மௌனமாக இருந்தாள். அந்த நேரத்தில் அக்கா போட்டுக்கொண்டு வந்த காபியைக் குடித்தாள்.

“அத்தன கௌரவமாக் கல்யாணத்த நடத்தி என்னைய வெங்கரையாம்பாளைத்துக்கு அனுப்புச்சு வெச்சே, கல்யாணத் துக்கப்பறமுந்தே இந்தப் பாவிமுண்டெ அவன உட்டாளா?” எனத் தன்னைத்தானே குற்றம்சுமத்திக்கொண்டு ஒரு மூச்சமூதாள்,

“கண்ணாலமாவி ஒரு ஆறு மாசங்கோட எங்கள நிம்மதியாப் பொளைக்க உடுலெ உங்கப்பத்தா, எடுத்ததுக்கெல்லா நொன, நல்ல துணிமணி கட்டுனா அதுக்காவாது, நல்ல சோறு தின்னா ஆவாது, உங்கப்பா பள்ளிக்கோடத்துக்குப் பொறப்புட்டுப் போனதுக்கப்பறொ இப்பிடியொரு வெறூட்ல போயிப் பொண்ணெடுத்துக்கிட்டு வந்துருக்கறம் பாரு என்னையப் பிஞ்ச செருப்பால அடிக்கோணும்னு அது பேசுன பேச்சுக்கு அளவில்ல, எதுத்து ஒரு வார்த்த பேசுனா கைய நீட்டிப்புடு உங்காத்தா, மசத்தப் புடுச்சு இழுக்கு, மண்ட மண்டயாக் கொட்டிப்புடு, நா அதையெல்லா ஒரு நாளைல உங்கப்பங்

தேவிபாரதி ◆157

கிட்டச் சொன்னதில்ல, உங்காத்தா செஞ்ச கொடுமையவிட எங்கொழுந்தியாளுக செஞ்ச கொடும பெருசு, அதையெல்லா இப்ப நெனச்சாலு எனக்குச் சோறேறங்காது” எனத் தான் பட்ட கதையை முடிவேயில்லாமல் விவரித்துச் சொல்லிக்கொண்டிருந்தாள் அம்மா.

“எங்களப் பேட்டைக்குக் கொண்டாந்து குடி வெக்கறதுக்கு அவம்பட்ட பாடு கொஞ்சமா, நஞ்சமா? அவுனுமு உங்கு பெரீமாளுமு, மறுக்காலுமு நாலு பண்ணைக்காரங்க கால்ல போயி உழுந்தாங்கொ, சீல, துணி மணி, பொட்டி படுக்கெ, பாய், தலவாணீன்னு ரண்டு பேருமு அல்லாத்தையு தலைல சொமந்து கொண்டாந்து வெச்சுட்டுப் போனாங்கொ, அப்ப தங்கா மூணு மாசத்து கொளந்த, அதுக்கு முன்னால ஒண்ணும்பின்னால ஒண்ணுன்னு ரண்டு பொறந்து ரண்டுஞ் செத்துப் போச்சு, மூணாவதையாவுது தக்காத்திக்கோணும்னு அவிய ரண்டு பேருமு கோயக்கோயலா அலஞ்சு திரிஞ்சாங்கொ, கும்புடாத சாமியில்ல, கேக்காத வரமில்ல, இருந்திருந்தாப்பல எனக்கு மாரு கட்டிக்கிச்சு, புள்ளைக்குப் பாலில்லாமக் கஷ்டப்படுமேன்னு ஒரு கறவ மாட்டக் கன்னோட புடிச்சுக்கிட்டு வந்தே உங்கு மாமெ, ஒடையாம் பாளையொ எங்க இருக்குது, பேட்ட எங்க இருக்குது சொல்லுங்கொ, அறுபதெழுபது மைல் சேராது? அங்க இருந்து மாட்டையுங்கன்னயு நடத்தியே கூட்டியாந்தே, மாடு நடந்துக்கு, கன்னு நடக்குமா, காலெல்லா மடிஞ்சுபோயி, நடு வழில அப்பிடியே மண்டியப் போட்டுப் படுத்துக்குமா, உங்கு மாமெ அதத் தூக்கித் தோள்ள வெச்சுப் பேட்டைக்குக் கொண்டாந்து சேத்துனானாமா’ எனக் கற்பனையோ எனச் சந்தேகிக்கும்படி அவளது அந்தக் கதை நீண்டு சென்றது, “அவிய துக்கமே வேண்டான்னு வந்துட்டாலு உங்காத்தா எங்களப் பொளைக்க உட்டுதா? எப்படியோ தடங்கண்டு புடிச்சு வந்துரு, வந்த மாயத்திக்குக் கண்டார கழுதைன்னு புடிச்சுரு, உங்கப்பம் பாவொ, அம்மாள எதுத்து ஒரு வார்த்த பேசமாண்டாரு, அக்கட்ட போயி நின்னுக்கிட்டுக் கண்ணீருடுவாரு, நா எதாருந்தாலு எம் பொறந்தவங்கிட்டத்தேஞ் சொல்லுவெ” என்றாள்.

“எங்கு கத நல்லதங்கா கதையாட்டத்தே” என்றாள்.

“அவளாட்டவே நானுமு ஏழப் பெத்தெ, அதுல ரண்டு தங்குல, அவளாட்டாவே படாதபாடு பட்டெ, அவளாட்டவே ஏச்சும்பேச்சு வாங்குன, அவளாட்டவே உங்களக் கொண்டுபோயிக் கெணத்துல தள்ளக்கோட நெனச்செ” எனப் பெருமூச்செரிந்தாள்..

“அப்பொ சிவகாமி பொறந்து ஆறு மாசமிருக்கு, உங்காத்தா பேச்சக் கேட்டுக்கிட்டு உங்கப்பா என்னையத் தெனமு அடிப்பாரு, கறியெல்லா நஞ்சு போயிரு, ஒரு நா ஊதுகொழாயிலயே மண்ட மண்டயா அடிச்சுப்புட்டு அவுருபாட்டுக்குப் பள்ளிக்கோடத்துக்குப்

பொறப்புட்டுப் போயிட்டாரு, இனி உசுரோட இருந்து பிரயோ சனமில்லைன்னு உங்களயெல்லாங்கூட்டிக்கிட்டு அந்தப் பச்சக் கொளந்தையோட பொறப்புட்டுட்டெ, எங்கியாச்சு ஆத்துல கொளத்துல உங்களையெல்லா தள்ளியுட்டுப்புட்டு நாமுளுங் குதிச்சரலாமுன்னுதே நெனச்சுப் பொறப்பட்டெ, பஸ்ஸப் புடுச்சு வெள்ளகோயப் போயி அங்க இருந்து அஞ்சையுங்கூட்டிக்கிட்டு எம்பொறந்தவனப் பாக்க ஒடையாம்பாளையத்துக்குப் போனெ, நாய்க்கமலசுக்குந் தெக்க ஒரு கெணறு தட்டுப்பட்டுது, பாங்கெணறு, ஆள் முழுகறாப்பல தண்ணி கெடந்துது, அதப் பாத்ததீமு எனக்குப் புத்தி மாறிக்கிச்சு" என வருடங்களுக்கு முந்தைய எங்களால் என்றுமே மறக்கமுடியாத அந்தக் கதையைச் சொல்லத் தொடங்கினாள் அம்மா.

அப்போது எனக்குப் பத்து வயதிருக்கும். ஆறுமாதக் குழந்தை யான தங்கை சிவகாமியைத் தோளில் சாற்றிவைத்துக்கொண்டு வெயில் தீண்டாதபடி முந்தானையால் மூடி அணைத்துக்கொண்டு உடையாம்பாளையத்தை நோக்கிச் சென்ற காரையும் சூரையும் நெருஞ்சியும் மண்டிய ஒற்றையடித் தடத்தில் நடந்துகொண்டிருந்தாள் அம்மா, ஓயாமல் அரற்றிக்கொண்டிருந்தாள், வற்ற மனமின்றிப் பெருகிக்கொண்டிருந்த கண்ணீரைத் துடைத்துக்கொள்ள விரும்பாத வளாக இருந்தாள், தம்பி அவளுக்கு வலப்புறமாக நடந்து கொண்டிருந்தான், தங்கை அவளது இடக்கையைப் பற்றிக்கொண்டு நடந்தாள், நானும் அக்காவும் அவர்களைப் பின்தொடர்ந்து கொண்டிருந்தோம். அக்கா பதற்றமடைந்திருந்தாள், நம்பிக்கையற்ற வளாகவும் துயரார்ந்தவளாகவும் தென்பட்டாள், அந்தக் காட்டின் உலர்ந்த சோளப் பயிர்களுக்கிடையே கீகீயெனக் கத்தியபடி திரிந்த அனலாங்குருவிக்கூட்டத்தையோ விருட்டென ஓடி மறைந்த அணில்களையோ தலைக்குமேலாகப் பதற்றத்துடன் அலைந்து திரிந்த ஆக்காட்டிகளையோ பொருட்படுத்தத் தோன்றாமல் நடந்து கொண்டிருந்தோம். செருப்பணியாத எங்கள் கால்கள் கன்றியிருந்தன, நிலம் கொதித்துக்கொண்டிருந்தது, பசியோடும் தாகத்தோடும் நடந்துகொண்டிருந்த எங்களை அம்மா அங்கிருந்த வேலாமர மொன்றின் குதறப்பட்ட நிழலுக்கு அழைத்துச் சென்றாள், அப்போது தான் அருகில் தென்பட்ட பாழடைந்த அந்தக் கிணற்றைப் பார்த்தாள், கிணற்றின் அடியாழத்தில் தத்தளித்துக்கொண்டிருந்த தண்ணீர் அவளுக்கும் மற்ற எல்லோருக்கும் ஆறுதலளிப்பதாகவும் நம்பிக் கையூட்டுவதாகவும் தோன்றியிருக்க வேண்டும். எப்படியாவது அதிலிருந்து கொஞ்சம் தண்ணீரைக் கொண்டுவந்து எங்களுக்குப் பருகத் தர முடியுமா என யோசித்தாள் அம்மா.

தங்கை சிவகாமியை அக்காவின் மடியில் கிடத்திவிட்டு கிணற்றின் சிதைந்த படிக்கட்டுகளின் வழியே சுவரைப் பற்றிக்

கொண்டு இறங்கினாள், நான் பின் தொடர்ந்தேன். கவனமாக அடியெடுத்து வைத்து பாம்பேறியை அடைந்தவள் அதற்குக் கீழே இறங்க வழியில்லாததால் திகைத்து நின்றாள், மேலே ஏதாவது கயிறோ வள்ளமோ கிடைக்குமாவெனத் தேடிப் பார்க்கச் சொல்லி அங்கிருந்து உரத்த குரலில் அக்காவை அழைத்துச் சொன்னாள், அக்கா குழந் தையை தங்கையின் மடியில் கிடத்திவிட்டு எழுந்தாள், அந்தப் பாழுங்கிணற்றுக்குக் கயிறோ, வள்ளமோ எதுவும் இல்லாததால் அக்கா ஏமாற்றமடைந்தாள், அம்மாவால் அந்தத் தோல்வியை ஒப்புக்கொள்ள முடியவில்லை, பெருகிய கண்ணீரைத் துடைத்துக் கொண்டு தனது புடவையைக் களைந்தாள், நுனியில் சிறு கல்லொன்றைக் கட்டி முடிந்து மறுநுனியைக் கையில் பற்றிக்கொண்டு சேலையைக் கிணற்று நீரில் இறக்கினாள், நம்பவே முடியாதவகையில் தண்ணீரை உறிஞ்சியது அம்மாவின் அந்தச் சேலை. வேகமாக மேலே இழுத்தாள், சேலையைப் பிழிந்து சொட்டிய தண்ணீரை எனது நாவில் சரித்தாள், தனது நாவிலும் கொஞ்சம் ஊற்றிக்கொண்டாள். அக்காவையும் தம்பியையும் தங்கையையும் ஒவ்வொருவராகப் பாம்பேறிக்கு இறங்கிவரச்சொல்லி அவர்களது சிறிய தொண்டைகளை நனைத்தாள்.

ஈரச்சேலையுடனே மேலேறி வந்த அம்மா பிறகு பெருங்குர லெடுத்து அழத் தொடங்கினாள். அழுகை வற்றி எங்களை ஆற்றாமை யோடு பார்த்துக் கொண்டிருந்தவள் குழந்தையை மார்போடு சேர்த் தணைத்துக்கொண்டு கிணற்றை நோக்கி அடியெடுத்து வைத்தாள், அம்மா என்ன செய்ய முடிவெடுத்திருக்கிறாள் என்பதைப் புரிந்து கொண்டு ‘அம்மா அம்மா‘ என அரற்றிக்கொண்டே நாங்கள் பின்தொடர்ந்தோம், எங்களுக்கு அவ்வளவாக அறிமுகமில்லாத அம்மாவின் குலதெய்வத்தை அழைத்தோம்,

அப்போதுதான் மாமாவின் குரலைக் கேட்டோம். எங்கள் காருமாமாவின் குரலை, “அட சாமி, கண்ணு, தங்கங்களா, இங்க எங்க வந்தீங்கொ?” எனக் கேட்டவருக்கு அதற்கு மேல் எதையும் அறிந்துகொள்ள வேண்டியிருக்கவில்லை, “ஐயோ பகவானே, ரட்ணமூர்த்தீஈஈ, இதுகள இந்தக் கதீல பாக்கறதுக்கா என்னைய இன்னொ உசரோட வெச்சுருக்கறெ?” எனக் கேட்டுக்கொண்டே தடதடவென ஓசையெழுப்பிக்கொண்டு வந்து ஒரே வீச்சில் எங்களை நெருங்கினார், அப்போது அவர் வெற்றுமேனியுடன் தென்பட்டார், கோவணத்தையும் உருமாலையையும் தவிர வேறெந்த ஆடையுமற்ற மேனி, உண்மையிலேயே அது எங்கள் காருமாமாதானா, எங்கள் சிதைந்த மனத்தின் கற்பனையா எனச் சந்தேகிக்கத் தொடங்கியிருந்த போது மாமாவின் மயிரடர்ந்த, திடமான கரங்கள் நம்பவே முடியாதபடி நீண்டு பெருகி எங்கள் எல்லோரையும் ஒருசேரத் தழுவிக் கொண்டதை அப்போது நான் பார்த்தேன்.

25

பெரியப்பாவிடமிருந்து வந்திருந்த அந்த அஞ்சலட்டை அநேகமாக நாள் தோறும் வாசிக்கப்பட்டுக்கொண்டிருந்தது. அம்மா எங்களில் யாரையாவது அழைத்து தலையணைக்கடியில் இரண்டாக மடித்து வைக்கப்பட்டிருந்த அந்த அஞ்சலட்டையை வாசித்துக் காண்பிக்கச்சொல்வாள், கட்டில் சட்டத்தில் கால்களைத் தொங்க விட்டு உட்கார்ந்துகொண்டோ மல்லார்ந்து படுத்துக்கொண்டோ கவனமாகக் கேட்டுக்கொண்டிருப்பாள், தணிந்த குரலில் எதையாவது முனகுவாள், முன்பு போல அவளது கண்களிலிருந்து நீர் பெருகுவதில்லை, தவித்துப் பெருமூச்சுவிடுவதில்லை, உடனடியாகப் புறப்பட்டு உடையாம்பாளையத்திற்குப் போக வேண்டுமென்றோ மாமாவை அழைத்துவந்துவிட வேண்டுமென்றோ வலியுறுத்துவதில்லை. கடிதத்தை வாசித்துக் காண்பித்துக்கொண்டிருக்கும்போது அவளது முகம் உணர்ச்சியற்றதாகத் தென்படும். பிறகு கையை நீட்டி நிதானமாக வாங்கி, முன் போலவே இரண்டாக மடித்துத் தலையணைக்கடியில் பத்திரப்படுத்தி வைத்துக் கொள்வாள், அது எங்கள் எல்லோருக்கும் சலிப்பூட்டும் கடமையாக மாறியிருந்தது. அதில் இடம் பெற்றிருந்த சொற்றொடர்களைச் செய்யுள்களைப் போல நாங்கள் ஒவ்வொருவருக்கும் மனப்பாடம் செய்துவைத்திருந்தோம், வாசிக்கச் சொல்லி அம்மா எங்களில் யாரையாவது கேட்கும்போது பெயரளவுக்கு அதைப் பிரித்து வைத்துக்கொண்டு வாசிப்பது போன்ற பாவனைகளுடன் அந்தச் சொற்றொடர்களை ஒப்பித்துக் காண்பித்துவிடுவோம்.

அந்த அஞ்சலட்டை தன் நிறத்தை இழந்து வெளிறியிருந்தது, சொற்கள் மங்கிக் கொண்டிருந்தன, தொடர்ந்து விரிக்கப்பட்டுக் கொண்டும் மடிக்கப்பட்டுக்கொண்டும் இருந்ததால் இரண்டு துண்டுகளாகக் கிழிந்திருந்தது. அதற்குப் பிறகு அம்மா அந்தக் கடிதத்தை வாசித்துக் காண்பிக்கச்சொல்லி வற்புறுத்துவதைக் குறைத்துக் கொண்டாள், தலையணைக்குக் கீழே பத்திரமாக வைத்துப் பாதுகாத்துக்கொள்ள முற்பட்டிருந்தாள்,

ஒரு சமயம் அது தனது தலையணைக்குக் கீழே தென்படாமல் போனபோது அம்மா பதற்றமடைந்தாள், கட்டிலிலிருந்து எழுந்து மிகச் சிரமப்பட்டு நடந்து வீடு முழுக்கத் தேடினாள், அம்மாவின் தவிப்பை உணர்ந்து எங்களில் யாரோ ஒருவர் வீட்டின் வெவ்வேறு மூலைகளில் கிடந்த இருதுண்டுகளையும் வெகு சிரமப்பட்டுத் தேடியெடுத்துக் கொடுத்த பிறகு அமைதியானாள். அதற்குப் பிறகு எங்களில் யாராலும் அவற்றைப் பார்க்க முடியவில்லை. கிழிக்கப்பட்ட அவ்விரு கடிதத்துண்டுகளும் அடுத்த சில நாட்களுக்குப் பிறகு காருமாமா லோகநாதபுரத்தின் அந்த வீட்டுக்கு வந்து சேரும்வரையும் உடையாம்பாளையத்திற்குத் திரும்ப அழைத்துச் செல்லப்படும் வரையும் அதற்குப் பிறகும் கூட அம்மாவின் படுக்கையில், அவளது தலையணைக்குக் கீழே பத்திரமாக இருந்துகொண்டிருந்தது.

26

துணி துவைப்பதற்காக நானும் தங்கையும் காரைவாய்க் காலுக்குப் போய் விட்டுத் திரும்பிக்கொண்டிருந்தபோது லோகோஷெட் அருகே, கம்பளிப் பூச்சிப்பழ மரத்துக்குக் கீழே மெட்ராஸ் செல்லும் ரயில்தடத்தையொட்டி எங்கள் காருமாமாவைப் பார்த்தோம். அடர்ந்த தாடியுடனும் அழுக்கேறிய ஒற்றைத்தட்டு வேட்டியுடனும் தனது வழியைத் தவறவிட்டிருந்த யாருமற்ற முதியவர், தனது கறுப்புநிறக் கிளைகளை அசைத்துக்கொண்டிருந்த லோகோ ஷெட்டின் அந்தக் கம்பளிப்பூச்சிமரத்துக்குக் கீழே தென்பட்ட மாமாவின் உருவத்தைப் பார்த்தபோது நான் அப்படித்தான் நினைத் தேன், குழப்பத்துடனும் தடுமாற்றத்துடன் தன்னைச் சூழ்ந்திருந்த உலகைப் புரிந்துகொள்ளத் திணறிக்கொண்டிருந்த அந்த முதிய வருக்காக நான் இரங்கினேன், வேறெதுவும் செய்யத் தோன்றாமல் அவரைக் கடந்து செல்ல முற்பட்டபோது துணிமூட்டையைத் தலையில் சுமந்து நடந்துகொண்டிருந்த தங்கை பதற்றமடைந்ததைப் பார்த்தேன், “அண்ணா அங்க பாரு மாமா” எனத் தாளமுடியாத அதிர்ச்சியுடன் அவரை நோக்கி விரைந்தாள், அப்போது நாங்கள் என்ன செய்தோம் என்பதோ என்னவிதமாக உணர்ந்தோம் என்பதோ துல்லியமாக நினைவில்லை. சுமந்திருந்த துணிமூட்டையைக் கீழே போட்டுவிட்டு, “ஐயோ மாமா, இதென்னது? இங்க எங்க வந்து இப்பிடி நின்னுக்கிட்டிருக்கறீங்கொ?” எனப் பெருங்குரலெடுத்துக் கத்திக்கொண்டே என் தங்கை அவரை நோக்கி ஓடியது நினைவிருக் கிறது, எங்களைப் பார்த்தவுடன், பிறகு அடையாளம் கண்டுகொண்ட வுடன் அவரது மயிரடர்ந்த முகத்துக்குள் புதைந்துகிடந்த கறுத்த உதடுகளில் நம்பிக்கையின் மெலிந்த புன்னகையொன்று அரும்பியதும் கண்கள் ததும்பியதும் நினைவிருக்கிறது, எங்கள் இருவரையும் ஒரு சேரத்தழுவிக்கொள்ள முயன்ற அவரது கைகள் நினைவிருக்கின்றன.

எங்கள் காருமாமாவின் தளர்ந்த அந்தக் கைகள்.

கருங்கல்பாளையத்திலிருந்த எங்கள் பெரியம்மாவைப் பார்ப்பதற் காகவும் அவளைத் தன்னுடன் அழைத்துச் செல்வதற்காகவும்தான் உடையாம்பாளையத்திலிருந்து தனியாகப் புறப்பட்டு வந்திருக்கிறார் மாமா. கையிலிருந்த சிறிதளவு பணம், மாற்றி உடுத்திக்கொள்வதற்கான வேட்டி, சட்டையோடு புறப்பட்டவருக்கு கருங்கல்பாளையத்தை அடைந்து காளியம்மா அக்காவின் வீட்டைக் கண்டுபிடித்துவிட முடியும் என்னும் திடமான நம்பிக்கை இருந்திருக்கிறது. அதற்கு முன் நான்கைந்து முறை அங்கு போன அனுபவம் இருந்ததால் அதுபற்றி அவருக்குச் சந்தேகம் ஏற்பட்டிருக்கவில்லை. பேருந்திலிருந்து இறங்கி நான்கைந்து எட்டுகள் வைத்தால் கிருஷ்ணா டாக்கீஸ், அங்கிருந்து கோணவாய்க்கால் போகும் வழியில் கொஞ்சதூரம் நடந்து மேற்காகத் திரும்பி எலக்ட்ரீஷியன் பரமசிவத்தின் வீடு எது என யாரையாவது கேட்டுக்கொண்டு போய்விடலாம். காளியம்மாஅக்காவின் பச்சைக் கதவு போட்ட வீடு நினைவிலிருக்கிறது,

வடக்குப் பார்த்த ஓட்டுவீடு.

மாமா அதையெல்லாம் நினைவில் வைத்துக்கொண்டே பேருந்தில் ஏறியிருந்தார். வெள்ளகோவில்வரையும் பிறகு ஈரோடு செல்லும் பேருந்தில் ஏறி முத்தூரையும் விளக்கேத்தியையும் கடக்கும்வரையும் அதுபற்றிய நினைவுகள் அவருக்குத் தெளிவாகவே இருந்திருக்கின்றன, பிறகு களைப்புமிகுதியால் இருக்கையில் சாய்ந்து சற்று கண்ணயர்ந்திருக்கிறார், ஈரோடு பேருந்துநிலையத்தை அடைந்தபோது தான் எங்கிருக்கிறோம் என்பதைப் புரிந்துகொள்ளத் திணறியிருக்கிறார் மாமா. பேருந்தை விட்டிறங்கி சற்றுநேரம் அங்கிருந்த சிமெண்ட்பெஞ்ச் ஒன்றில் உட்கார்ந்திருந்தவர், வாகனங் களின் இரைச்சல் தாளாமல் எழுந்து காளியம்மாஅக்காவின் வீட்டைப்பற்றியும் பெரியம்மாவைப் பற்றியும் யோசித்துக்கொண்டே நடக்கத் தொடங்கியிருக்கிறார். இரைச்சல்களிலிருந்து விலகி அவ்வளவாகச் சத்தம் வராத குறுகலான தெரு ஒன்றைக் கண்டு பிடித்து அதன் வழியே பச்சைக்கதவு போட்ட அக்காவின் வடக்குப் பார்த்தவீடு தென்படுகிறதா எனப் பார்த்துக்கொண்டே நடந்திருக் கிறார். வழியில் ஓரிரு கோயில்கள் தென்பட்டன, உயரமான கோபுரங் களுடன் தேவாலயம் ஒன்று தென்பட்டது, அதைக் கடந்து நடந்த போது துர்நாற்றம் வீசும் ஒரு ஓடை, அப்போது மாமா நாசியைப் பொத்திக்கொண்டார், மருத்துவமனை ஒன்றையும் திரையரங்கு ஒன்றையும் கடந்து வடக்கு நோக்கி நடந்து முடிவில் லோகோஷெட் அருகிலுள்ள ரயில் பாதையை அடைந்திருக்கிறார் மாமா.

மிகத் தற்செயலான நிகழ்வு அது.

“அவெ எதோ சாபத்த வாங்கிக்கிட்டு இங்க நாசுவமூட்டுல வந்து பொறந்திருக்கறே” என முன்பொரு முறை எங்கள் பெரியம்மா

சொல்லியிருந்தாள், சாபத்தால் பீடிக்கப்பட்ட அந்த வாழ்வின் இறுதிக்கட்டத்தை நோக்கி அழைத்துச்சென்றதாக உடையாம்பாளை யத்திலிருந்து ஈரோட்டுக்கு அவர் மேற்கொண்டிருந்த அந்தப் பயணம் மாறியிருந்தது. வெப்பத்தால் உருகி வழியும் ரயில் தண்டவாளங்களைப் பார்த்தபோது மாமா அதே போன்ற ரயில்பாதையொன்றின் சரிவில் இருந்த லோகநாதபுரத்தையும், அதன் பதினொருரூபாய் லைனில் குடியிருந்துவந்த எங்களையும் நினைத்துக் கொண்டிருக்க வேண்டும். ரயில்பாதையை ஒட்டி ஏறத்தாழ அரை மைல் தூரம் நடந்தால் தென்புறம் ஒரு சரிவு. அதில் இறங்கி நாற்பது ஐம்பதடி வரை நடந்தால் லோகநாதபுரத்தின் தெரு, அதன் முனையில் அந்த வயதான பூவரச மரம் அதன் நிழலில் இருக்கும் சேந்துகிணறு, அவற்றைக் கடந்து கடந்து சில எட்டுகள் வைத்தால் நாங்கள் குடியிருந்து வந்த பதினொரு ரூபாய்லைன், அதன் கடைக்கோடியில் சாக்குப்படுதாவின் மறைப்பில் ஒண்டிக்கொண்டிருக்கும் பழைய ஓட்டு வீடு.

மாமா ஒவ்வொன்றாக நினைவுகூர்ந்தார்,

ரயில்பாதையின் ஓரமாக எச்சரிக்கையாக அடி வைத்து நடந்தார் காருமாமா. தான் தவறான பாதையைத் தேர்ந்தெடுந்திருந்தது அவருக்குத் தெரிந்திருக்கவில்லை, ஈரோடு சந்திப்பிலிருந்து திருச்சியை நோக்கிச் செல்லும் பாதைக்குப் பதிலாக சென்னையை நோக்கிச் செல்லும் பாதையைத் தேர்ந்தெடுத்திருந்தார், அப்போது ஈரோடு சந்திப்பிலிருந்து சென்னை நோக்கிச் சென்றுகொண்டிருந்த பயணிகள் ரயில் ஒன்றைப் பார்த்தார், அது சென்று மறைந்த பாதையைப் பின்தொடர்ந்தார். லோகோஷெட்டைக் கடந்து சில எட்டுகள் வைத்த போதுதான் கரிப்புகை மண்டிய அந்தக் கம்பளிப்பூச்சிப் பழ மரத்தைப் பார்த்திருக்கிறார் மாமா. அவர் அதைப் பூவரசமரமாகக் கற்பனை செய்துகொண்டிருக்க வேண்டும், அதன் நிழலில் இருந்த சேந்து கிணற்றையும் குப்பைகள் மண்டிய தெருவையும் பதினொருரூபாய் லைனையும் காணமுடியாமல் திணறிக்கொண்டிருந்தபோதுதான் துணிகளைத் துவைத்து எடுத்துக்கொண்டு காரைவாய்க்காலிலிருந்து வீட்டை நோக்கி நடந்துகொண்டிருந்த நாங்கள் மிகத் தற்செயலாக அவரைப் பார்த்தோம்.

பிறகு பலமுறை நான் அந்தத் தற்செயல் குறித்து யோசித்துப் பார்த்திருக்கிறேன், மிகச்சரியான நேரத்தில் நானும் என் தங்கையும் மாமாவைப் பார்க்க முடியாமல் போயிருந்தால்? அன்று ஞாயிற்றுக் கிழமையாக இல்லாமல் திங்கள்கிழமையாகவோ புதன்கிழமை யாகவோ அல்லது வெள்ளிக்கிழமையாகவோ இருந்திருந்தால்?

அன்று விடுமுறை நாளாக இருந்ததால்தான் நானும் என் தங்கையும் அழுக்குத்துணிகளை எடுத்துக்கொண்டு காரைவாய்க்

காலுக்குப் போகமுடிந்திருந்தது, அந்த ரயில்பாதையின் வழியாக லோகநாதபுரத்துக்குத் திரும்பிக்கொண்டிருந்தபோது அந்தக் கம்பளிப் பூச்சிப் பழமரத்தைக் கடந்துவர வேண்டியிருந்தது, மாமாவைப் பார்க்கவும் அடையாளம் காணவும் பிறகு எங்களோடு வீட்டுக்கு அழைத்துவரவும் முடிந்திருந்தது. எதிரெதிர் திசைகளிலிருந்து காருமாமாவும் நாங்களும் மேற்கொண்டிருந்த அந்தப் பயணம் மிகத் தற்செயலாக எங்களை ஒரேபுள்ளியில் கொண்டுவந்து சேர்க்காமலிருந் திருந்தால் எங்கள் காருமாமா எங்காவது தொலைந்து போயிருப்பார், அப்போது சென்னையை நோக்கிச்சென்ற ஏதாவதொரு ரயிலில் அடிபட்டு அப்போதே செத்துப்போயிருந்திருப்பார், துண்டுகளாக்கப் பட்ட அவரது சடலம் ரயில்வே ஊழியர்களால் அப்புறப்படுத்தப் பட்டிருக்கும்.

மாமா அந்தக்கோலத்தில் வந்துநின்றதைப் பார்த்த அம்மா பொங்கியழத் தொடங்கினாள். அவரைத் தழுவிக்கொண்டு கண்ணீர் வடித்தாள். தன் கயிற்றுக் கட்டிலில் உட்கார வைத்துக் குடிப்பதற்குத் தண்ணீர் கொடுத்தாள். அவருக்காக கொஞ்சம் காபியோ வேறு ஏதாவதோ போடச்சொல்லி அக்காவுக்குச் சொல்லி விட்டு நாங்கள் அவரை எங்கு, எப்படிப் பார்த்து அழைத்துக்கொண்டு வந்தோம் என்பதைச் சொல்லச்சொல்லிக் கேட்டாள். திகைப்புக்கும் பரிதவிப் புக்குள்ளானாள், "அப்ப மட்டு நீங்க ரண்டுபேருமு அங்க போகாம இருந்துருந்தா?" என அம்மாவும் அதே விதமான கற்பனைகளின் பிடியில் சிக்கினாள், "அதெல்லா எங்கண்ணெஞ்செஞ்ச புண்ணியொ, அந்த ரட்ணமூர்த்தி என்னைக்கு எங்களக் கையுடமாண்டே, அப்பிடிக் கையுடவனாருந்தா உங்களக்கொண்டுபோயி அங்க நிறுத்தியிருக்க மாண்டே" எனத் திரும்பத் திரும்பச் சொல்லிக் கொண்டிருந்தாள் அம்மா.

27

ஏறத்தாழ இரண்டு மாதங்கள்வரை லோகநாதபுரத்தின் அந்த வீட்டில் எங்களோடு இருந்தார் காருமாமா. அந்த நாட்களில் பலமுறை காக்காய் வலிப்பு அவரைத் தாக்கியிருந்தது. அவரை அந்த நோயி லிருந்தும் மனப்பிறழ்விலிருந்தும் மீட்டெடுத்துவிட முடியும் என அவர் அங்கிருந்தவரையும் இரண்டு மாதங்களுக்குப் பிறகு உடையாம் பாளையத்துக்குத் திருப்பி அனுப்பும்வரையும் அதற்குப் பிறகும்கூட நம்பிக்கொண்டிருந்தாள் அம்மா. வீட்டுக்கு வந்து சேர்ந்ததும் உடனடியாக அவரைக் குளிக்க வைக்க ஏற்பாடு செய்தாள். தம்பியை யும் தங்கையையும் அழைத்துக்கொண்டு போய் லோகண்ணனின் பட்டறையிலிருந்து ஆறேழு குடம் தண்ணீர் கொண்டு வந்து வீட்டிலிருந்த சிமெண்ட் தொட்டியை நிரப்பினேன். அம்மா அவர் குளிப்பதற்கு உதவினாள், வட்டுவட்டாகப் படிந்திருந்த அழுக்கை நுரைப் பீர்க்கன் நாரால் தேய்த்துக் கழுவினாள், தலைக்கு அரப்புத் தேய்த்து அலசினாள், பாதுகாத்து வைத்திருந்த அப்பாவின் பழைய வேட்டிகளில் ஒன்றைக் கொடுத்து உடுத்துக்கொள்ளச் சொன்னாள், கை, கால்களின் நகங்களை வெட்டிவிட்டாள். அவரது குதிகால்கள் பாளம் பாளமாய் வெடித்துக்கிடந்தன, கரண்டைக்கால்களில் எப்படி எப்படியோ உருவான கீறல்கள். அம்மா அவற்றைச் சுத்தம் செய்து முன்பு வேறு யாருக்காகவோ வாங்கி வைத்திருந்த களிம்பைத் தடவி னாள். தலைக்கு எண்ணெய் தேய்த்து விட்ட போது என்ன காரணத் தாலோ வாய்விட்டுச் சிரிக்கத் தொடங்கியிருந்தார் மாமா.

அக்கா அவருக்காகச் சமைக்கத் தொடங்கியிருந்தாள், மாமாவுக்கு நல்ல முறையில் சாப்பாடுபோட வேண்டுமென நினைத்தவள், மற்றவர்களுக்குத் தெரியாமல் பத்திரப்படுத்தி வைத்திருந்த நாலணா, எட்டணா நாணயங்களிலிருந்து ஏறத்தாழ பன்னிரண்டு ரூபாயைப் பொறுக்கியெடுத்து என்னிடம் தந்து ஒருகிலோ அரிசியும் கால்கிலோ துவரம் பருப்பும் ஓரிரு காய்கறிகளும் அப்பளக்கட்டும் வாங்கிவரச் சொல்லிப் பணித்தாள். கடலை எண்ணெய்ச் சீசாவை எடுத்துப்

பார்த்தவள், அதில் சிறிதளவே எண்ணெய் இருந்ததைக் கண்டாள், "எண்ணெ வேற இல்ல, துளியூண்டு இருக்குது, செரி உடு இத வெச்சுச் சமாளிச்சுக்கலா" என்றாள், நான் பட்டறைக்குப் போய் கணக்குப் பிள்ளை ராசப்பனைக் கேட்டு மேலும் ஒரு பத்து ரூபாயை முன்பண மாகப் பெற்றுக்கொண்டு வந்தேன். அந்தப் பணத்தில் நூறுமில்லி கடலை எண்ணெயும் ஐம்பதுமில்லி தேங்காயெண்ணையும் வாங்கிக் கொண்டேன். கத்தரிக்காய் சாம்பார், அவரைக்காய் பொரியல் தவிர, ரசம், தயிர், அப்பளம் என அருகிலிருந்து பரிமாறினாள் அம்மா, அவசர அவசரமாகச் சாப்பிட்டார் மாமா, சாம்பார் ருசியாக இருப்ப தாகச் சொன்னவர் அதற்காக அக்காவைப் பாராட்டினார், சாப்பிட்ட பிறகு அம்மாவின் அந்தக் கயிற்றுக்கட்டிலில் சாய்ந்து உறக்கத்தில் ஆழ்ந்தார். சீறல்களாக வெளிப்பட்ட அவரது குறட்டைச் சத்தத்தைக் கேட்ட அம்மா பதற்றமடைந்தாள், "இப்பிடிக் கொறட்ட வரக்கூடாது, ஒடம்பு கெட்டுக்கெடக்குது உங்கு மாமனுக்கு" என்றாள்.

மறுநாள் மாமாவை சங்கரனின் சலூனுக்கு அழைத்துச் சென்று தலை முடியை வெட்டி, தாடியை மழித்து, மீசையைத் திருத்தி வீட்டுக்கு அழைத்து வந்தேன்.

சங்கரன்தான் லோகநாதபுரத்துவாசிகளுக்கென இருந்த ஒரே சிகையலங்கார நிபுணர். பிடி தளர்ந்த ஒற்றை மரநாற்காலி, ரசம் போனதொரு கண்ணாடி, ஒரு கத்தரிக்கோல், ஒரேயொரு சவரக்கத்தி, ஓரிரு ஈரிழைத் துண்டுகள் ஆகியவற்றைக்கொண்டு ஏறத்தாழ பத்து வருடங்களாக வெற்றிகரமான முறையில் தனது சலூனை நடத்திவரும் லோகநாதபுரத்துவாசி. வாடிக்கையாளர்கள் யாரும் இல்லாத நேரங்களில் தனது சவரக்கத்தியையும் கத்தரிக்கோலையும் தானே கூர்தீட்டிக் கொள்வான், முகத்தை மழிப்பதற்குச் சில சமயங்களில் அழுக்குச் சோப்பைப் பயன்படுத்துவான், அவன் மீது அளவற்ற நம்பிக்கை கொண்டிருந்த லோகநாதபுரத்துவாசிகள் ஒருபோதும் அதைக் குற்றமாகக் கருதியதில்லை.

மாமாவின் தலையிலும் முகத்திலும் படர்ந்திருந்த பொடுகு களைப் பார்த்த சங்கரன் முதலில் அவருக்கு முடிவெட்ட மறுத்தான், நான் மன்றாடினேன், கூடுதல் கட்டணம் தருவதாக வாக்களித்தேன், கணக்குப்பிள்ளையிடமிருந்து முன்பணமாக வாங்கியிருந்த பணத்தில் மீதமிருந்த ஏழுரூபாயையும் சில்லறைக்காசுகளையும் காட்டினேன். சங்கரன் அந்த ஆசைவார்த்தைகளுக்கு மயங்காமல் தன் முடிவில் உறுதியாக இருந்தான், அவனது கழிவிரக்கத்தைத் தூண்டுவதற்காக மாமாவின் கைவிடப்பட்ட வாழ்வைக் குறித்துக்கொஞ்சம் சொல்லத் தொடங்கினேன், ஈரிழைத்துண்டு போர்த்தப்பட்ட உடலுடன் சலூன் நாற்காலியில் உட்கார்ந்திருந்த மாமா தனது வெளிறிய கண்களால் எங்கள் இருவரையும் மாறிமாறிப் பார்த்துக்கொண்டிருந்தார்,

பிறகு அவராகவே அந்த மர நாற்காலியிலிருந்து எழுந்தார், சுவரில் அறையப்பட்டிருந்த ரசம்போன கண்ணாடியில் பிரதிபலித்த தன் உருக்குலைந்த பிம்பத்தை ஆற்றாமையுடன் பார்த்துக்கொண்டிருந்தார், கைகளை உயர்த்தி அடர்ந்து கிடந்த சிகையைத் கோதிக்கொண்டார், முகத்தைத் தடவிக்கொண்டார், சங்கரனைப் பார்த்துத் தன் காவியேறிய பற்களைக் காட்டிச் சிரித்தார், “இந்தக் கையால எத்தன பேருத்துக்கு மசரு வெட்டீருப்பென்னு உனக்குத் தெரியுமா? எத்தன மூஞ்சிக்குச் செரச்சுட்ருப்பெ? எத்தன பேரு தலைல ஈரும்பேனும் புடுச்சுக் கெடந்துருக்குது? எத்தனபேருக்குச் செரங்கு புடிச்சுருந்துருக்குது? அதையெல்லாம் பாத்து ஒரு நாசுவெ தொழில் பண்ண முடியுமா?” எனக் கேட்டுவிட்டுக் கடையை விட்டு வெளியேறித் தெருவில் இறங்கி நடக்கத் தொடங்கினார்.

சங்கரன் தாளமுடியாதவனாக பெரும் குற்றஉணர்வுக்குள்ளானவனாக அவரைப் பின் தொடர்ந்து ஓடி சமாதானப்படுத்தி அழைத்து வந்து மீண்டும் தன் மரநாற்காலியில் உட்கார வைத்தான், மாமாவுக்கு முடிதிருத்திக் கொண்டிருந்தபோது ஒரு நாவிதனாகத் தனது பாடுகளைச் சொன்னவன் என்னைப் போலவே அவரை மாமா என அழைக்கத் தொடங்கியிருந்தான், கடைசியில் பணம் வாங்க மறுத்துவிட்டான், அதைப் பொருட்படுத்தாமல் அவனது சட்டைப்பையில் மூன்று ரூபாயைத் திணித்தேன், அவன் அதை எடுத்து எனது சட்டைப்பையில் செருகினான், “உடுங்க, இந்தக் காசா பெருசு?” என்றான். அப்படியும் அவனுக்குத் தெரியாமல் அவனது கல்லாவில் அந்த ரூபாய்த் தாள்களைத் திணித்து வைத்துவிட்டு வந்தேன், சாயந்திரம் அவன் அதைக் கண்டுபிடித்துவிட்டான், அதை எடுத்துக் கொண்டு நேராக வீட்டுக்கு வந்தவன் ஏதோ சொல்லி அம்மாவிடம் கொடுத்து விட்டுப் போனான். மாமா கடைசிக் காலம்வரை அவனை மறக்கவே இல்லை, அதற்குப் பிறகும் அவரைப் பார்ப்பதற்காகப் போன ஒவ்வொரு முறையும் அவனைப் பற்றி ஏதாவது கேட்டுக் கொண்டிருந்தார், “அந்தப் பயெ சங்கரு நல்லாருக்கறானா? கண்ணாலங் கிண்ணாலம் செஞ்சு ஒரு குடும்பத்த உப்பந்தி பண்ணிக்கிட்டு நல்லாப் பொளைக்கச் சொல்லு, பாவொ நல்ல பயெ” என்பார், லோகநாதபுரத்தில் இருந்தபோது நான்கைந்துமுறை அவனது கடைக்குப் போயிருந்தார், ஒவ்வொருமுறையும் சங்கரன் அவருக்கு முகசச்சவரம் செய்தனுப்பினான். ஒரு முறை சிகையை வெட்டிச் சீராக்கினான். பொடுகுக்குத் தைல பாட்டில்கள் இரண்டைக் கொண்டு வந்து கொடுத்தான், “இது எங்கம்மா காய்ச்சுனது, இதத் தேச்சுக் குளிச்சுக்கிட்டா பொடுகு காணாமப் போயிரு” என்றான், “எங்கப்பாரய்யெ, பெரிய பச்சல வைத்தியரு, அவுருகிட்ட இருந்துதே எங்கம்மா இந்தத் தைலத்தக் காச்சக் கத்துக்கிட்டுது” என்றான்.

நூல்வழி, கால்வழி பிடித்து அம்மா அவனிடம் சொந்தம் கொண்டாடத் தொடங்கினாள்.

பொடுகின் தாக்கத்தாலோ வேறு எதனாலோ மாமாவின் உடலிலிருந்து ஒருவித கவுச்சி வாடை வீசத்தொடங்கியிருந்தது, அவரது சுவாசம் எங்கள் எல்லோரையும் திணறச் செய்துகொண்டிருந்தது. ஓயாமல் சிறுநீர் சொட்டிக் கொண்டிருந்ததால் அவரது உடைகளிலிருந்தும் போர்வையிலிருந்தும் கட்டில் கயிறுகளிலிருந்தும் பெருகிக்கொண்டிருந்த சிறுநீர்வாடை வீட்டின் கூரை வரை பரவியிருந்தது, பல சமயங்களில் மாமா கட்டிலிலேயே மலம் கழித்துவிடுவார். ஆறேழு மாதங்களுக்கு முன்புவரை படுத்தபடுக்கையாய்க் கிடந்த அப்பாவின் உடலிலிருந்தும் அதேபோன்ற சிறுநீர்வாடை வந்து கொண்டிருந்ததால் நாங்கள் அதைப் பொருட்படுத்தாமல் இருக்கப் பழகியிருந்தோம்.

முகத்தைச் சுழித்துக்கொள்ளாமல், நாசியைப் பொத்திக்கொள்ளாமல் எங்கள் சிறிய வீட்டுக்குள் நடமாடிக்கொண்டிருந்தோம். வீட்டுக்கு வந்துசென்றவர்கள் நாசுக்காக வாசலிலேயே நின்று பேசிவிட்டுப் போகப் பழகிக்கொண்டார்கள், அம்மா நாள்தோறும் அவரைக் குளிக்க வைத்தாள், சிறுநீரால் ஈரமாக்கப்பட்ட அவரது உடைகளை இடைவிடாமல் அலசிப் போட்டுக்கொண்டிருந்தாள்,

தண்ணீர் கிடைப்பது அரிதாக இருந்தது, லோகண்ணனின் பட்டறையில் வேலை செய்துகொண்டிருந்ததால் அவ்வப்போது நான்கைந்து குடம் தண்ணீர் கிடைத்தது, லோகநாதபுரத்தின் தண்ணீர் தேவையைப் பூர்த்திசெய்வதற்காக முன்னொரு காலத்தில் கட்டப்பட்டிருந்த சேந்துகிணறு தூர்ந்து கிடந்தது. வேறு நீராதாரங்கள் எதுவும் இல்லாததால் எல்லோரும் தண்ணீரைத் தேடி லோகோ ஷெட்டுக்குப் போய்க்கொண்டிருந்தோம். லோகோஷெட்டின் தண்ணீர்த்தொட்டிகளிலிருந்து இரண்டு மூன்று குடங்களைப் பிடித்துக்கொள்ள அதிகாரிகள் இல்லாத நேரங்களில் அதன் பணியாளர்களில் சிலர் லோகநாதபுரத்துவாசிகளை அனுமதித்துக் கொண்டிருந்தார்கள்.

நல்வாய்ப்பாக லோகநாதபுரத்தை ஒட்டியிருந்த இரண்டு ரயில் பாதைகளிலும் தலா ஒன்று என இரண்டு சிக்னல் தூண்கள் இருந்தன. ஈரோடு சந்திப்பில் பிளாட்பாரங்கள் காலியாக இல்லாதபோது ரயில்களை அங்கேயே நிறுத்தி வைத்துவிடுவார்கள், பச்சை விளக்கு ஒளிரத் தொடங்கும்வரை காத்திருக்கும் நீராவிஎன்ஜின் ஓட்டுநர்களின் கழிவிரக்கத்தைத் தூண்டுவதில் வெற்றிபெற்று விட்டால் அவர் என்ஜினின் கொதிகலனிலிருக்கும் தண்ணீரைத் திறந்துவிடுவார், கிரீஸ் வாடை அடிக்கும் அந்தத் தண்ணீரில் நிலக்கரித் துகள்கள் திட்டுத்திட்டாக மிதந்துகொண்டிருக்கும். நாங்கள் அதைப்

பொருட்படுத்திக் கொண்டிருக்கமுடியாது, மாமாவின் மூத்திரவாடை வீசிய உடைகளைத் துவைப்பதற்கும் அவருக்குக் குளித்துவிடுவதற்கும் அந்த நீராவி என்ஜின்கள் தாம் அப்போது எங்களுக்குக் கை கொடுத்தன,

அரிசி வாங்கவும் மளிகைச் சாமான்களும் காய்கறிகளும் வாங்கவும் போதிய பணமில்லாமல் திணறிக்கொண்டிருந்தோம், அப்பாவின் இறப்புப் பணிக் கொடைத்தொகை அப்போதுவரை வந்து சேர்ந்திருக்கவில்லை, லோகண்ணனிடமிருந்து சிறுசிறு தொகைகளை முன்பணமாகப் பெற்றுச் சமாளித்துக் கொண்டிருந்தோம். அதை ஈடுசெய்வதற்காக வாரம்முழுவதும் நைட் ஷிப்டுகளுக்குப் போக வேண்டியிருந்தது, நைட்ஷிப்டுகளில் எங்களுக்குப் பிடித்தமான சில விஷயங்கள் இருந்தன. இரவு சிற்றுண்டிக்கு ஏற்பாடு செய்து தருவார்கள், தேவையானபோது பட்டறையிலேயே தேநீர் தயாரித்துக் கொள்ளும் வசதிகள் இருந்தன. பகல்ஷிப்ட் மாலை ஆறுமணிக்கு முடியும், ஆறரைக்குத் தொடங்கி அதிகாலை இரண்டு, இரண்டரைக்கு முடிவடையும். நைட்ஷிப்டுகளின்போது கண்காணிப்புக் குறைவாக இருக்கும், லோகண்ணன் ஏழு, ஏழரைக்கு மேல் பட்டறையில் இருக்க மாட்டார். அப்போது நகைச்சுவை உணர்வு மிகுந்த கணக்குப்பிள்ளை ராசப்பன் எங்களைக் கண்காணிக்கும் பொறுப்பை ஏற்றிருப்பார், அவர் அவ்வளவு கறாரான பேர்வழி அல்ல. நாங்கள் சோர்ந்து போய்விடாமலிருக்க வேண்டுமென்பதற்காக லோகண்ணனிடம் சொல்லி பட்டறையில் ஒரு வானொலிப் பெட்டியை வாங்கிவைக்க முயற்சியெடுத்தவர் அவர்தான்.

நைட்ஷிப்ட்களின்போது வானொலியின் சத்தத்தைக் கூட்டி வைத்துக் கொள்வதற்கான சுதந்திரத்தை எங்களுக்கு அளித்திருந்தார் கணக்குப்பிள்ளை. பழைய திரைப்படப்பாடல்களைக் கேட்பதில் அவருக்கு அலாதியான ஆர்வம். அநேகமாக எல்லா வானொலி நிலையங்களிலிருந்தும் இரவு ஒன்பது மணியிலிருந்து பதினொரு மணிவரை பழைய பாடல்கள் ஒலிபரப்பாகிக் கொண்டிருக்கும், கணக்குப்பிள்ளை அதற்கு முன்னதாகவே பட்டைச்சாராயம் குடித்து விட்டு வந்திருப்பார், பாட்டைக் கேட்கக்கேட்க அவருக்குப் போதை ஏறும். தானும் கூட சேர்ந்து பாடத் தொடங்கிவிடுவார்.

எங்களோடு பணிபுரிந்தவர்களில் சிலர் நன்றாகப் பாடுவார்கள், வானொலி நிலையங்கள் தங்கள் ஒலிபரப்பை நிறுத்திக்கொண்ட பிறகு ஒவ்வொருவரும் தங்களுக்குப் பிடித்த திரைப்படப்பாடல்களை தங்கள் சொந்தக்குரல்களில் பாடத்தொடங்கிவிடுவார்கள்,

எங்களில் யாராவது இரண்டு பேர் மிதிவண்டிகளை எடுத்துக் கொண்டு போய் இரவு உணவு வாங்கிவருவோம். பரோட்டாவும் குஸ்காவும்தான் எல்லோருக்கும் பிடித்தமானவை. யார்யாருக்கு என்ன

வேண்டும் எனக் கேட்டுத் தாளொன்றில் குறித்து எடுத்துக்கொண்டு எட்டு, எட்டரை மணிக்கு நானும் கலர் மாஸ்டர் ராஜேந்திரனும் ரயில்நிலையத்திற்கு எதிரே முத்துக்குமார் திரையரங்கை ஒட்டியிருந்த ஹோட்டல் செல்வத்துக்குப் போவோம், நைட்ஷிப்ட் பார்க்கும் ஈரோடு நகரின் சாயப்பட்டறைத் தொழிலாளர்களுக்காவே அந்த உணவகம் இயங்கிவந்தது. சாயப்பட்டறைத் தொழிலாளர்களின் விருப்ப உணவான பரோட்டாவையும் குஸ்காவையும் சுவையாகச் சமைக்கத் தெரிந்த இரண்டு சரக்கு மாஸ்டர்கள் அந்த உணவகத்தில் பணிபுரிந்து வந்தார்கள், ஈரோடு நகரின் வெவ்வேறு உணவகங்களில் பணிபுரிந்திருந்ததால் சாயப்பட்டறைத் தொழிலாளர்களில் முக்கால் வாசிப் பேர் அவர்களது சமையலின் மீது மையல்கொண்டிருந்தார்கள். அவர்களில் ஒருவர்தான் சாயப்பட்டறைத் தொழிலாளர்களுக்கு ஆப்பாயில் என்ற அற்புதமான பதார்த்தத்தை அறிமுகப்படுத்தியவர்.

எல்லாவற்றையும் பொட்டலம் கட்டி எடுத்துக்கொண்டு இரவு பத்துமணிக்குத் திரும்பி வருவோம். பேச்சு, சிரிப்பு, பாட்டு, கதையென அந்த அரைமணி நேர உணவு இடைவேளை மகிழ்ச்சியாகக் கழியும்.

ஷிப்ட் முடிந்தவுடன் பெண்களை யாராவது இரண்டு மூன்று பேர் அவரவர்களது வீடுகளுக்குக் கொண்டுபோய் விட்டுவிட்டு வருவோம். நைட்ஷிப்ட் பார்ப்போருக்குக் கிடைத்துவந்த கிளர்ச்சி யூட்டும் அனுபவம் அது. பின்னிருக்கையில் தூக்கக்கலக்கத்துடன் உட்கார்ந்திருக்கும் பெண்களிடம் அப்போது காதலைச் சொல்ல முடியும், சிறுசிறு தீண்டல்களுக்கு வாய்ப்புக் கிடைக்கும். அப்படி வளர்ந்த எண்ணற்ற சாயப்பட்டறைக் காதல்கதைகள் அப்போது ஈரோடு நகரின் சாயப்பட்டறைத் தொழிலாளர்களிடையே புழக்கத்தி லிருந்தன. காதல் கைகூடாமல் போனபோது நைட்ரேட்டைத் தின்று தற்கொலை செய்துகொண்டவர்களின் கதைகளும் அதிகம்.

கண்மூடிக் கண்திறப்பதற்குள் உயிரைக் கொண்டுசென்று விடக்கூடிய நைட்ரேட்டைத்தான் தற்கொலை செய்துகொள்வதற்குத் தேர்ந்தெடுப்பார்கள் சாயப் பட்டறைத் தொழிலாளர்கள். ஒரு சிட்டிகை போதும். கலர்மாஸ்டர் இல்லாத நேரங்களில் வைப்பறைக் குள் நுழைந்து ஒரு கை அள்ளிப் பொட்டலம் கட்டிச் சட்டைப் பாக்கெட்டில் வைத்துக்கொண்டு வந்துவிடலாம். பெண்கள் நைட் ரேட்டை எப்படித் திருடினார்கள் என்றோ எங்கே மறைத்து வைத்து எடுத்துக்கொண்டு போனார்கள் என்றோ எங்களில் யாருக்கும் தெரிந்திருக்கவில்லை. எங்கள் பட்டறையில் வேலை செய்துவந்த லோகநாதபுரத்தின் பேரழகியான ராணியக்காவும் டிராயிங்டேபிளில் வேலைசெய்த சாமிநாதனும் ஒருவர் பின் ஒருவராக நைட்ரேட்டைத் தின்று தற்கொலை செய்துகொண்ட பிறகு லோகண்ணன் நைட்ரேட் டப்பாக்களைத் தன் பொறுப்பில் வைத்துக் கொண்டார்.

எனினும் அது கிடைத்துக்கொண்டுதான் இருந்தது. தற்கொலை செய்துகொள்ள விரும்பியவர்களைத் தவிர்த்து மற்ற எல்லோரும்கூட எதற்கும் இருக்கட்டும் எனப் போதுமான அளவுக்கு தமது ஏதாவ தொரு மறைவிடத்தில் அதை இருப்பு வைத்துக்கொண்டிருந்தார்கள். லோகண்ணனின் சாயப்பட்டறையிலிருந்து திருடிக்கொண்டு வந்திருந்த சிறிதளவு நைட்ரேட்டைப் பொட்டலம் கட்டிவைத்து சில வருடங்கள்வரை பாதுகாத்து வைத்திருந்தாள் என் தங்கை. லோகநாத புரத்தின் அந்த வீட்டைக் காலிசெய்துகொண்டு போனபோது தகர டின் ஒன்றில் இருந்த அந்தச் சிறுபொட்டலத்தைப் பார்த்தேன். அது யாருடையது எனக் கண்டுபிடிக்கும் ஆர்வம் இல்லாததால் சாக்கடையில் எறிந்தேன். பத்திருபது தற்கொலைகளுக்குப் போதுமான அளவு நைட்ரேட் என் கைவசம் இருந்தது, பிளாஸ்டிக் கவர் ஒன்றில் போட்டு எனது புத்தகஅலமாரியில் அதைப் பதுக்கி வைத்திருந்தேன், பல வருடங்களுக்குப் பிறகு தற்கொலை எண்ணம் தலைதூக்கியபோது புத்தக அலமாரியைக் குடைந்தேன். முற்றாகக் கலைத்துப்போட்டு நாள்முழுவதும் தேடிக்கொண்டிருந்தேன். திருமணத்துக்குப் பிறகு தற்கொலை செய்துகொள்ள வேண்டும் எனத் தீர்மானித்தபோது நைட்ரேட் கிடைக்காததால் ஊமத்தங்காயை அரைத்துத் தின்றிருந் தாள் என் தங்கை. நைட்ரேட்டைப் போல் அது அவளைக் கொல்ல உதவவில்லை, தாமதமாக அதை அறிந்துகொண்டு மருத்துவ மனைக்குக் கொண்டு சென்று மிக எளிதாக அப்போது அவளைக் காப்பாற்றிவிட எங்களுக்கு முடிந்திருந்தது.

லோகநாதபுரத்தின் பெண்களில் நைட்ரேட்டைப் பயன்படுத்த விரும்பாத ஒருத்தி சரோதான். என்ன காரணத்தாலோ அவள் தற்கொலை செய்துகொள்வதற்கு ரயில் சக்கரங்களைத் தேர்ந்தெடுத் திருந்தாள். ஒரு அதிகாலையில் திருச்சி ரயில்பாதையில் இரண்டாகப் பிளக்கப்பட்ட அவளது உடலை நாங்கள் பார்த்தோம்.

நைட்ஷிப்ட் முடிந்த பிறகு தங்கையை வீட்டுக்குக்கொண்டு போய் விட்டு விட்டு நானும் தம்பியும் பட்டறையிலேயே இரவைக் கழிப்போம். சலவை செய்யப்படாத மொடமொடப்பான துணிப் பொதிகளை இழுத்துப் போர்த்திக் கொண்டு மறுநாள் காலை எட்டு மணிவரை அங்கு நிம்மதியாகத் தூங்க முடியும். பட்டறைக்குப் பின்புற மிருந்த வேலிக்கருவைப் புதர்கள் காலைக் கடன்களை முடித்துக் கொள்வதற்கு எங்களுக்குப் பேருதவி புரிபவையாயிருந்தன. நைட்ஷிப்ட் பார்ப்பதால் கிடைத்துவந்த சலுகைகளிலேயே முக்கிய மானதாக நான் அதைத்தான் கருதினேன். மலம்கழிப்பதற்கான இடத்தைத் தேடிக் கண்டுபிடிப்பதுதான் லோகநாதபுரத்தின் நூற்றுக்கும் மேற்பட்ட குடியிருப்புகளில் வசித்துக்கொண்டிருந்த வர்களுக்குப் பெரும் சவாலாக இருந்தது. அக்காவும் தங்கைகளும்

அம்மாவை அழைத்துக்கொண்டு அதிகாலையிலேயே லோகோ ஷெட்டுக்குப் பின்புறமிருந்த புதர்களைத் தேடிப் போவார்கள், அக்கா கணவர் மிதிவண்டியை எடுத்துக்கொண்டு வெகு தொலைவிலிருந்த ஏதாவதொரு மறைவிடத்துக்குப் போய்விட்டு நீண்ட நேரம் கழித்துத் திரும்பி வருவார்.

முற்றாக முடங்கிப்போவதற்கு முன்புவரை காருமாமா ரயில்பாதைக்குப் போய்விட்டு வருவார், மேடேறிச் செல்லச் சிரமப் படுவார் என்பதாலும் ரயில்பாதையோரம் நடந்துகொண்டிருக்கும் போது அது அவரது உயிருக்கே ஆபத்தானதாக முடிந்துவிடும் என்னும் அச்சத்தாலும் அம்மா அதற்கான வேறு வழிகளைப் பற்றி யோசித்துக்கொண்டிருந்தாள்.

அம்மாவின் யோசனைப்படி மாமா நள்ளிரவில், வேறு யாரும் நடமாடத் தொடங்குவதற்கு முன்பாகவே பத்துரூபாய் லைனுக்குப் பின்புறமிருந்த திருகுகள்ளிப்புதர்களைப் பயன்படுத்தத் தொடங்கியிருந் தார். நாலைந்து நாட்கள் அப்படிப் பயன்படுத்தியதில் உருவான மலவாடை பத்துரூபாய் லைன்வரை வந்திருக்கிறது, குற்றவாளியைக் கண்டுபிடிப்பதற்கு அவர்கள் அதிகம் சிரமப்படவில்லை. உடனடியாக அதன் நான்கைந்து குடியிருப்புவாசிகள் எங்கள் வீட்டுக்கு வந்தார்கள். அன்று சூரியன் உதிப்பதற்கு முன்பாகவே லோகநாதபுரம் ஒரு சண்டையைக் காண வேண்டியிருந்தது. அம்மா அவர்களது குற்றச் சாட்டைத் திட்டவட்டமாக மறுத்தாள். அம்மாவுக்கு ஆதரவாக அக்காவும் தங்கைகளும் களத்தில் இறங்கினார்கள். கடைசியில் லோகண்ணன் வந்து சண்டையை விலக்கிவிட்டார். மாமாவாக இருந்தாலும் வேறு யாராக இருந்தாலும் எக்காரணம் கொண்டும் மலம்கழிப்பதற்கு அந்தத் திருகுகள்ளிப்புதரைப் பயன்படுத்தக்கூடாது எனக் கண்டிப்பாக உத்திரவிட்டுவிட்டுச் சென்றிருந்தார் லோகண்ணன்.

28

மற்ற எல்லோரையும்விட அதிகம் திணறிக்கொண்டிருந்தாள் தங்கை.

சாயத்தொட்டியிலிருந்து விடுபட்டு அதிகாலை இரண்டு, இரண்டரை மணிக்கு மிகச்சோர்வுடன் வீட்டை அடைவாள் அவள். சாக்குப்படுதாவை விலக்கிக் கொண்டு நுழைந்தால் கையகலத்தில் ஒரு ஆசாரம், அம்மா அதில் பாயை விரித்துப் படுத்திருப்பாள், அதைக்கடந்து உள்ளே சென்றால் நூற்றியறுபது சதுரஅடிப் பரப்பு கொண்ட ஒற்றைஅறைக்குள் அக்கா, அவளது கணவர், மூன்று வயதுடைய அவளது குழந்தை, மூவரும் திசைக்கொருவராய் உருண்டு கிடப்பார்கள், சிம்னி விளக்கைத் தூண்டியெடுத்துக்கொண்டு அவர்களைக் கடந்து போனால் பதினைந்து வயதுடைய தங்கை சிவகாமி சுவரை அணைத்துக்கொண்டு படுத்திருப்பதை அவளால் காண முடியும். தங்கைக்கும் அக்காவின் மூன்று வயதுடைய குழந்தைக்குமிடையே தென்படும் சிறுபரப்பில் முடங்கிகொள்வாள். மற்ற எல்லோருடைய நாசிகளிலிருந்தும் பெருகும் குறட்டைச் சத்தங்களைப் பொருட்படுத்தாமலும் எதிர்காலம் பற்றிய கவலைகளில் மூழ்கவிரும்பாமலும் கண்களை இறுக மூடிக்கொண்டு தூக்கத்துக்கு அழைப்பு விடுத்துக்கொண்டிருப்பாள்.

அந்த அதிகாலையில் மாமா விழித்துக்கொண்டிருப்பார், கட்டில் சட்டத்தில் கால்களைத் தொங்கவிட்டு உட்கார்ந்து கொண்டு எதிரே, குறுகலான அந்தச் சமையல்கட்டில் கரப்பான் பூச்சியைப் போல் பதுங்கியிருக்கும் இருளைத் துழாவிக்கொண்டிருப் பார். மற்றவர்களிடமிருந்து பெருகிக் கொண்டிருக்கும் குறட்டைச் சத்தங்களை அவர் வேறு ஏதாவதாகக் கற்பனை செய்துகொள்வார், வீட்டுக்குள் நடமாடிக்கொண்டிருக்கும் உடல்களின் அசைவுகளைப் பற்றியும் பாதங்களின் அதிர்வுகளைப் பற்றியும் தோன்றும் கற்பனை கள் அவரைப் பதற்றமடையச் செய்யும், பதற்றம் அதிகரிக்கும்போது வேட்டியை இழுத்துத் தலைமுதல் கால்வரை போர்த்தி முடங்கிக் கொண்டு விடுவார் மாமா,

சாயப்பட்டறையிலிருந்து திரும்பியிருக்கும் தங்கையின் மங்கலான உருவம் தென்பட்டதும் அவரது இதயம் வேகமாகத் துடிக்கத் தொடங்கிவிடும், தொடர்ந்து அவளது அசைவுகளைக் கண் காணித்துக்கொண்டிருப்பார். நெற்றி நரம்புகள் தெறிக்கும், பெரு விரல்களால் நெற்றிப்பொட்டுகளை அழுத்திக் கொண்டு உரத்தகுரலில் கூச்சலிடுவார், அநேகமாக அப்போது காக்காய் வலிப்புநோய் அவரைத் தாக்கியிருக்கும், கண்ணயரத்தொடங்கியிருந்த தங்கை அந்தச் சத்தத்தைக் கேட்டுக்கொண்டிருப்பாள், அது மாமாவுடையதாகவே இருக்க வேண்டும் என்பதில் அவளுக்கு எந்தச் சந்தேகமும் இருந்தி ருக்காது. சாவிக்கொத்தையோ வேறு ஏதாவதொரு இரும்புத் துண்டையோ தேடி எடுத்து அவரது பிடிப்பற்ற உள்ளங்கைகளில் திணிக்க வேண்டும் என அப்போது அவளுக்குத் தோன்றியிருக்காது. மிதமிஞ்சிய சோர்வு அவளை முடக்கிப் போட்டிருக்கும். அந்தச் சத்தத்தைக் கேட்டுக்கொண்டே அவள் தூங்கி விடுவாள். பிறகு அக்காவோ அம்மாவோ எழுந்துவருவார்கள், தூக்கக்கலக்கத்துட னேயே சாவிக்கொத்தைத் தேடியெடுப்பார்கள், அவரது உள்ளங் கையில் வைத்துத் திணிப்பார்கள், பிறகு அந்தக் கட்டிலில் அவரைச் சாய்த்து விட்டுப் போய்விடுவார்கள். என்ன காரணத்தாலோ அப்போது அவரிடமிருந்து தசை கருகிக்கொண்டிருப்பது போன்ற நெடி வீசத்தொடங்கியிருக்கும், சிறிதும் கருணையே இல்லாமல் அந்த வீட்டின் மீது கவியும், உடனடியாக அதைத் தன் பிடிக்குள் கொண்டு வந்துவிடும்.

கருங்கல்பாளையத்திலிருந்து மாமாவைப் பார்ப்பதற்காக மூன்று முறை லோகநாதபுரம் வந்துவிட்டுப் போனாள் பெரியம்மா. லோகோஷெட்டின் அந்தக் கம்பளிப்பூச்சிப் பழமரத்தடியிலிருந்து மாமாவை அழைத்துவந்த மறுநாளே அதுபற்றிய தகவலைப் பெரியம்மாவுக்குச் சொல்வதற்காகக் கருங்கல்பாளையம் போயிருந்தேன். அப்போது அக்காவின் கணவரும் வீட்டிலிருந்தார். கள்ளிமந் தையத்தைச் சேர்ந்த அவர் ராசம்மாஅத்தையின் நெருங்கிய உறவினர், அத்தை மாமாவைவிட்டுப் போனதற்கு காருமாமாவே காரணமாக இருந்திருப்பார் என்பது அவரது திடமான நம்பிக்கை. ராசம்மா அத்தை செட்டியோடு ஓடிப்போனது அவருக்குப் பெருத்த அவமானத்தை ஏற்படுத்தியிருந்தது. அத்தையைப் பற்றியோ மாமாவைப்பற்றியோ யாரிடமிருந்தும் எவ்விதமான தகவல்களையும் கேட்பதில் விருப்பமற் றவராக இருந்தார். மாமா லோகநாதபுரத்துக்கு வந்திருப்பது பற்றி நான் சொன்னவற்றை அவர் பொருட்படுத்தவே இல்லை.

அவர் கடைக்குப் புறப்பட்டுப் போன பிறகு மாமாவை நானும் தங்கையும் எங்கே, எப்படி, எந்த நிலையில் பார்த்தோம் என்பதைப் பெரியம்மாவுக்கு விரிவாக எடுத்துரைக்க முயன்றேன், அவள் கடும்

அதிர்ச்சிக்குள்ளானாள், அம்மாவைப் போலவே கண்ணீர் வடித்தாள். காளியம்மாஅக்கா பெரிதாக எந்த உணர்ச்சியையும் காட்டிக்கொள்ள வில்லை. பெரியம்மா உடையாம்பாளையத்தை விட்டு வந்தது தான் மாமாவின் கையறுநிலைக்குக் காரணம் என்பதால் மாமா விஷயத்தில் அவளிடம் ஏதாவது யோசனை கேட்கலாம் எனச் சொல்லியனுப்பி யிருந்தாள் அம்மா. அப்போதைய இறுக்கமான சூழல் அதற்கு இடந்தரும் எனத் தோன்றாததால் உடனடியாக விடை பெற்றுக் கொண்டு வந்துவிட்டேன்.

மறுநாள் காலையில் லோகநாதபுரத்துக்கு வந்துசேர்ந்தாள் பெரியம்மா. அக்காவின் மகன் கணேசன் தந்தையின் இருசக்கர வாகனத்தில் அவளைக் கொண்டு வந்து லோகநாதபுரத்தில் இறக்கி விட்டுவிட்டுப் போனான். மாமாவைப் பார்த்ததும் பெருங்குர லெடுத்துக் கதறியவள் அவரது முகம் கை, கால்களைத் தொட்டு வருடினாள், சிகையைக் கோதினாள். அவருக்காக அரைகிலோ சாத்துக்குடிப் பழங்களையும் நோயாளிகளைக் காணச்செல்பவர்கள் கொண்டுசெல்வதற்கென்றே விதிக்கப்பட்டிருந்த ரொட்டிப் பாக்கெட் ஒன்றையும் கொண்டுவந்திருந்தாள். இரண்டுமே காளியம்மா அக்கா மாமாவுக்காக வாங்கிக்கொடுத்தனுப்பியவை என்றாள். வெகு சீக்கிரத்திலேயே அம்மாவும் அவளும் கடந்தகால நினைவுகளில் மூழ்கத்தொடங்கினார்கள், மாமாவின் கையறுநிலைக்குக் காரணமான வளெனக் குற்றம்சுமத்தி ராசம்மா அத்தையைத் திட்டித் தீர்த்தார் கள், பட்டறைக்குச் செல்ல நேரமாகி விட்டதால் அதற்கு மேல் அவர்கள் இருவரும் என்ன பேசிக்கொண்டார்கள் என்பதையோ மாமா விஷயத்தில் என்ன முடிவெடுத்தார்கள் என்பதையோ தெரிந்துகொள்ள முடியவில்லை.

பத்து நாட்களுக்குப் பிறகு அதே போல் அரைக் கிலோ சாத்துக்குடிப் பழங்களுடனும் ரொட்டிப் பாக்கெட் ஒன்றுடனும் கூடுதலாகக் கால்கிலோ கறுப்பு திராட்சையுடனும் வந்து சென்றாள் பெரியம்மா. மாதக்கடைசி நாளில் மூன்றாவதாகவும் அதே சாத்துக் குடிப்பழங்களையும் ரொட்டிப்பாக்கெட் ஒன்றையும் வாங்கிக்கொண்டு வந்திருந்தாள். அன்றைய இரவை எங்களுடனேயே கழிக்க விரும்பி னாள். காலையில் தன் செலவில் மாமாவுக்குக் கறி எடுத்துத்தர விரும்புவதாகச் சொன்னவள் மற்ற இரண்டு முறைகளில் போலல் லாமல் எங்கள் எல்லோருடனும் அதிக நேரத்தைச் செலவிட்டுக் கொண்டிருந்தாள். பெரியம்மாவின் வருகை அம்மாவின் இறுக்கத் தைச் சற்று தளர்த்தியிருந்ததால் அன்றைய தினத்தை எல்லோரும் மகிழ்ச்சியானதாக மாற்ற விரும்பினோம். பால்யத்தில் எங்களுக்குச் சொன்ன கதைகளில் ஒன்றிரண்டை மீண்டும் சொல்லச் சொல்லிக் கேட்பது அல்லது தாயக்கரம் விளையாடுவது எனத் திட்டமிட்டு

இருந்தோம். வீட்டில் தாயக்கட்டை இல்லாததால் ஆறு புளியங் கொட்டைகளை தேய்த்து அதற்குப் பதிலாக வைத்துக் கொண்டோம். நான்குமலைகளுக்கும் தலா நான்கு நாய்கள் தேவைப்பட்டதால் அக்காவும் தங்கையும் வெவ்வேறு நிறங்களையும் அளவுகளையும் கொண்ட கற்களைத் தேடிக்கொண்டு வந்திருந்தார்கள். நான் சாக்குக் கட்டியைக் கொண்டு நடு வீட்டில் தாயக்கரம் வரைந்து வைத்துக் கொண்டேன். ஆறுரூபாய் லைனில் பத்மா அக்காவிடமிருந்து விளக்குக்கு ஊற்றத் தேவையான மண்ணெண்ணையை இரவல் வாங்கிக்கொண்டு வந்து வைத்திருந்தாள் அக்கா. தாயக்கரத்தையும் புளியங்கொட்டைகளையும் பார்த்த மாமா தானும் எங்களுடன் விளையாட விரும்புவதாகச் சொன்னார். அம்மாவுக்கும் பெரியம் மாவுக்கும் மற்ற எல்லோருக்கும் நம்பிக்கையை மீட்டெடுத்துக் கொள்ள அது போதுமானதாக இருந்தது.

சாப்பாட்டை முடித்துக்கொண்டு ஏற்கனவே வரைந்துவைத் திருந்த தாயக்கரத்தைச் சூழ்ந்து உட்கார்ந்தபோது மழை.

கனமழை.

பல நாட்களுக்குப் பிறகு காடுகொண்டுபோய்ச் சேர்ப்பதற்காக மாமாவின் சடலத்தைத் தேரில் ஏற்றியபோது பெய்த அதே மழை.

லோகநாதபுரத்தின் பதினொரு ரூபாய் லைனின் கடைக்கோடியி லிருந்த எங்களுடைய அந்த வீட்டின் கூரை மீது தடதடவெனப் பொழியத் தொடங்கிய மழைத்தாரைகளின் சத்தம் கேட்டு பெரியம்மா உள்ளிட்ட எல்லோரும் வாரிச்சுருட்டிக்கொண்டு எழுந்தோம், 'மழ,மழ,மழ, அட மழ பேயுது, நம்பக் கனமாப் பேயுது' எனப் பதற்றத்துடன் எல்லோரையும் எச்சரிக்கத் தொடங்கியிருந்தாள் அம்மா, அடுத்த இரண்டு நிமிடங்களுக்குள்ளாகவே கூரையிலிருந்து நீர்த்தாரைகள் கொட்டத் தொடங்கின. எங்கள் மீதும் வீட்டிலிருந்த உயிரற்ற மற்ற எல்லாவற்றின் மீதும் சாரல். நனைந்துவிடாமலிருக்கும் பொருட்டு பாய்களையும் போர்வைகளையும் சுருட்டி அவ்வளவாக ஒழுகாத மேத்திண்ணையின் மீது வைத்து மூடினாள் அக்கா. தங்கை தவமணி துணிமணிகளைச் சுருட்டி மூட்டை கட்டினாள், மற்றொரு தங்கை தன் பாடப்புத்தகங்களைப் பாதுகாக்க ஏதோ செய்தாள். பெரியம்மா தன் மருந்துப் பையைத் தேடினாள். அவரவருக்கான வற்றைப் பாதுகாத்துக்கொண்டு ஒவ்வொருவரும் ஆளுக்கொரு பாத்திரத்தைக் கையிலெடுத்துக் கொண்டோம்.

கூரையைத் துளைத்து இறங்கிக்கொண்டிருந்த மழை நீரைத் தடுத்துப் பாத்திரங்களில் பிடித்துக்கொண்டு போய் சிமெண்ட் தொட்டியில் நிரப்பி வைத்துக் கொண்டோம். தரையில் தேங்கியிருந்த நீரைக் கைகளால் வாரி இறைத்து வெளியேற்றினோம். ஏறத்தாழ

அரைமணி நேரம் வரை நீடித்திருந்த மழை எங்கள் தூக்கத்தையும் வீட்டின் ஒழுங்கையும் முற்றாகக் குலைத்துப்போட்டு விட்டு ஓய்ந்திருந்தது.

ஒருவார்த்தை பேசாமல் எல்லோரும் வெறுமனே சுவரில் முதுகைச் சாய்த்து உட்கார்ந்துகொண்டிருந்தோம். எல்லா உடல் களிலும் ஈரம் படர்ந்திருந்தது, தெப்பலாக நனைந்து மற்ற எல்லோரையும் பார்த்துக்கொண்டு நடுவீட்டில் நின்றிருந்தார் காருமாமா. மழையைக் கண்டு ஒரு பறவையைப் போல அவர் குதூகலமுற்றிருந்தார், “நல்ல மழ, இல்ல முத்து? தேவுல சனொ தண்ணிக்குப் பாடாப் பட்டுக்கிட்டிருக்குது” என்றார். ஈரம் படாத தன் பழைய சேலை ஒன்றைத் தேடியெடுத்து அவரது நனைந்த உடலைத் துடைத்து விட்டாள் அம்மா.

மழை, அன்றைய இரவு எங்களை அலைக்கழித்திருந்தது என்றாலும் அடுத்த இரண்டு நாட்களில் மாமாவை உடையாம்பாளை யத்திற்குக் கொண்டு போய்ச் சேர்க்கும் முடிவை எடுப்பதற்குப் பெரியம்மாவைக் கட்டாயப்படுத்தியிருந்ததும் அதே மழைதான். மாமாவை அழைத்துக்கொண்டு உடையாம்பாளையம் போயிருந்த அம்மா ஆறேழு நாட்கள் அங்கிருந்துவிட்டு வந்தாள். பெரியம்மா பழையபடி மாமாவுக்குத் துணையாக அங்கேயே இருந்துவிட்டாள்,

இருவரும் தங்களுக்குக் கிடைத்து வந்த முதியோர் உதவித் தொகையைக் கொண்டு ஓரளவு நன்றாகவே சமாளித்துக்கொண்டி ருந்தார்கள், ரத்தக்கொதிப்பு நோய்க்கு சிகிச்சை எடுத்துக்கொள்வ தற்காக வாரமொருமுறை வெள்ளகோவில் அரசுமருத்துவமனைக்குப் போய் வந்துகொண்டிருந்தாள் பெரியம்மா.

ஆறு மாதங்கள் வரை மாமாவையோ பெரியம்மாவையோ பொருட்படுத்துவதற்கு எங்களுக்கு வாய்க்கவில்லை, அவ்வப்போது பெரியம்மாவிடமிருந்து வந்துகொண்டிருந்த அஞ்சலட்டைகளுக்குத் தாமதமின்றி பதிலெழுதியனுப்பியதைத் தவிர வேறெவ்விதமாகவும் அம்மாவால் தன் கடமைகளை நிறைவேற்ற முடிந்திருக்கவில்லை. குடும்ப ஓய்வூதியமும் மற்ற பணப்பலன்களும் கைக்குக் கிடைத்த பிறகு, எனக்குக் கருணைஅடிப்படையில் வேலை கிடைத்த பிறகு நானும் அம்மாவும் குறைந்தபட்சம் இரண்டு வாரங்களுக்கு ஒருமுறையாவது உடையாம்பாளையத்திற்குப் போய் எங்கள் காருமாமாவையும் பெரியம்மாவையும் பார்த்துவிட்டு வருவதை வழக்கமாக்கிக் கொண்டிருந்தோம்.

ராசம்மா அத்தை எங்கள் எல்லோருடைய நினைவிலிருந்தும் மறைந்து போயிருந்தாள்.

29

தாலியறுப்பதற்காக உடையாம்பாளையம் வந்திருந்த ராசம்மா அத்தை ஈஸ்வரியை அழைத்துக்கொண்டு வந்திருந்தது யாரும் எதிர்பார்க்காத ஒன்று. நாங்கள் வந்து சேர்ந்தபோது கடந்த எட்டு நாட்களுக்கு முன்பு காருமாமாவின் சடலம் கிடத்தப்பட்டிருந்த அதே வீட்டின் திண்ணையில் முற்றாக உருக்குலைந்து போன தோற்றத் துடன் தென்பட்டாள் ராசம்மா அத்தை. வருடங்களுக்கு முன்பு உடையாம்பாளையத்தை விட்டுப் போன அதே அத்தைதான் என்பதற்கான சிறு தடயமுமற்ற தோற்றம். தான் வசித்துவந்த அதே வீட்டின் காரைப்பூச்சுகள் உதிர்ந்துகொண்டிருந்த சுவரில் அப்போது போலவே முதுகைச் சாய்த்து உட்கார்ந்திருந்த அத்தை எங்களைக் கண்டதும் பதற்றத்துடன் எழுந்து நின்றாள், நைந்துபோன பழைய நூல் சேலை ஒன்றை உடுத்தியிருந்தாள், முகம் பழுத்து ஒடுங்கி யிருந்தது, கூந்தல் முற்றாக நரைத்திருந்தது, பற்களில் ஒன்றுகூட மீந்திருக்கவில்லை, யாரையும் சந்திக்க விருப்பமற்ற அவளது கண்கள் பிடிப்பின்றி அலைந்து கொண்டிருந்தன..

அவள் அங்கே, காருமாமா வசித்து வந்த அந்த வீட்டில் இருப் பாள் என எதிர்பார்த்திருக்காத அம்மா செருப்பைக் கழற்றிவிட்டு, “தாரது?” எனக் கேட்டுக்கொண்டே திண்ணையில் கால் பதித்தாள். உருக்குலைந்த அவளது உருவத்தைப் பார்த்ததும் திகைத்துப் போனாள், எதுவுமே பேசத்தோன்றாதவளாக சில கணங்கள் அவளை நேருக்கு நேர் பார்த்துக்கொண்டு நின்றவள் பிறகு வேகமாகக் கீழிறங்கி வந்தாள், யாரையாவது அடைக்கலம் கொள்ள விரும்பியவளைப் போல் பெரியம்மாவைத் தேடினாள். அவளது வீட்டின் கதவு ஒருக்களித்து வைக்கப்பட்டிருந்தது. திண்ணையிலும் அவள் இல்லை, அம்மா வெறுமனே கதவைத் திறந்து பார்த்துவிட்டு வந்தாள், முத்தையன்வலசுப் பெரியப்பாவின் வீட்டை நோக்கி ஓடினாள். அவரைக் காணமுடியாமல் திரும்பி வந்தாள், ‘அக்கா, அக்கா’ என அழைத்துக்கொண்டே தெருவை நோக்கி விரைந்தாள், மண்ணுடை யார் வீட்டுக்குப் போனாள், அடிபம்புக்கு ஓடினாள், இறுதியில் சற்றுத்

தொலைவில் தனது வெள்ளாடுகளுடன் தென்பட்ட பெரியம்மாவைக் கண்டுபிடித்தாள், "நீ இங்க இருக்கறே, நா வட்டாரவழியே தேடீட்டு வாரெ" என்றவள் குரலைத் தாழ்த்திக்கொண்டு, "அவ வந்து கோந் துருக்கறா, ராசம்மா, காரண்ணனூட்டுத் திண்ணைல பிச்சக்காரி யாட்டக் கோந்துக்கிட்டிருக்கறா, நீ பாத்தயா?" என ஒரு ரகசியம் போல் பெரியம்மாவுக்குச் சொன்னாள்,

"பாக்காம என்ன? ஆயாளு மவளு காத்தாலயே வந்தெறங் கீட்டாங்கொ" என ஆடுகளைப் பிணைத்து மரவேர்களில் கட்டினாள் பெரியம்மா, அம்மா வியந்தாள், "தாரு? ஈஸ்வரியா? அவளக் கூட்டிக்கிட்டு வந்துருக்கறாளாக்கு? நாம் பாக்குலியே" எனக் கேட்டு அதற்கான பதிலை எதிர்பார்க்காமல் வீட்டை நோக்கி விரைந்தாள். அத்தையைப் பொருட்படுத்தாமல் மாமா வசித்துவந்த வீட்டுக்குள் நுழைந்தாள். மாமா சடலமாகக் கிடத்தப்பட்டிருந்த அதே இடத்தில் அவருக்காக ஏற்றி வைக்கப்பட்டிருந்த தீபத்தினொளியில் மண்டியிட்டு உட்கார்ந்திருந்த ஈஸ்வரியைப் பார்த்தாள்,

"ஈசு, கடசீல வந்து சேந்துக்கிட்டியா சாமீ?" எனக் கேட்டுக் கொண்டே தன்னை நெருங்கிய அம்மாவைப் பார்த்து எழுந்து நின்ற ஈஸ்வரி எந்தத் தயக்கமுமின்றி அம்மாவின் தோளை ஆதரவாகப் பற்றிக்கொண்டாள், மார்பில் முகம் புதைத்துக்கொண்டாள், குலுங்கி யழத் தொடங்கினாள். இருகைகளாலும் அவளைத் தழுவிக்கொண்ட அம்மா, ஆறுதலாக முதுகைத் தடவிக்கொடுத்து அணைத்தவாக்கில் வெளியே அழைத்துக்கொண்டு வந்தாள். தாலியறுக்கும் அந்தச் சடங்கை நிறைவேற்றுவதற்காக வந்திருந்த மற்ற எல்லோருக்கும் முன்பாக தன் அண்ணன் மகளை நிறுத்தினாள்.

சுந்தராடிவலசு, பெரியதிருமங்கலம், கோடந்தூர், நாச்சிவலசு ஆகிய ஊர்களிலிருந்து ஆண்களும் பெண்களுமாய்ப் பத்துப் பன்னிரண்டு பேர் வந்திருந்தார்கள். அவர்களுக்கிடையே தென் பட்டாள் சாவித்திரி, என்னைக் கண்டதும் புன்னகைத்தாள், "எப்ப வந்தீங்க மாமா? நல்லாருக்கறீங்களா?" எனக் கேட்டபோது அவளது கண்களில் வெட்கம் படர்ந்ததைப் பார்த்தேன்.

சென்ற முறை மாமாவின் சாவுக்காக வந்திருந்தபோது அறிமுக மான அவளைக் கடந்த ஒருவாரத்திற்குள் குறைந்தபட்சம் மூன்று முறையாவது நினைத்திருப்பேன், பேச்சுப்போக்கில் அம்மாவிடம் அவளைப் பற்றி ஓரிருமுறை கேட்டேன், மாமாவைக் காடுகொண்டு போய்ச் சேர்த்துவிட்டு வந்து சாப்பிட்டுக்கொண்டிருந்தபோது என் பார்வையில் அடிக்கடி தென்பட்டுக் கொண்டிருந்த அவளது முகம் அவ்வப்போது நினைவில் அசைந்துகொண்டிருந்தது. கிடைத்த சில தருணங்களில் அவளோடு பேசிக்கொண்டிருந்ததை நினைத்துக் கொண்டேன். "அவெ உனக்கு மாமம் பையனாயா, மொறமாப்ப

ளயாக்கு" என அப்போது அவளிடம் பெரியம்மாவோ யாரோ சொன்னதை நினைத்துக் கொண்டபோது மனதில் ஒருவிதமான குதூகலம் கூடப் படரத் தொடங்கியிருந்தது.

அப்போது பார்த்ததைவிட இப்போது அழகாகத் தென்பட்டாள் சாவித்திரி. வெளிர்நீல நிற பாவாடையும் பூப்போட்ட தாவணியும் உடுத்தியிருந்தாள். என்னைப் பார்த்ததும் அவளது கண்கள் படபடத்தன. வந்திருந்தவர்கள் துக்கம் கேட்பதற்காக அத்தையையும் ஈஸ்வரியையும் சூழ்ந்துகொண்டிருந்தார்கள், அப்போது கிடைத்த தனிமையைப் பயன்படுத்தி, "என்ன சாவித்திரி, சௌக்கியமா?" எனக் குறும்புத்தனமாக முகத்தை வைத்துக்கொண்டு கேட்டேன், அவளது முகம் சிவந்தது, பதில் சொல்லத் தோன்றாமல் மௌனமாக இருந்தாள், எனக்கு அவளைச் சீண்ட வேண்டுமெனத் தோன்றியது, "சாவித்திரிக்குக் காது சரியாக் கேக்காதாக்கு?" எனக் கேலி செய்தேன், என்ன பதில் சொல்லப்போகிறாள் எனப் பார்த்துக்கொண்டிருந்தேன். "ஆமா காது, கண்ணு எல்லாம் போச்சு, எல்லா இங்க வந்துட்டுப் போனதுக்கப்பற மாத்தே" எனக் கிசுகிசுத்துவிட்டு வேகமாக நகர்ந்து அவளுடைய அம்மாவின் பின்னால் பதுங்கிக்கொண்டாள்.

இது நடந்துகொண்டிருந்தபோது ஈஸ்வரியை அழைத்துக் கொண்டு எல்லோரும் வெளியே வந்தார்கள். ஈஸ்வரி நின்ற கோலத்தைப் பார்த்து நான் தாளமுடியாதவனாகிவிட்டேன். என் பால்யகாலத் தோழி, எங்கள் காருமாமாவின் ஒரே மகள் அத்தையைப் போலவே, அல்லது அதைவிட மோசமாக உருக்குலைந்திருந்தாள், நைந்துபோன பழைய சேலை ஒன்றைப் பின்கொசுவம் வைத்து உடுத்திக்கொண்டிருந்தாள், தேகம் வற்றி ஒடுங்கியிருந்தது, சாம்பல் பூத்த அவளுடைய கண்கள் பிரேதத்தினுடையவை போல் உயிரற்ற வையாய்த் தென்பட்டன. காரைபடிந்த பற்களைத் தனது மெலிந்த உதடுகளால் போர்த்தி மூடியிருந்தாள், இருபது வயதைக் கடப்பதற்குள் ளாகவே முதுமையை எட்டிவிட்ட தோற்றம். "தாருன்னு தெரீதாப்பா? நம்பு ஈசுதே, அப்பிடியிருந்த புள்ளையக் கொண்டுக்கிட்டுப் போயி இப்பிடிக் கொண்டாந்துட்ருக்கறா உங்கத்தக்காரி" என்றாள் அம்மா, அத்தையையும் ஈஸ்வரியையும் காணவந்திருந்த உடையாம்பாளை யத்துப் பெண்களின் முகங்களில் கழிவிரக்கம், அதைவிடக் கசப்பு மேலோங்கியிருந்தது, "ஏ ராசம்மா? புள்ள ஏ இப்பிடிக் கெடக்குது? அதுக்கு எதாவது சோறு கீறு போடறயா இல்லையா?" என அத்தையைக் கேட்டுக்கொண்டிருந்தார்கள். அத்தை அதற்கு எந்த பதிலும் சொல்லாமல் இருந்தாள். வெள்ளகோவிலுக்குப் போயிருந்த சண்முகமும் நாச்சிபாளையத்தாரும் வந்து சேர்ந்ததும் சடங்குக்கான ஏற்பாடுகளைத் தொடங்கினார் முத்தையன்வலசுப் பெரியப்பா.

அத்தையைக் குளிக்க வைப்பதற்குப் போதிய தண்ணீர் இல்லாததால் சாவித்திரியை அழைத்துக்கொண்டு மீண்டுமொருமுறை அடிபம்புக்குப் போக வேண்டியிருந்தது, "சாவித்திரி, சீக்கிரமாக் கொடத்த எடுத்துக்கிட்டு வா" என அவளை வெகு உரிமையோடு அழைத்ததைக் கேட்ட நாச்சிபாளையத்தார் வாய்விட்டுச் சிரித்தார், "கொடத்த எடுத்துக்குட்டுச் சீக்கிரம் போ சாவித்திரி, ஜெமினிகணேச உசர உட்டுக்கிட்டுக் கெடக்கறே" என நேரடியாக எங்களைக் கேலி செய்தார். அந்தக் கேலிக்கு எல்லோரும் சிரித்ததைப் பொருட்படுத்தாமல் இருவரும் அடிபம்பை நோக்கி ஓடினோம், "எங்கு மச்சானுக்குத் திமுரப் பாத்தீங்களா மாமா? நா சாவித்திரியாமா, நீங்க ஜெமினி கணேசனாமா" எனத் தணிந்த குரலில் எனக்குச் சொல்லிவிட்டு வெட்கம் தாளாமல் தவித்தாள்.

சீரும் சடங்குகளும் வேகமாக நடைபெற்றுக்கொண்டிருந்தன. ஆண்கள் எல்லோரையும் விலகியிருக்கச் சொல்லிவிட்டு அத்தையைக் குளிக்க வைத்து வீட்டுக்குள் அழைத்துச் சென்றார்கள், அத்தை பெருங்குரலெடுத்து அழுதது கேட்டது, அம்மா, பெரியம்மா தவிர உடனிருந்த மற்ற விதவைப் பெண்கள் சிலரது குரல்கள் கேட்டன, அவற்றோடு அத்தைக்கு அணிவிக்கப்பட்டிருந்த கண்ணாடி வளையல்கள் உடைபடும் சிறுசிறு சத்தங்கள், பிறகு கட்டியழும் ஓசை. எல்லாவற்றையும் முடித்துக்கொண்டு வெளியே அழைத்து வந்தபோது அத்தை வெள்ளைச்சேலையொன்றைச் சுற்றிக்கொண்டிருந்தாள். கழுத்து மூளியாக இருந்தது. வாசலில் வைத்து மீண்டுமொருமுறை எல்லோரும் அவளைக் கட்டியழுதார்கள். சடங்குகளை முடித்துக் கொண்டு மற்றவர்கள் விடைபெற்றுக்கொண்டு போனபின் ராசம்மா அத்தை, ஈஸ்வரி, திருமங்கலத்து அத்தை, நாச்சிபாளையத்தார், சாவித்திரி, அவளது அக்கா, சுந்தராடிவலசுப் பெரியம்மாவின் மகன்களும் மருமகளும் எனச் சிலர் எஞ்சியிருந்தார்கள்.

அத்தையுங்கூடப் புறப்படத் தயாராகிக்கொண்டிருந்தாள்.

சீரின் போது அவளுக்காக வைத்துக்கொடுத்திருந்த சேலையை ஈஸ்வரி உடுத்திக்கொள்ளவே இல்லை. ஒரு பாசிகூட இல்லாத அவளுடைய கழுத்தும் மூளியாகவே தென்பட்டது. அவர்களை அப்படி யாருமற்றவர்களாகத் திருப்பி அனுப்புவது பற்றிய தவிப்பு அம்மா, பெரியம்மா உள்ளிட்ட எல்லோருக்கும் இருந்தது, "ஏ ராசம்மா அப்பிடி அவுசரமாப் போவாட்டி யென்ன? ரண்டு நா இருந்துட்டுத் தேம் போறது?" எனக் கேட்டார் முத்தையன்வலசுப்பெரியப்பா, அத்தை அம்மாவின் முகத்தைப் பார்த்தாள், "இல்லீங்கண்ணா, போறெ" என்றாள், "இரக்கா, நாங்க அந்தப் புள்ளகோட ஒரு ரண்டு நாளைக்கு இருந்து மனச ஆத்திக்கறொ, அதுக்கு உடமாண்டையாக்கு?" எனக் கேட்டாள் திருமங்கலத்து அத்தை, "இல்லெ" என்றாள் ராசம்மா அத்தை, "இன்னொருக்கா வாறொ" என்றாள்,

தேவிபாரதி ◆183

“இன்னொருக்கா எங்க நீ வரப்போறெ ராசம்மா? அப்பிடி வந்து பாக்கறதுக்கு இங்க ஆரு இருக்கப்போறாங்கன்னு நெனச்சுக்கிட்டி ருக்கறே?” எனக் கேட்டுக்கொண்டு வந்தாள் பெரியம்மா, அவளது கண்களில் நீர் தத்தளித்துக் கொண்டிருந்தது, “அதெல்லா எங்கு காரானோட போச்சு, இனி இங்க எங்குளுக்கு என்ன வேலைன்னு நெனைக்கறே? இன்னொ ரண்டு பொழுது, நாம்பொறப்புட்டுருவெ, கருங்கல்பாளையத்துக்கு வரச்சொல்லிக் கூப்புட்டுக்கிட்டிருக்கறா காளீமா, அங்க பட்ற போட்ருக்கற கெணத்தாங்காட்டு எசமாங்க அன்னாடு வந்து சொல்லீட்டுப் போறாங்கொ, நாந்தே இன்னொ நாலு நா போவுட்டுன்னு உட்டுட்டெ, நீ வேற வாரம்னு சொல்லி யனுப்பிருந்தியா, செரி வருட்டுன்னு இருந்துக்கிட்டெ, பத்துப்பன்னண்டு வருஷமா அவனத் தக்காத்தி வெச்சுருந்தொ, இந்த ஒண்ணையும் பண்ணிப்புட்டுப் போயறாலான்னு இருந்துக்கிட்ட, முத்தாள வரச் சொல்லி சம்பாங்கிட்டச் சொல்லியுட்டிருந்தெ, பழனாளுக்குச் சொல்ல முடூல, என்ன பக்கம்பாடா? ஒரெட்டுப் போயிச் சொல்லீட்டு வான்னு ஆரயாச்சு தாட்டியுடறதுக்கு? என்னமோ அவெம் போயிச் சேந்துட்டே, அவனத் தொட்டு இனி நானும்போயிச் சேந்துக்க வேண்டீதுதே, இத்தன வருஷமா எனக்குன்னு அவனொருத்தெ இந்த ஓடையாம்பாளையத்து மண்ணுல இருந்தே, இப்ப அவுனும்போயிச் சேந்துக்கிட்டே” எனக் கண்ணீர் பெருக நின்றவள் அத்தைக்கும் மற்ற எல்லோருக்கும் முடிவாக எதையோ சொல்ல விரும்பியவளைப் போல் கூந்தலை அள்ளி முடிந்துகொண்டு வாசற்படியில் கால்களை நீட்டி உட்கார்ந்தாள், “உனக்குத் தெரியாது ராசம்மா, அந்தச் சீக்கோட அவன வெச்சுக்கிட்டு நாங்க பட்டபாடு, கொளந்தைகளக் கூட்டிக்கிட்டு நீ கெளம்பிப் போனே பாரு, அன்னைக்கு வந்த சீக்கு, அப்பறொ என்ன பண்ணியு, எத்தன சாமியக் கும்புட்டுமு நல்லாவுல, அதில்லாம இருந்துருந்தா அவெம் போயிச் சேந்துருப்பானா? சாவற வயசா அவுனுக்கு? நல்ல பிராயத்துல நீ அவன உட்டுட்டுப் போயிட்டே, வேறொருத்தனா இருந்துருந்தா நொடிச்ச நொடில ரண்டாந்தாரங்கட்டிக்கிட்டு வந்திருப்பே, இல்ல எவளயாச்சு வெச்சுக்கிட்டு ஓலக்கம்போட்டுக்கிட்டுத் திருஞ்சிருப்பெ, இந்தப் பன்னண்டு வருஷத்துல ஒருநாளைல அவனப் பத்தித் தப்பா ஒரு சொல்ல ஆருஞ் சொன்னதில்லெ, நாங்கெல்லாங்கோட அட, அவ போனாப் போயிட்டுப் போறா, தெக்க வடக்க ஒரு பாடிபர தேசியப் பாத்துக் கட்டிவெக்கறொ, நாளைக்கு உனக்குன்னு ஆரிருக்கறா? செத்துப்போனா மண்ணுத்தள்றதுக்காச்சு ஆளு வேணு மல்லொன்னு எங்குளுக்கானவரைக்குஞ் சொல்லிப் பாத்துட்டொ, அவெ அதக் காதுலயே போட்டுக்குல, அவுனுக்கு உம்பட எடத்துல வேறொருத்தியக் கொண்டாந்து வெக்கப் பிரியமில்ல, நீதே இந்த ரண்டயுங் கூட்டிக்கிட்டுப் போயிக் கங்காணாம இருந்துக்கிட்டே,

செரி, பேசியெனத்துக்காவுது? என்னமோ அந்த ஆண்டவங் கருணையால அவன நல்லபடியாக் காடு கொண்டுபோயிச் சேத்துப்புட்டொ, மண்ணுத்தள்றதுக்குப் பயனும் வந்துட்டுப் போயிட்டே, இதொரு கொறையிருந்துது, அதையும் பண்ணியாச்சு, இனியென்ன? போ, நீ போயி மவராசியாப் பொளெ ராசம்மா" எனப் பொங்கித் தீர்த்தாள், "இந்தப் புள்ள பையனக் கைவிட்றாத, அப்பறெ பாவம்புடுச்சுக்கு, அன்னைக்கு எழவூட்டுல அப்பிடிப் பிச்சக்காரனாட்ட வந்து நிக்கறே பயெ, போட்டுக்கத் துணியில்லாம, திங்கறதுக்குச் சோறில்லாம அவெம் பெத்த பயெ எங்கயோ திரியுது, இந்தப் புள்ளயத் தோளும்பேருலயே போட்டுக்கிட்டுத் திரிஞ்சே, இதுயுந்தே நீ நல்லா வெச்சுருக்கறயா ராசம்மா? பாரு கருவாடாட்டக் கெடக்குது, அதுக்கொரு நல்ல சீலயக் கட்டிக் கூட்டியாந் துருக்கக்கூடாது? அந்தப் புள்ள தலைக்கு நாலு சொட்டு எண்ணெ தேச்சுக் கூட்டியாறதுக்குக் கோடவா உனக்கு விதியில்லாமப் போச்சு? இப்பிடி வெறுங்கழுத்தா அவளக் கூட்டியாந்துருக்கறயே ராசம்மா, அந்தப் புள்ள கழுத்துக்கு ஒரு பாசி வாங்கிப்போடக்கூடவா உனக்கு முடியாமப் போச்சு? அந்தக் கைக்கு ரண்டு கண்ணாடி வளையலயாச்சு வாங்கிப் போட்டுக் கூட்டியாந்துருக்கலா, கன்னிகழியாத புள்ளைய இப்படி முண்டச்சியாட்டக் கூட்டியாந்து எங்கு முன்னால நிக்க வெச்சுருக்கறயே ராசம்மா" எனச் சிதறினாள், "எம்பொறந்தவெ உசுரோட இருந்து இந்தக் கோலத்துல அந்தப் புள்ளையப் பாத்துருந்தான்னா நெஞ்சு வெடிச்சுச் செத்துருப்பே, நீ போயிட்டே, அவெ இந்தப் புள்ள பசங்கள நெனச்சு என்ன பாடுபட்டுக்கிட்டிருந்தான்னு உனக்குத் தெரியுமா? வேற ஆருக்குத்தேந் என்ன தெரியு? இந்தப் புள்ள என்னைக்காச்சு வருவான்னு அவுளுக்குக் கொலுசெடுத்து வெச்சுருந்தே, தோடு மூக்குப் பொட்டு எடுத்து வெச்சுருந்தே, அர அரப் பவுன்ல ரண்டு வளையக்கோட எடுத்து வெச்சுருக்கறே, சாவறதுக்கு எட்டு நா இருக்க என்னையக் கூப்புட்டு இனி நானெங்கீக்கா இருக்கப் போறெ, இந்தா எம்புள்ள வந்தாக் குடுத்துருன்னு எங்கைல குடுத்துட்டுத்தேம் போயிச்சேந்து ருக்கறே, தனக்குன்னு வந்த அனாதப்பணத்துல ஒரு நயாப்பைசாவச் செலவுபண்ணாம நாளைக்குப் பயனுக்காவுட்டுன்னு அப்பிடியே வெச்சிருந்திருக்கறே எம்பொறந்தவெ, இரு" எனச் சொல்லிவிட்டு வீட்டுக்குள் போனவள் சிறிய மரப் பெட்டியொன்றைக் கொண்டு வந்தாள், மற்ற எல்லோரையும் சாட்சியாய் வைத்துக்கொண்டு அதிலிருந்த எல்லாவற்றையும் ஒன்றுவிடாமல் எடுத்து அத்தையின் முன் வைத்தாள் பெரியம்மா.

எங்கள் பெரியம்மா.

30

உறக்கமற்ற மற்றோர் இரவு.

மாமாவின் அந்த வீட்டுக்குள் ஈஸ்வரியும் சாவித்திரியும் அவளது அக்காவும் பாய்களை விரித்துப் படுத்துக்கொண்டார்கள். ஆண்கள் முத்தையன்வலசுப் பெரியப்பாவின் வீட்டில் திசைக்கொருவராக உருண்டு கிடந்தார்கள். ராசம்மா அத்தையும் அம்மாவும் மாமாவின் வீட்டுத் திண்ணையில் ஒரே பாயில் எதிரெதிராக ஒருவர் முகத்தை ஒருவர் பார்த்துக்கொண்டு படுத்திருந்தார்கள். கீழே, ஓடக்கற்கள் பாவப்பட்ட வாசலில் கயிற்றுக் கட்டில் ஒன்றைப் போட்டு நான் படுத்துக்கொண்டேன். மற்ற எல்லோருக்கும் முன்பாக பெரியம்மா தன் வீட்டுக்குள் போய் முடங்கிக் கொண்டாள்.

மற்றவர்களிடமிருந்து குறட்டைச்சத்தம் எழுந்த பிறகு தான் பட்டகதைகளைத் தணிந்த குரலில் அம்மாவுக்குச் சொல்லத் தொடங்கியிருந்தாள் ராசம்மா அத்தை. அந்தச் செட்டி ஆறு மாதங்கள் மட்டுமே அத்தையோடு இருந்தானாம், வெவ்வேறு காரணங்களால் இருவருக்கும் அவ்வப்போது சண்டை வந்துகொண்டிருந்ததாம், சுந்தரத்துக்கும் ஈஸ்வரிக்கும் செட்டியைப் பிடிக்கவே இல்லையாம், ஈஸ்வரி தந்தையை நினைத்து ஓயாமல் அழுது கொண்டிருந்தாளாம், "அவுளுக்கு அவங்கப்பன உட்டுட்டு இருக்கவே முடீல" எனச் சொல்லிக்கொண்டிருந்தாள் அத்தை, "அவந்தேவ முடிஞ்ச ஒடனே செட்டி எங்கள நட்டாத்துல உட்டுட்டுப் போயிட்டெ, திரும்பி வந்துரு வான்னு மறுக்கா ஆறுமாசங் காத்திருந்தெ, உம்பொறந்தவனுக்குச் செஞ்ச துரோகத்துக்கு என்னென்ன படோணுமோ அத்தனையும் பட்டுட்டெ முத்து, கொஞ்ச நா பழநிமல அடிவாரத்துல மொட்டை யடிக்கற நாசுவங்கூட்டத்துக்குத் தொணையா இருந்தெ, மயிர் கூட்டுனெ, தண்ணி கொண்டாந்து குடுத்துக்கிட்டிருந்தெ, அவுனுக சொன்னதெல்லாஞ் செஞ்செ, சோத்துக்கு அலும்பில்லாம இருந்துது, ஆனா முடீலெ முத்து, பாத்தவனெல்லா கை வெக்கறதுக்கே திரிஞ்சானுக, மாரப்புடிச்சானுக, செரீன்னு உட்டுட்டு வந்து பழநி

வீதில இருக்கற பாத்தரக்கட, பூக்கட, காய்கறிக்கட நெனச்ச பக்கொ, கெடச்ச வேலயச் செஞ்சு இந்தக் கொளந்தைகளக் காப்பாத்திக்கிட்டிருந்த முத்து, ஒருக்கா அரளி வெதைய அரச்சு அதுகளுக்குக் குடுத்துப்புட்டு நாமுளுந் தின்னுட்டா என்னன்னு நெனச்செ, இன்னொருக்கா அதுகளக் கூட்டிக்கிட்டு உடையாம் பாளையத்துக்கே வந்துட்டா என்னன்னு நெனச்ச, மனசு கேக்குல முத்து, செரி விதியுட்டபடி ஆவுட்டுமுன்னு இருந்துக்கிட்ட, இப்ப இந்தப் புள்ள மில்லுக்குப் போவுது, மொளவாப்பொடி அரைக்கற மில்லு, என்னாரமு இருமிக்கிட்டே கெடக்குது அந்தப் புள்ள, ஒடம்பு சீனிச்சுப் போச்சு முத்து, பாக்கப்பாக்க எனக்குத் தாங்கறதில்ல, நெனச்சு நெனச்சுக் குமுறிக்கிட்டிருக்கறதத் தவுத்து வேற என்ன பண்ண முடியு? சொல்லு முத்து, பத்தாததுக்கு பயனுக்கு என்னப் புடிக்கல, வெறுக்க வெறுக்க பழநி வீதீலெ நடமாடிக்கிட்டிருந்தே, அப்பறொ சொல்லாமக்கொள்ளாமப் போயிட்டே, இன்ன எடம்னு இல்லாமப் போயிக் கங்காணாம இருந்துக்கிட்டே, எப்பிடியாச்சு அந்தப் பயனத் தேடிக்கொண்டந்தரலாம்னு நானுமு வெகு நா நடையா நடந்து திரிஞ்செ, அஞ்சாறு மாசஞ் சென்னு ஒட்டஞ் சத்தரத்துல ஒரு லேத்துப்பட்டறைல வேல செய்யறான்னு தகவல் கெடச்சுது, அங்க போனெ, கண்ணீருட்டு அழுத, வந்துரு சாமி, ஆயாள மன்னிச்சரடா சாமீன்னு கால்ல உளுவாத கொறையாக் கெஞ்சிப் பாத்தெ, மாண்டீண்ட்டெ, நா எதுக்கு முத்து உசுரோட இருக்கோணு? இருந்து ஆரக் காப்பாத்தப் போறெ? அப்பிடியே கஷ்டப்பட்டாலு இந்தப் பொட்டப்புள்ளயக் காப்பாத்தி என்னால கர சேத்தர முடியுமா முத்து? நாளைக்கு இத ஒருத்தங் கைல புடுச்சுக் குடுத்துப்புட்டு அக்கடான்னு கண்ண மூட முடியுமா? தப்புப் பண்ணிப்புட்டெ முத்து, தப்பு மேல தப்புப் பண்ணிப் புட்டெ, பாவம் பண்ணிப்புட்டெ, பண்ணாத பாவத்தப் பண்ணிப்புட்டு வெக்கமில்லாம மானொ, ஈசு இல்லாம தாலியறுக்க வந்துருக்கறெ முத்து ஈசில்லாம இந்த மண்ணுல வந்து நிக்கறெ முத்து" என ஒப்பாரி வைத்து விடிய விடிய அழுதுகொண்டிருந்தாள் அத்தை.

ராசம்மாஅத்தையின் தணிந்த அந்தக் குரலிலிருந்து அவளது உயிர் உருகி வழியும் சத்தத்தை அப்போது நான் கேட்டேன்.

31

எவ்வளவோ காலத்துக்குப் பிறகு உடையம்பாளையத்தின் யாருமற்ற அந்த வீட்டில் ஒருவிதமான கொண்டாட்ட மனநிலை உருவாகத் தொடங்கியிருந்தது. இறுக்கத்தைத் தளர்த்திக்கொண்டு வாழ்வை அதன் போக்கில் எதிர்கொள்ளவும் அதனிடமிருந்து சிறுசிறு சந்தோஷங்களைப் பெற்றுக்கொள்ளவும் ஒவ்வொருவரும் விரும்பினார்கள். இரண்டு நாட்களுக்குள் எல்லாவற்றையும் மூட்டைகட்டி எடுத்துக்கொண்டு கருங்கல்பாளையம் புறப்பட்டுப் போய்விடுவதெனத் தீர்மானித்திருந்தாள் பெரியம்மா. இருந்த சேலை, துணிமணிகளை அலசிப் போட்டுக்கொண்டிருந்தாள். தன்னால் இனி ஒரு போதும் உடையாம்பாளையத்துக்குத் திரும்ப முடியாமல் போய்விடலாம் எனக் கருதியவள் எஞ்சியிருந்த உடையாம்பாளையத்துவாசிகளிடமிருந்து விடை பெற்றுக்கொள்ளத் தொடங்கியிருந்தாள். ஒவ்வொருவரையும் நேரில் போய்ப் பார்த்துச் சொல்லி விட்டு வந்தவள் இருந்த நான்கைந்து ஆடுகளை விற்றுக் காசாக்கிக் கொண்டாள். தன்னிடமிருந்த வெடைக்கோழிகளை திருமங்கலத்து அத்தை, சுந்தராடிவலசுப் பெரியம்மாவின் மகன்கள், நாச்சிபாளையத்தார் ஆகிய ஒவ்வொருக்கும் பங்கிட்டுக் கொடுத்து வளர்த்துக் கொள்ளச் சொன்னாள். சேவல்களில் இரண்டை மறுநாள் அறுத்துச் சமைப்பதற்கென வைத்துக்கொண்டவள், ஒன்றைக் கொண்டுபோகச் சொல்லி எங்களுக்குத் தந்தாள், மற்றொன்றை மகள் வீட்டுக்குக் கொண்டுசெல்வதற்கென வைத்துக் கொண்டாள். பத்துப் பதினைந்து குஞ்சுகளுடன் சுற்றித் திரிந்த வெடையை குஞ்சுகளோடு முத்தையன் வலசுப் பெரியப்பாவின் பொறுப்பில் விட்டாள்.

ராசம்மா அத்தையை ரட்டிணமூர்த்தி கோயிலுக்கு அழைத்துச் செல்வதெனத் திட்டம். அப்படியே தாராபுரத்துக்குப் போய் ஈஸ்வரிக்கு ஏதாவது வாங்கித் தந்து அனுப்புவதெனத் தீர்மானித்திருந்தார்கள் பெரியம்மாவும் அம்மாவும். அதுபற்றி அறிந்த திருமங்கலத்து அத்தை தானும் அவர்களுடன் செல்ல விரும்பினாள், "அந்தப்

புள்ளைக்கு நா ஒரு கொலுசெடுத்துக் குடுத்துடலாமான்னு பாக்கறெ” என்றாள். கடைசியில் அங்கிருந்தவர்கள் எல்லோரும் மொத்தமாகப் புறப்பட்டுப் போவதெனத் தீர்மானித்தார்கள்.

பெரியம்மாவும் அம்மாவும் கட்டுச்சாத மூட்டைகளைத் தயார் செய்துகொண்டிருந்தார்கள், ஈஸ்வரியையும் சாவித்திரியையும் துணை சேர்த்துக்கொண்டு அடிபம்பிலிருந்து தண்ணீர்கொண்டு வந்து சேர்த்துக்கொண்டிருந்தாள் அத்தை. எனக்கு விதிக்கப்பட்ட கடமை யாகக் கருதிக்கொண்டு நான் அடிபம்புக்குப் போய் அத்தையை விடுவித்து அனுப்பினேன், “நா அவுங்களோட தாராபொரம் போறெ, நீங்களுந்தான வர்றீங்க?” எனக் குடத்தை இடுப்பில் வைத்துக்கொண்டு கேட்டாள் சாவித்திரி. நான் கொஞ்சம் விளையாட்டுக் காட்ட விரும்பினேன், “நானெங்க வாறெ? எனக்கு வேலயிருக்குது” என அலட்சியமாகப் பதிலளித்தேன், அவள் அதை நம்பவில்லை, “ம்ம் பொய்யி, நீங்களுந்தே வாறீங்க, அத்த சொன்னாங்க” என்றாள். அம்மாவை வெகு உரிமையோடு அத்தை என அழைத்தாள். பேச்சுக்குப் பேச்சு என்னை மாமா என அழைத்துக்கொண்டிருந்தாள்.

தண்ணீர் குடத்துடன் ஈஸ்வரியும் அடிபம்புக்கு வந்தாள், ஈஸ்வரி வந்தது அவளுக்குச் சிறிதளவு அசௌகரியத்தை ஏற்படுத்தியிருந்தது, “ஈஸ்வரியக்கா உங்குளுக்கு மொறப்பொண்ணுதான? நீங்க அவளத்தாங் கட்டிக்கறதா இருந்துதாமா?” எனத் தணிந்த குரலில் கேட்டாள். நான் திகைத்துப்போனேன், ஈஸ்வரி மிகத் தயக்கத்துடன் பேசினாள், இருவரும் மற்ற எல்லோருக்கும் முன்னதாகக் குளித்து தலைக்குத் தேங்காய் எண்ணெய் தடவி, முகத்துக்குப் பவுடர் பூசிக்கொண்டு புறப்படத் தயாராகியிருந்தார்கள். சாவித்திரி தான் கொண்டுவந்திருந்த நகச்சாயத்தை ஈஸ்வரிக்குப் பூசி விட்டாள், நேற்றைய சடங்கின்போது தனக்கு வைத்துக்கொடுத்திருந்த நைலான் சேலையை உடுத்திக்கொண்டாள் ஈஸ்வரி. மாமாவுக்காக ஏற்றப்பட்டி ருந்த தீபத்தின் முன் விழுந்து கும்பிட்டாள். பெரியம்மா, அம்மா, திருமங்கலத்து அத்தை, முத்தையன்வலசுப் பெரியப்பா என அங்கிருந்த ஒவ்வொருவரது காலிலும் விழுந்து ஆசி பெற்றுக் கொண்டாள், ஒவ்வொருவரும் ஆளுக்கொரு ரூபாய்த்தாளை வெற்றிலையில் மடித்துவைத்து அவளுக்குத் தந்தார்கள், “நல்லாரு சாமி, இனி எந்தக் கஷ்டமுமில்லாமச் சந்தோஷமாப் பொழெ” என முத்தையன்வலசுப் பெரியப்பா மனதார வாழ்த்தினார், “அவுளுக் கென்ன, அதெல்லா நல்லாருப்பா, விதி எப்பவுமா இப்பிடி ஒரேயடியா தும்புறுத்திக்கிட்டிருக்கு? இப்ப அந்தப் புள்ள மூஞ்சியப் பாருங்கொ, ஒரு பொழுதுக்குள்ள எப்பிடி மாறிப்போச்சுன்னு, நீ இங்க எங்கு கோடவே இருந்துக்க சாமி, உங்கம்மா வேணும்னா போறபக்கொம் போயிக்கிட்டு?” எனப் பத்து ரூபாய்த் தாளொன்றை வெற்றிலையில் வைத்துக்கொடுத்து ஆசீர்வதித்தாள் அம்மா.

ஈஸ்வரி மலர்ந்து கிடந்தாள், உயரமான உடல்வாகு கொண்ட அவளுக்கு வருடங்களுக்கு முன்பு காருமாமாவைக் கல்யாணம் செய்துகொண்டு உடையாம்பாளையத்திற்கு வந்தபோது இருந்த ராசம்மாஅத்தையின் தோற்றம். அம்மாவுக்கு உண்மையிலேயே அவளை எங்களுடன் வைத்துக்கொள்ள வேண்டும் என்னும் விருப்பம் இருந்தது, "மூணு புள்ளைகளோட அதுந்தே நாலாவதா இருந்துட்டுப் போவுது, அதுக்குன்னு தனியாவா சோறாக்கப் போறெ? ஒரு வருஷமோ ரண்டு வருஷமோ வளத்தியுட்டு அப்பறொ ஒரு மாப்பளயப் பாத்து கட்டிக்குடுத்து அனுப்புனா அதும்பட போக்குல இருந்து பொளச்சுட்டுப் போவுது" என்றவள், "லோகநாதபொரத்துல சேவிங் கட வெச்சுருக்குதுல்ல ஒரு பயெ, சங்கருன்னு, அவெ இன்னொக் கல்யாணாம் பண்ணிக்காமத்தான இருக்கறே" எனக் கேட்டபோது அவள் மனத்தில் அது பற்றிய யோசனை இருந்தது தெரிந்தது.

சீக்கிரமாகவே புறப்பட்டு உச்சிப்பூசை தொடங்குவதற்குள் ரட்டிணமூர்த்தி கோயிலை அடைந்திருந்தோம். வழிபாட்டை முடித்துக்கொண்டு தாராபுரத்துக்குப் புறப்பட்டோம். ராசம்மாஅத்தை தன்னை அலைக்கழித்துக்கொண்டிருந்த அவமானங்களிலிருந்தும் குற்றஉணர்விலிருந்தும் விடுவித்துக்கொள்ள முயன்றாள். எந்தத் தயக்கமும் இல்லாமல் 'முத்து முத்து' என அம்மாவை அழைக்கத் தொடங்கியிருந்தாள், பெரியம்மாவை அக்கா எனவும் முத்தையன் வலசுப் பெரியப்பாவை அண்ணா எனவும் அழைத்தாள். அவளது கண்களில் தென்பட்ட களங்கமின்மையைக் கண்ட பெரியம்மா தாள முடியாதவளானாள். மறைந்தொழிந்த காலத்தின் ஏதோ ஒரு தருணத்தை நினைத்துக் கொண்டிருந்த பெரியம்மாவின் கண்களி லிருந்து ஓயாமல் நீர் கசிந்து கொண்டிருந்தது.

தாராபுரத்தை அடைந்தவுடன் எல்லோரும் அங்கிருந்த உணவகம் ஒன்றில் சாப்பிட்டோம், செலவுகளை அம்மாவும் பெரியம் மாவும் பகிர்ந்து கொண்டார்கள். சாப்பிட்டதும் மற்றவர்களை அங்கேயே காத்திருக்கச் சொல்லிவிட்டு அத்தையையும் ஈஸ்வரியை யும் அழைத்துக்கொண்டு எங்கோ போன அம்மாவும் பெரியம்மாவும் சுந்தரத்தை அழைத்துக்கொண்டு திரும்பியிருந்தார்கள். அப்போதுதான் பெரியம்மா அந்தப் பயணத்தைத் திட்டமிட்டதற்கான காரணத்தை மற்றவர்களால் புரிந்துகொள்ள முடிந்திருந்தது.

32

மறுநாள் காலையில் ராசம்மா அத்தையின் ஆசையை நிறைவேற்றுவதற்காக எல்லோரையும் ஆம்பராந்து நதியின் படுகையில் நீர் ததும்பிக்கிடந்த தன் பால்யத்தின் அந்த மடைக்கு அழைத்துச் சென்றாள் அம்மா. அத்தையும் அம்மாவும் துணிகளை மூட்டை கட்டி எடுத்துக்கொண்டு வந்திருந்தார்கள், பெரியம்மாவும் சுந்தரமும் வீட்டிலேயே இருந்துவிட்டார்கள், உடையாம்பாளையத்துடனான உறவை முற்றாக அறுத்துக்கொள்ளும் முனைப்புடன் கோழிக்கறி விருந்துபோட்டு எங்களை அனுப்பிவைக்க முடிவெடுத்திருந்தாள் எங்கள் பெரியம்மா. முந்தைய நாள் இரவில் பிடித்து வைத்திருந்த சேவல்களை அறுப்பதற்காக முத்தையன்வலசுப் பெரியப்பாவிடம் ஒப்படைத்திருந்தாள்.

பொங்குகளை அகற்றுவதிலும் நெருப்பிலிட்டு வாட்டுவதிலும் குடலைப் பீய்ச்சிச் சுத்தம் செய்வதிலும் பெரியப்பாவுக்கு எந்தத் தயக்கமும் இல்லை, ஆனால் அவரால் கோழிகளைக் கொல்ல முடியாது, அது பாவம் என்பார், “பெத்த புள்ளையாட்ட வளத்திக் கிட்டிருந்துட்டு அப்பிடி மனசாரக் கழுத்தத் திருவிக் கொல்றதுக்கு மனசு வர வேண்டாமாக்கு?” எனக் கேட்பார். காருமாமா அதையெல்லாம் பார்க்கமாட்டார் என்பதால் கோழிகளைக் கொல்வதற்கு அவரையே நம்பியிருந்தார் பெரியப்பா. மாமா இல்லாதபோதும் அவருடன் பேச்சுவார்த்தையற்றுக் கிடந்தபோதும் நாடார்பதிக்குப் போய் யாரையாவது அழைத்துக்கொண்டு வருவார். காலையில் அதற்கான ஆட்களைத் தேடிக் கொண்டிருந்தபோது சுந்தரம் அதைச் செய்ய முன்வந்தான். எந்தத் தயக்கமும் இல்லாமல் கழுத்தைத் திருகி இரண்டையும் கொன்று தீர்த்தான். நான் அதைப்பார்த்து வியந்து போனேன், வியப்பைவிட பதற்றமே அப்போது எனக்கு மேலோங்கியிருந்தது.

முந்தையநாளே தீர்மானித்திருந்தது போல் சாயந்திரம் ஐந்து மணிப் பேருந்தைப் பிடித்து அங்கிருந்து வெள்ளகோவிலை அடைந்து

இரவு வீட்டுக்குப் போய்ச் சேர்ந்துவிட வேண்டுமெனத் தீர்மானித் திருந்தோம். பெரியம்மா தானும் எங்களுடனேயே ஈரோடு வரப் போவதாகச் சொல்லியிருந்தாள், அம்மா ஏற்கனவே தயாராகி யிருந்தாள், கோழிக்குழம்பு தயாராவதற்குள் மடைக்குப் போய்விட்டு வந்துவிட வேண்டுமென நினைத்திருந்தாள்.

மற்ற எல்லோரையும் முந்திக்கொண்டு முன்னால் நடந்தார்கள் அம்மாவும் அத்தையும், ஓயாமல் பேசிக்கொண்டே இருந்தார்கள். மடையை அடைந்து கெத்கெத்தெனக் கிடந்த நீரைப்பார்த்துத் திகைத்துப் போனாள் அத்தை. அப்போது அவளுக்குக் கண்கள் விரிந்தன, ஆற்றாமையுடன் பார்த்துக்கொண்டிருந்த அத்தைக்கு எந்தத் தொந்தரவும் தராமல் துணிகளை அலசத் தொடங்கினாள் அம்மா.

துணிகளை உலரப்போட்டுவிட்டு இருவரும் மடை நீரில் இறங் கினார்கள். அவர்களுக்கு முன்னதாகவே நான், ஈஸ்வரி, சாவித்திரி ஆகிய மூவரும் மடையில் இறங்கியிருந்தோம். ஒரு நீர்க்காகத்தைப் போல சிறகுகளை அடித்து குதூகலத்துடன் நீந்தத் தொடங்கியி ருந்தாள் ஈஸ்வரி. “உனக்கு நீச்சல் தெரியுமா ஈசு?” என ஆச்சரியம் தாளாமல் கேட்ட சாவித்திரிக்கு, “ஓ தெரியுமே, ரொம்பச் சின்ன வயசுலயே எங்கப்பா எனக்குக் கத்துக் குடுத்துருக்கறாரு” எனப் பதிலளித்தாள், “பழநிக்குப் போனதுக்கப்பறெ சண்முக நதி, அன்னாடு அதுல நீந்தியிருக்கறெ” என அவளுக்குப் பதிலளித்த ஈஸ்வரி பாவாடையைச் சுருட்டிக் கட்டிக்கொண்டு மடையின் ஆழத்தில் மறைந்தாள். மேலெழுந்து எங்கள் பதற்றத்தைப் பொருட் படுத்தாமல் வாளையைப் போல் நீந்திக் களித்தாள். மடையின் கரை யோரப்புதர்களில் காலூன்றி நின்று தன்னைக் கூர்ந்து பார்த்துக் கொண்டிருந்த நாரைகளை, ‘ச்சூ’ எனக் கைகளை வீசி விரட்டினாள்.

துயருற்றுச் சிதறிப்போயிருந்த அவளை நம்பவே முடியாமல் மீட்டெடுத்திருந்தது ஆம்பராந்தின் அந்த மடையில் அலையடித்துக் கிடந்த நீர். கைகளை அடித்து நீந்திக்கொண்டே எங்களை நெருங்கியவள் ததும்பத்ததும்பச் சிரித்தபடி சாவித்திரியின் மீது நீரை அள்ளி வீசினாள், பதிலுக்கு சாவித்திரியும் அவள் மீது நீரை வீசியடித்தாள் நான் குழந்தையாக மாறியிருந்தேன், நீர்ப்பரப்பில் மல்லார்ந்து படுத்துக்கொண்டு ‘ங்க’ எனக் கத்தினேன்.

33

பசி, கோழிக்கறி விருந்து, முற்றாகக் கைவிடப்பட்டுவிட்ட அந்த வீட்டில் பெரியம்மா எங்களுக்குப் போட்ட கடைசிச் சோறு.

வேறு எந்த யோசனையுமில்லாமல் சாப்பிட உட்கார்ந்தோம். ஈஸ்வரி மற்ற யாரையும் பொருட்படுத்தாமல் நிதானமாகச் சாப்பிட்டாள், சுந்தரம் முன்பே சாப்பிட்டு முடித்திருந்தான், அத்தை என்ன செய்யத் தீர்மானித்திருக்கிறாள் என்பது அப்போதுவரை எங்கள் யாருக்கும் தெரிந்திருக்கவில்லை, பழநிக்கே திரும்பிப் போய்விடப் போகிறாளா? வேறு ஏதாவது யோசித்துக்கொண்டிருக் கிறாளா? முந்தையநாள் இரவில் சுந்தரம் ராசம்மாஅத்தையையும் ஈஸ்வரியையும் தன்னோடு தாராபுரத்துக்கு அழைத்துச்சென்று விடப்போவதாகச் சொன்னது நினைவுக்கு வந்தது, அங்கே வாடகை வீடு ஒன்றைப் பார்த்துக் குடியேற விரும்பினான். மற்ற எல்லோருக்கும் அது சரியான முடிவாகப் பட்டது, "இனி இந்த ஊரு இல்லீனு ஆவிப்போச்சு பாத்தையா முத்து?" எனக் காலையில் அதைப்பற்றிப் புலம்பிக்கொண்டிருந்தாள் பெரியம்மா.

மாமா வசித்துவந்த, அவரோடு வாழ்ந்து பிள்ளைகளைப் பெற்று வளர்ப்பதற்கு இடம் தந்திருந்த அந்த வீட்டுக்குள் யாருமற்றவளாய் நடமாடிக்கொண்டிருந்தாள் அத்தை. தனது பாதங்கள் பட்டுத் தேய்ந்த தரையையும் பூச்சிக்கூடுகள் மண்டிய கூரையையும் தளர்ந்து போன சுவர்களையும் ஆற்றாமையுடன் பார்த்துக்கொண்டிருந்தாள். மாமா மிச்சம் வைத்துவிட்டுப் போயிருந்த அவரது வேட்டி, சட்டைகள் அடங்கிய ட்ரங்குப் பெட்டியைத் திறந்து பார்த்தாள், குழந்தைகளுக்கு நீச்சல் கற்றுத்தருவதற்காக வைத்திருந்த இரண்டு சொரப்புரடைகள், எலிக்கூண்டு, ஒண்டிவில், துருவேறிய கத்தரிக்கோல்கள், சவரக்கத்திகள், முள்வாங்கிகள், இடுக்கிகள், அரிவாள், கடப்பாரை, சுத்தியல் என ஒவ்வொன்றையும் தீண்டிப் பார்த்துக்கொண்டிருந்த அத்தை கடைசியாகத்தான் மாடத்தில் புழுதியடித்துக் கிடந்த ஒரு ஜோடி தாயக்கட்டைகளைக் கண்டுபிடித்தாள்.

துருவேறிப்போன இரண்டு சிறிய உலோகத் துண்டுகள்.

தாளமுடியாதவளாய் அவற்றை எடுத்துக்கொண்டு வெளியே ஓடி வந்தாள், யாரிடமாவது அவற்றைக் காட்ட விரும்பினாள், யாருமே தென்படாததால் உள்ளங்கைக்குள் வைத்து அவற்றின் வெதுவெதுப்பை உணர முற்பட்டாள், கண்களை இறுக மூடி நினைவுகளை மீட்டெடுக்க முயன்றுகொண்டிருந்தாள், “என்னக்கா, எனத்த அப்பிடிக் கைக்குள்ள வெச்சு உருட்டிக்கிட்டிருக்கறெ?” எனக் கேட்டுக்கொண்டு அருகில் வந்த அம்மாவுக்கு எதுவுமே சொல்லத் தெரியாமல் துருப்பிடித்த அந்தச் சிறு உலோகத் துண்டுகளைக் காட்டினாள்,

“அட இதேது?” எனக் கேட்டு அவளிடமிருந்து அவற்றைப் பறித்துக்கொண்ட அம்மா அத்தையைப் போலவே அவற்றை தன் உள்ளங்கையில் ஏந்தினாள், பனிக்கட்டிகளைப் போல் குளிர்ந்துகிடந்த அந்த உலோகத்துண்டுகள் அவளது உடல் முழுவதும் குளிரைப் பரவச்செய்தன, “எங்க இருந்து இது உனக்குக் கெடச்சுதக்கா?” எனக் கேட்டவள் அதற்கான பதிலை எதிர்பார்த்துச் சில கணங்கள் பேசாதிருந்தாள், “செரி வாக்கா, ஒரு ஆட்டம் போடலா, தாயக்கர வெளையாண்டு எத்தனையோ வருஷமாவிப் போச்சு” என்றவள் என்னை அழைத்து முத்தையன்வலசுப் பெரியப்பாவின் வீட்டுக் காரைவாசலில் குயவர்களால் வரைந்து வைக்கப்பட்டிருந்த தாயக்கரம் இன்னும் அழியாமல் இருக்கிறதா எனப் பார்த்துவரச் சொன்னாள். கரங்களின் மீது தீற்றுவதற்காகக் கொஞ்சம் சுண்ணாம்பை எடுத்துக் கொண்டு நான் அங்கு போனேன்.

சிமெண்ட் தரையில் வரைந்து வைக்கப்பட்டிருந்த நேர்த்தியான தாயக்கரத்தின் மீது சுண்ணாம்பைத் தீற்றிக்கொண்டிருந்தபோதே சாவித்திரியும் ஈஸ்வரியும் அங்கு வந்தார்கள், “‘தாயக்கர வெளை யாடறீங்களா மாமா? ஆராரு?” எனக்கேட்டுக்கொண்டே இடமும் வலமுமாக மண்டியிட்டு உட்கார்ந்து கொண்டார்கள், “என்னையு ஆட்டத்துக்குச் சேத்துக்குவீங்களா மாமா?” எனக் கேட்டாள் சாவித்திரி, “ம்ம், வா வந்து உக்காரு” என்றேன், “மாமா நானு?” எனக் குழந்தை போல் கேட்டாள் ஈஸ்வரி, “நீயுந்தே, வந்து உக்காரு ஈசு, அம்மாளு அத்தையு வந்துருட்டு” என்றேன்,

அதற்குள் அந்தத் தாயக்கட்டைகளின் மீது படிந்திருந்த துருவை அகற்றிப் புத்தம் புதியவையாக மாற்றியிருந்தாள் அம்மா, சிமெண்ட் தரையில் உருட்டி விட்டு அவற்றைச் சோதித்துப் பார்த்தாள், ‘க்ளிங் க்ளிங்’ என அவை எழுப்பிய சத்தத்தைக் கேட்டுக் கிறங்கிக்கிடந்த சண்முகமும் நாச்சிபாளையத்தாரும் எழுந்து வந்தார்கள். அதற்குள் நான்கு மலைகளுக்கும் நான்கு ஜோடிக் கற்களைச் சேகரித்துக்

கொண்டு வந்திருந்தார்கள் சாவித்திரியும் ஈஸ்வரியும். மற்ற எல்லோ ருக்கும் முன்னதாக தானும் எங்கள் அம்மாவும் ஓர் அணி என அறிவித்திருந்தாள் ராசம்மா அத்தை, "நாங்க ரண்டு பேருஞ்சேந்து வெளையாண்டா எங்கள ஆருஞ்செயிச்சுக்க முடியாது பாத்துக்குங்க" எனக் குதூகலம் ததும்ப வந்து உட்கார்ந்துகொண்டாள்.

"நானும் ராசு மாமாவும்" என்றாள் சாவித்திரி, "எனக்கு அந்த ஆட்டம் வராது" என நான் சொன்னதை அவள் பொருட்படுத்த வில்லை. அவ்வளவாக திருப்தியில்லாதபோதும் ஈஸ்வரியைத் தனது அணியில் சேர்த்துக்கொள்வதற்கு ஒப்புக்கொண்டான் சண்முகம். நாச்சிபாளையத்தாரும் அவரது மனைவியும் நான்காவதாக அணி சேர்ந்திருந்தார்கள். பந்தயப்பணமாக ஆட்டத்துக்கு எட்டணா எனத் தீர்மானித்துக்கொண்டு விளையாட்டைத் தொடங்கினோம். வெற்றி பெறும் அணிக்குச் சுளையாக இரண்டு ரூபாய் கிடைக்கும்.

அம்மாவும் ராசம்மா அத்தையும் நீண்டகால அனுபவம் கொண்ட தேர்ந்த ஆட்டக்காரர்கள். தாயக்கட்டைகளை உருட்டிக் கேட்டால் கேட்டது கிடைக்கும் வரம் பெற்று வந்தவள் எனப் பெயர் பெற்றிருந்தாள் அத்தை.

அவள் தாயம் கேட்டால் தாயம் விழும், தாயம் கைல இன்னொரு தாயம் எனக் கேட்டுக் கட்டையை உருட்டினால் இரண்டாவதாகவும் பிறகு மூன்றாவதாகவும் தாயம் விழும். ஐந்து, ஆறு, பன்னிரண்டு எனத் தொடர்ந்து விருத்தங்களாகப் போட்டு மற்ற ஆட்டக்காரர்களைக் கலங்கச் செய்துகொண்டிருந்தவள் என அம்மாவுக்கும் ஒரு பெயர் இருந்தது. ஆக, தாயக்கரத்தின் இரண்டு மாமேதைகளை அப்போது நாங்கள் எதிர்கொள்ள வேண்டியிருந்தது. நாச்சிபாளையத்தாரும் அவரது மனைவியும் முன்னொரு காலத்தில் வெற்றிகரமான ஆட்டக்காரர்களாக இருந்தவர்கள், சண்முகம் தாயக்கரத்தின் மீது பைத்தியமாகத் திரிந்தவன், மட்டுமல்லாது அதன் நுட்பங்களைக் கற்றுத் தேர்ந்தவன், எனக்குக் கிட்டத்தட்ட மறந்துவிட்ட ஆட்டம் அது. சாவித்திரி தன் தாயைப் போலவும் தமக்கையைப் போலவும் தேர்ந்த ஆட்டக்காரியாக உருவாகிக் கொண்டிருந்தாள் என அப்போது அங்கு வந்து பார்த்துவிட்டுப்போன பெரியம்மா சொன்னாள், "அல்லாத்தையு அவ பாத்துக்குவா, நீ துணிஞ்சு அவகோட ஆடு" எனச் சொல்லிவிட்டுப் போனாள்.

முதல் ஆட்டத்திலேயே நாங்கள் தோற்றோம்.

அந்த ஆட்டத்தில் ஈஸ்வரி-சண்முகம் கூட்டணி எளிதாக வெற்றி பெற்றிருந்தது. எங்களுடைய நான்கு நாய்களில் ஒன்றுகூட மலையை எட்டி வெற்றிக்கனியைப் பறிக்கும் அளவுக்கு முன்னேறவில்லை, நாச்சிபாளையத்தாரின் நாய்கள் வெட்டாக்கூழ் குடித்துக்கொண்டு

கிடந்தன. ஆனால் அடுத்த ஆட்டம் அவர்களுக்குச் சாதகமாக முடிந்திருந்தது. அதற்குப் பிறகு வந்த இரண்டு ஆட்டங்களில் எங்கள் அம்மா, ராசம்மா அத்தை கூட்டணி வெற்றிக்கனியைப் பறித்தது. மூன்றாவது ஆட்டத்தில் வெற்றியின் விளிம்புவரை வந்து தோற்றார்கள். அந்த ஆட்டத்திலும் சண்முகம், ஈஸ்வரி கூட்டணியே வென்றது. அதற்கடுத்த ஆட்டத்தில் நாச்சிபாளையத்தார் வெற்றிபெற்று காசை அள்ளிக்கொண்டார், சமநிலை குன்றாமல் போய்க்கொண்டிருந்த அந்த ஆட்டத்தில் இரண்டாவதாக ஒரு வெற்றியை எட்ட முடியாமல் நாங்கள் திணறிக்கொண்டிருந்தோம். சாவித்திரி அழத் தயாராகிக் கொண்டிருந்தாள். அடுத்த ஆட்டத்தில் கட்டாயமாக வெற்றிக் கனியைப் பறித்துவிட வேண்டுமென விரும்பினாள் சாவித்திரி. தங்கள் குலதெய்வமான முத்துசாமியை வேண்டிக்கொண்டு அடுத்த ஆட்டத்தைத் தொடங்கினாள்.

உடனடியாக அருள்பாலித்தார் முத்துசாமி. எடுத்த எடுப்பிலேயே அவளுக்குத் தாயம் விழுந்தது. பூரித்துப் போனாள், "இன்னொரு தாயம்" என்றாள், கேட்டபடி இரண்டாவதாகவும் தாயம் விழுந்தது. "மறுக்கா ஒரு அஞ்சு" என அதே முத்துசாமியை வேண்டிக்கொண்டு கட்டைகளை உருட்டினாள், ஐந்து விழுந்தது, இன்னொரு ஐந்து கேட்டாள், அது கிடைத்தது. பிறகொரு ஆறு, ஒரு பன்னிரண்டு, கடைசியில் மூன்று எனக் கண்மூடிக் கண் திறப்பதற்குள் எங்கள் நான்கு நாய்களும் மலையைக் கடந்து முன்னேறியிருந்தன. அம்மா, அத்தை கூட்டணியின் மலையில் ஒரு நாயையும் ஈஸ்வரி, சண்முகம் கூட்டணியின் மலையில் மற்றொரு நாயையும் நிறுத்தி வைத்தோம். அவர்களது நாய்கள் வெளியே வந்ததும் வெட்டி உள்ளே தள்ளி னோம். இப்படி மற்ற மூன்று கூட்டணிகளின் நாய்களும் மண்ணைக் கவ்வின. சாவித்திரி மகிழ்ச்சியில் துள்ளினாள். அதே உற்சாகத்தோடு அடுத்த ஆட்டத்தையும் வென்றோம்.

முன்பு தாயம் விளையாட்டில் ஈடு இணையற்றவர்களாக விளங்கிய அம்மாவும் ராசம்மா அத்தையும் பதற்றமடைந்திருந்தார்கள். அடுத்த ஆட்டத்தில் அதற்குப் பதிலடி கொடுத்துவிட வேண்டும் என்னும் ஆவேசத்துடன் கட்டைகளை உருட்டி வீசினார்கள், தங்கள் குலதெய்வங்களை வேண்டிக் கொண்டார்கள், கவனமாக நாய்களை நகர்த்தினார்கள். வெற்றியின் விளிம்பை எட்டி வந்து கடைசியில் தோற்றுப்போனார்கள். அந்த முறையும் நாங்களே வெற்றிபெற்றோம். சாவித்திரி விருத்தங்களாகப் போட்டுத்தள்ளிக் கொண்டிருந்தாள். இரண்டு தாயம், நான்கு ஐந்து, மூன்று ஆறு, அடுத்தடுத்தாக இரண்டு பன்னிரண்டு என தேவைப்பட்டதற்கும் அதிகமாகவே கிடைத்ததால் தொடர்ந்து மூன்று ஆட்டங்களில் வெற்றிபெற்றோம். மற்ற எல்லோரது நற்பேறுகளையும் பறித்து தன்வசப்படுத்திக் கொண்டி ருந்தாள் சாவித்திரி.

எங்கள் கூட்டணியின் தொடர்வெற்றிகளைக் கண்டு தொடக்கத்தில் பூரிப்பை வெளிப்படுத்திய அம்மா பிறகு மனம் மாறினாள். தாய், மகன் உறவுக்கப்பால் என்னையும் சாவித்திரியையும் தங்களது போட்டியாளர்களாகக் கருதத் தொடங்கியிருந்தார்கள் அம்மாவும் ராசம்மா அத்தையும். ஒருகட்டத்தில் சாவித்திரிக்கு விழுந்துகொண்டிருந்த விருத்தங்களின் மீது அம்மாவுக்குச் சந்தேகம் ஏற்படத்தொடங்கியிருந்தது. பன்னிரண்டு விழுந்தபோது அது பன்னிரண்டு இல்லை எனச் சாதிக்க முற்பட்டாள். அப்போது அம்மாவின் இரண்டு நாய்களை அடுத்தடுத்தாக வெட்டிவிட்டு நாங்கள் மலையை எட்டினோம். தங்கள் நாய்களைப் பாதுகாத்துக்கொள்ளும்பொருட்டு எங்கள் நாய்களிடமிருந்து விலக்கி ஓட்டிக்கொண்டு போய் பாதுகாப்பான ஏதோ ஒரு மலையை அடைக்கலம் கொண்டார்கள் அம்மாவும் ராசம்மா அத்தையும். அப்படியும் அவைகளை வெட்டித் தீர்த்தாள் சாவித்திரி.

எங்கள் நாய்களின் மீது அம்மாவுக்கும் ராசம்மாஅத்தைக்கும் ஒருவிதமான பொறாமை உருவாகத் தொடங்கியிருந்தது, அவற்றில் ஒன்று அவளுடைய நாய்களில் எதையாவது வெட்டிவிட்டு முன்னேறியபோது, “நாசமாப் போனது” என அதைத் திட்டித்தீர்த்தாள் அம்மா.

“கெரவம் புடிச்சதுக, சித்த நகர உடுதுகளா?” என்றாள்,

“அந்தச் சனியெ பொறவாலயே வந்துக்கிட்டிருக்குதக்கா, ஒரு மூணப் போடு கொண்டுக்கிட்டுப் போயி மலைல வெச்சுக்கலா” என்றாள்.

கேட்டது கிடைக்காதபோது அவளது கோபம் ராசம்மா அத்தையின் மீது திரும்பியது. மற்ற இரண்டு அணியினரும் எங்கள் அணிக்கு விழுந்துகொண்டிருந்த தொடர் விருத்தங்களைக் கண்டு திகைத்துப் போயிருந்தார்கள். ஈஸ்வரியின் கண்களில் நீர் தத்தளிக்கத் தொடங்கியிருந்தது, அதைப் பார்த்த அத்தை பரிதவித்துப் போனாள், “இதுக்கெதுக்கு சாமி கண்ணீருடறே? அடுத்த ஆட்டத்துல பாத்துக்கிட்டாப் போவுது உடு” என மகளைத் தேற்ற முற்பட்டாள். சொந்தத் தங்கையின் மகள் என்பதை மறந்து சாவித்திரியின் மீது வெறுப்பைக் கக்கத் தொடங்கியிருந்தாள் அத்தை. ஒரு முறை அத்தையின் ஒரு நாயை வெட்டுவதற்கு இரண்டு தேவைப்பட்டது, தாயக்கட்டைகள் அப்போது என்னிடம் இருந்தன, “ஒரு ரண்டு போடுங்க மாமா” என என்னைக் கேட்டுக்கொண்டாள் சாவித்திரி, இரண்டு விழுந்தது,

“ரண்டு, ரண்டு, ரண்டூஉஉஉஊஊ” எனக் கத்தி ஆர்ப்பரித்தாள் சாவித்திரி,

“வெட்டாட்டமா ஒரு ஆறு போடுங்க மாமா” என்றாள்.

ஆறு விழுந்தது.

“நல்ல மாமா” என என் கைகளைப் பற்றிக்கொண்டாள் சாவித்திரி, களிதாளாமல் என் மீது சாயவுங்கூட முற்பட்டாள், பின் சுதாரித்து விலகினாள். தன் கடைக்கண்களிலிருந்து பிதுங்கிய கண்ணீரைச் சுண்டியெறிந்தாள் ஈஸ்வரி. அம்மாவின் முகம் சிவந்திருந்ததையும் அத்தையின் பார்வையில் பொறாமை சுடர்விடத் தொடங்கியிருந்ததையும் பார்த்து நான் திகைத்துப் போனேன்.

சத்தம் கேட்டு பெரியம்மாவும் முத்தையன்வலசுப் பெரியப்பாவும் சுந்தரமும் அண்டைவீடுகளைச் சேர்ந்த இரண்டு மூன்று பேரும் அங்கு வந்து ஆட்டத்தை வேடிக்கை பார்க்கத் தொடங்கியிருந்தார்கள். நாச்சிபாளையத்தாரின் அணி தனது தோல்வியை ஒப்புக்கொண்டு வெளியேறியது, “அதெதுக்கு வெட்டியா ஆடிக்கிட்டு? சாவித்திரி கேக்கறதையெல்லா ஜெமினிகணேசம் போட்டுக்கிட்டிருக்கறே, ஜெமினிகணேசம் கேக்கறத சாவித்திரி போடறா, மந்தரங் கிந்தரம் போட்டுக் கட்டய உருட்டறாங்களோ என்னமோ” எனச் சொல்லி விட்டு எழுந்துகொண்டார் நாச்சிபாளையத்தார். அதற்கடுத்த இரண்டு ஆட்டங்களிலும் எங்கள் அணியே வெற்றிபெற்றதால் சண்முகம், ஈஸ்வரி அணியும் வெளியேறியது. இருவரும் மற்றவர்களுடன் சேர்ந்து ஆட்டத்தை வேடிக்கை பார்க்கத் தொடங்கியிருந்தார்கள். “செரி போது எந்திரீங்க முத்து, பொறப்படற வேலையப் பாருங்கொ, நேரமாவிக்கிட்டிருக்குது, அந்த பஸ்ச உட்டா மறுக்கா நாளைக்குக் காத்தால பத்துமணிக்குத்தே பஸ்சு” என அறிவுறுத்தினாள் ஆட்டத்தை வேடிக்கை பார்த்துக்கொண்டிருந்த பெரியம்மா.

பிறகும் தொடர்ந்து மூன்று ஆட்டங்களை வென்று காசை அள்ளிக்கொண்டோம். அம்மாவின் மூர்க்கம் பெருகிக்கொண்டிருந்தது, ஒரு ஆட்டத்தையாவது வெல்லாமல் போவதில்லை எனச் சபத மெடுத்துக்கொண்டாள் அம்மா, “நாம பாக்கப் பொறந்ததுக, இந்தப் போடு போடுது பாத்தியாக்கா, உடு நாம ஆருன்னு அதுகளுக்குக் காமிக்கலா” என உள்ளங்கைகளுக்குள் வைத்துத் தேய்த்து அந்தச் சிறு உலோகத்தண்டுகளுக்கு வெதுவெதுப்பூட்ட முயன்றாள். அடுத்த ஆட்டத்திலும் அதற்கடுத்த ஆட்டத்திலும் நாங்களே வென்றோம்.

மூன்றாவது ஆட்டத்தில் அவர்களுடைய ஆசையை நிறை வேற்றிக்கொள்வதற்கான வாய்ப்புகள் உருவாகியிருந்தன.

அந்த ஆட்டத்தில் அத்தை நிறைய விருத்தங்களைப் போட்டாள். சாவித்திரி திணறிக்கொண்டிருந்தாள். தொடர்ந்து அவர்களுடைய நாய்களை வெட்டி முன்னேறிக்கொண்டிருந்த எங்களுடைய நாய்களில் மூன்று மலையை எட்டி வெற்றிக்கனியைப் பறித்துக் கொண்டு வெளியேறியிருந்தன. ஒன்று வசமாக மாட்டிக்கொண்டிருந்தது. தாயக்கரத்தில் ஒற்றை நாய் சிக்குவது எதிரணிக்குக் கொண்டாட்டமான விஷயம். விடாமல் துரத்திச் சென்று திரும்பத்

திரும்ப வெட்டி மலைக்குக்கொண்டுபோய் வைத்துவிடுவார்கள். எங்களுடைய அந்த ஒற்றை நாய்க்கு அதுதான் நிகழத் தொடங்கி யிருந்தது. சாவித்திரிக்கு விழுந்த விருத்தங்கள் வீணாகிக்கொண்டி ருந்தன. இருந்தும் நாங்கள் சமாளிக்க முயன்றுகொண்டிருந்தோம். வேடிக்கை பார்த்துக்கொண்டிருந்தவர்கள் ஆட்டத்தின் போக்கைக் கணிக்க முடியாமல் திணறிக்கொண்டிருந்தார்கள்.

பல வெட்டுகளைக் கடந்து கிடைத்த இண்டு இடுக்குகளின் வழியாக அம்மாவின் நாய்களிடமிருந்து தப்பி எங்களுடைய மலையை நெருங்கியிருந்தது அந்த ஒற்றை நாய். அடுத்ததாக ஒரு நான்கு கிடைத்தால் பாதுகாப்பாக எங்களுடைய மலையை எட்டிவிடும். எனினும் இன்னும் ஒரு கண்டம் இருந்தது. அதைத் துரத்திக்கொண்டு வந்திருந்த அம்மாவின் நாய் பின்னால் இரண்டாம் கரத்தில் நின்றுகொண்டிருந்தது. ஒரேயொரு இரண்டு கிடைத்தால் வெட்டி வைத்துவிட்டு வெற்றி இலக்கை நோக்கி எளிதாக அவர்களால் முன்னேறிச் சென்றுவிட முடியும்.

கட்டைகள் ராசம்மா அத்தையின் கைகளுக்குப் போயிருந்தன. அவளிடமிருந்து விருத்தங்களையல்ல, ஒரு இரண்டை எதிர்பார்த்தாள் அம்மா, “ஒரு ரண்டு போடக்கா, ஒரேயொரு ரண்டு, இந்தத் தடவ அவுங்கள உடக்கூடாது” என அத்தையைத் தூண்டினாள். அத்தை நடுங்கினாள், அவளுக்கு வியர்த்துக்கொட்டிக்கொண்டிருந்தது. கட்டைகளை உள்ளங்கையில் வைத்து உருட்டிப் பார்த்துக்கொண்டி ருந்தாள்,

“ரண்டா முத்து?”

“ஆமா ஒரேயொரு ரண்டு” அம்மாவின் முகத்திலும் வியர்வை. அத்தை தயங்கிக்கொண்டிருந்தாள். கட்டைகளின் மீது கண்களை வைத்து அவற்றிடம் மன்றாடிக்கொண்டிருந்தது போன்ற பாவனை.

“போடக்கா, விருத்தமெல்லா வேண்டீதில்லெ, ஒரு ரண்டு, ஒரேயொரு ரண்டப் போடு” என மீண்டும் வலியுறுத்தினாள் அம்மா.

அத்தையின் உதடுகளில் நிச்சயமின்மையின் ஒரு கைத்த புன்னகை, “செரி முத்து, நீ சொன்னாப்பல ரண்டு போடறெ, அப்பிடிப் போட்டுட்டா நீ எனக்கு என்ன தருவே?” என விளை யாட்டாகக் கேட்டாள் ராசம்மா அத்தை.

அம்மா திகைத்துப்போனாள்,

“போடு, தப்பாம ஒரு ரண்டு போடக்கா, நீ என்ன கேக்கறயோ அதத் தாரெ” என்றாள்.

“என்ன கேட்டாலுந் தருவியா?”

“என்ன கேட்டாலுந் தாரெ, கேளு, என்ன வேணும்னு கேளு”

என வாக்களித்தாள் அம்மா.

அப்போதும் அமைதியாகவே இருந்தாள் அத்தை,

"கேளக்கா, என்ன வேணும்னாலு தயங்காமக் கேளு, தாரெ" என்றாள் அம்மா.

அத்தை வேறெதுவும் கேட்கத் தோன்றாதவளாக வெறுமனே அம்மாவைப் பார்த்துக்கொண்டிருந்தாள். பெருமூச்செரிந்தாள். கண்கள் உயர்ந்து தாழ்ந்தன.

"நீ ஒரு ரண்டப் போட்டு இந்த ஆட்டத்தச் செயிச்சுக்குடு ராசம்மக்கா, நா எம்பொறந்தவனுக்கு வாக்குக் கொடுத்தாப்பல எம்பயனுக்கு ஈஸ்வரியக் கட்டிவெச்சு எம்பட ஊட்டுக்கு மருமகளாக் கொண்டுபோயி வெச்சுக்கறெ" என்றாள். அத்தை நிமிர்ந்தாள், திகைத்துப்போனாள், நேர்பார்வையால் அம்மாவின் கண்களை ஊடுருவினாள், சாவித்திரியும் பெரியம்மாவும் முத்தையன்வலசுப் பெரியப்பாவும் ஆட்டத்தை வேடிக்கை பார்த்துக்கொண்டிருந்த மற்ற எல்லோரும் திகைத்துப்போயிருந்தார்கள்.

எனக்கு மூச்சுத் திணறிற்று.

"நெசமாத்தேஞ் சொல்றாயா முத்து? வெளையாட்டில்லையே?" எனக் கேட்டாள் அத்தை.

"இதுல வெளையாட்டென்னக்கா, வேண்ணா சத்தியம் பண்றெ" என்றாள் அம்மா.

தன் கூர்ந்த பார்வையால் சாட்சியாக நின்ற மற்ற எல்லோரையும் ஒரு பார்வை பார்த்துவிட்டு காருமாமா விட்டுச்சென்றிருந்த அந்தச் சிறு உலோகத் துண்டுகளின் மீது தன் முழு வாழ்வையும் பணயம் வைத்து அவற்றை உருட்டி வீசினாள் அத்தை.

எங்கள் ராசம்மா அத்தை.

* * *